'ஷ்' இன் ஒலி
ஒரு மன முறிவு,
ஒரு வாழ்க்கைப் பயணம்.

'ஷ்' இன் ஒலி

ஒரு மன முறிவு,
ஒரு வாழ்க்கைப் பயணம்.

பத்மஜா நாராயணன்

மொழிபெயர்ப்பாளர்

காரைக்காலைச் சேர்ந்த பத்மஜா நாராயணன் சென்னையில் பாரத ஸ்டேட் வங்கியில் பணிபுரிகிறார். இவரது கவிதைத் தொகுப்புகளும் மொழிபெயர்ப்பு நூல்களும் வெளியாகி உள்ளன.

கவிதை :

'மலைப்பாதையில் நடந்த வெளிச்சம்', 'தெரிவை', 'பிணா'

மொழிபெயர்ப்பு:

'நான் மலாலா', 'வெண்ணிற இரவுகள்', 'தடங்கள்' 'நெருப்பிதழ்கள்'

டேனியல் லிம்

'ஷ்' இன் ஒலி
ஒரு மன முறிவு,
ஒரு வாழ்க்கைப் பயணம்.

தமிழில்
பத்மஜா நாராயணன்

காலச்சுவடு பதிப்பகம்

அன்பார்ந்த வாசகருக்கு,

வணக்கம்.

காலச்சுவடு நூலை வாங்கியமைக்கு நன்றி.

நூலின் உள்ளடக்கம், உருவாக்கம், அட்டைப்படம் இன்ன பிற அம்சங்கள் பற்றிய உங்கள் கருத்துகளையும் ஆலோசனைகளையும் காலச்சுவடு வரவேற்கிறது. தகவல், எழுத்து, வாக்கியப் பிழைகள் தென்பட்டால் கட்டாயம் தெரிவித்து உதவுங்கள். நூல் தயாரிப்பில் கடும் குறைபாடு இருப்பின் மாற்றுப் பிரதி உங்களுக்குக் கிடைக்கக் காலச்சுவடு ஏற்பாடு செய்யும்.

மின்னஞ்சல்: publisher@kalachuvadu.com

காலச்சுவடு நாகர்கோவில் தலைமையகத்துக்கும் கடிதம் அனுப்பலாம்.

தங்கள்
எஸ்.ஆர். சுந்தரம் (கண்ணன்)
பதிப்பாளர் — நிர்வாக இயக்குநர்

© Danielle Lim, 2014

‘ஷ’ இன் ஒலி ஒரு மன முறிவு, ஒரு வாழ்க்கைப் பயணம் ❖ சுயசரிதை ❖ ஆசிரியர்: டேனியல் லிம் ❖ ஆங்கிலத்திலிருந்து தமிழில்: பத்மஜா நாராயணன் ❖ மொழிபெயர்ப்பு © பத்மஜா நாராயணன் ❖ முதல் பதிப்பு: டிசம்பர் 2018 ❖ வெளியீடு: காலச்சுவடு பப்ளிகேஷன்ஸ் (பி) லிட்., 669, கே.பி. சாலை, நாகர்கோவில் 629001

காலச்சுவடு பதிப்பக வெளியீடு: 884

‘sh’ in oli oru mana muRiv, oru vaazkkaip payaNam ❖ Biography ❖ Author: Danielle Lim ❖ Tamil Translation from English by Padmaja Narayanan ❖ Translation © Padmaja Narayanan ❖ Language: Tamil ❖ First Edition: December 2018 ❖ Size: Royal ❖ Paper: 18.6 kg maplitho ❖ Pages: 160

Published by Kalachuvadu Publications Pvt.Ltd., 669, K.P. Road, Nagercoil 629001, India ❖ Phone: 91-4652-278525 ❖ e-mail: publications@kalachuvadu.com ❖ Wrapper printed at Print Specialities, Chennai 600014 ❖ Printed at Mani Offset, Chennai 600077

ISBN: 978-93-88631-16-7

12/2018/S.No.884, kcp 2259, 18.6 (1) ILL

மொழிபெயர்ப்பாளர் சமர்ப்பணம்
தன் எழுத்தின் வழி துயரைத் தங்காது
விரட்டி அடிக்கும் அருமை நண்பன்
போகன் சங்கருக்கு

நன்றி

நூலை மொழிபெயர்க்க வாய்ப்பளித்த காலச்சுவடு கண்ணனுக்கு மிக்க நன்றி. இந்நூலை மொழிபெயர்க்கும் தருணத்தில் பலமுறை அழுதிருக்கிறேன். அந்தக் கண்ணீர் வாசிக்கும் ஒவ்வொருவரிடமும் ஒரு முறையேனும் எட்டிப் பார்த்தால், அது என் மொழிபெயர்ப்பிற்குக் கிடைத்த வெற்றியாகக் கொள்வேன். உலகில்தான் எத்தனை வகையான துன்பங்கள். அத்துயரங்களை எல்லாம் துடைத்துவிட்டு புன்னகைக்கும் ஒவ்வொருவருக்குமானது என் வணக்கமும் இந்த நூலும். மேலும் காலச்சுவடு பதிப்பகத்தைச் சேர்ந்த கலா, மணிகண்டன், செந்தூரனுக்கும் நண்பர்களுக்கும் என் நன்றி. குறிப்பாக *தமிழ். காம்* தினேஷிற்கும் என் மகள் சுதாவிற்கும் நன்றி பல.

விஜயதசமி 2018   பத்மஜா நாராயணன்

முன்னுரை

உலகில் ஏறத்தாழ 450 மில்லியன் மக்கள் மனநோயால் பாதிக்கப்பட்டுள்ளனர்; நான்குபேரில் ஒருவர் தன் வாழ்நாளில், மனநலப் பாதிப்பைச் சந்திக்கலாம் என்றும் கண்டறியப்பட்டுள்ளது. சமுதாயத்தில் அவர்கள் மிகவும் விளிம்பு நிலையில் இருக்கக் கூடியவர்கள். வளர்ந்த நாடுகளில் 44%–லிருந்து 70% வரை மனநோயாளிகள் எந்த சிகிச்சையும் பெறுவதில்லை. வளர்ந்துகொண்டிருக்கும் நாடுகளில், இந்தக் கணக்கு மேலும் அதிர்ச்சியைத் தரவல்லது; அது ஏறக்குறைய 90%.

மக்கள் பொதுவாக நம்பிக்கொண்டிருப்பதற்கு மாற்றாக, 90% மனநோயாளிகள் வெறித்தனமாய் இருப்பதில்லை என்றும் ஆய்வுகள் கூறுகின்றன.

இந்நூல் என் மாமா 'செங்க்' மற்றும் என் அம்மா 'சூ' ஆகியோருடைய உண்மைக் கதையையும் மனநோயுடனான அவர்களின் பயணத்தையும் கூறுகிறது. மனநோயால் ஏற்படும் தனிமையின் மேலும், வெறுப்பின் மேலும் வெளிச்சத்தைச் செலுத்தும் என்றும், மனநோய் பற்றிய புரிதலையும் விழிப்புணர்வையும் அதிகரிக்கும் என்றும், அதிகம் அறியப்படாத பல போராட்டங்களைச் சந்தித்து மனநோயாளிகளைக் கவனித்துக்கொள்ளும் மக்களுக்கு ஆறுதல் அளிக்கும் என்றும், மனநோய் உண்டாகும் ஆபத்தில் இருப்பவர்களுக்கு ஆரம்பத்திலேயே சிகிச்சை அளிக்க ஊக்கம் அளிக்கும் என்றும், நம் போன்ற மற்ற அனைவரையும் இந்நோய் பீடித்தவர்களை மரியாதையுடனும் கண்ணியத்துடனும் நடத்தத்தூண்டுதலாய் இருக்கும் என்றும் நம்புகிறேன்.

இந்தக் கதையின் மூலமும், இது போன்ற கதைகளின் மூலமும், உடைந்து போவதில் பேரழகு உள்ளது என்பதை நாம் புரிந்துகொள்வோம் என்றும், அதிகமான போராட்டம் மிகுந்த தைரியத்தை உருவாக்கும் என்றும், உடைந்துபோன வாழ்க்கை உடைய பலர் அழகான வாழ்க்கையைத் தொடர்ந்து வாழலாம் என்று புரிந்துகொள்வோம் என்றும் நம்புகிறேன்.

இந்த ஞாபகப் பெட்டகத்தில், தேதி, இடம் போன்ற விவரணைகள் என் நினைவில் இருந்தவரை அளிக்கப்பட்டுள்ளன. சில பெயர்கள் ரகசியம் கருதி மாற்றப்பட்டுள்ளன.

டேனியல் லிம்

மனநோயுடனும் தாங்கமுடியாத தனிமையுடனும், துன்பத்துடனும்
வாழவேண்டிய, அனைவருக்கும்

ஒவ்வொரு நாளையும் எதிர்கொள்ள எத்தனை தைரியமும்
கண்ணியமும் தேவை என்று சில சமயம் அக்கறை கொள்ளாத
உலகில், பலமுறை புரியாத உலகில்.

அவர்களோடு தைரியத்துடன் பயணிக்கும் அவர்களைப் பார்த்துக்
கொள்பவர்களுக்கு, அவர்களையும் அவர்களின் சுமையையும் சுமந்து
கொண்டு அவர்களின் வலியைப் பகிர்ந்துகொண்ட
ஆனால் தம் வலியைத் தம்முள்ளே புதைத்துக்கொண்ட
கோடிக்கணக்கான முறை விட்டுவிட எண்ணியும் தொடர்ந்து
செல்லும் சக்தியை பாடுபட்டுப் பெற்றுவிடுவோருக்கும்.

ஒவ்வொரு நாளையும் மரியாதையுடன் வாழ முயற்சி செய்யும்
அனைவருக்கும் அவர்களின் கனவுகளை எல்லாம் ஒத்திவைத்து
விட்டு அவர்களின் தியாகத்தைச் சில சமயம் மறந்துவிடும் உலகில்
தன் பெற்றோரை, கணவனை, மனைவியை, உடன் பிறந்தோரை,
குழந்தையை அல்லது கூட இருப்பவர்களைக் கவனித்துக்
கொண்டு பணிவான, கடினமான தினச்சேவை எனும் பாதையில்
செல்வோருக்கும்.

காரணத்தையோ காரியத்தையோ காண இயலாமல்.
விடைகளைத் தேடும் அனைவருக்கும்
அழுத்தமான நிறங்களும், பளிச்சென்ற நிறங்களைப் போலவே ஒரு
அழகான துணியை நெய்வதற்குத் தேவை என்ற புரிதலுடன்
அவர்கள் தங்கள் நிம்மதியைக் கண்டடையட்டும்.

எல்லாவற்றையும்விடக் கைகளைக் கோர்த்துக்கொண்டு
ஆனால் தனியாக 30 வருடங்கள் தைரியத்துடனும், மரியாதையுடனும்,
கண்ணியத்துடனும் நடந்த என் மாமா 'செங்க்'கிற்கும்,
அம்மா 'சூ'விற்கும்.

நீங்கள் உண்மையாகவே அழகான வாழ்க்கையை வாழ்ந்து கடந்து
இருக்கிறீர்கள்.

பாகம் ஒன்று

1

"என் செருப்பு, எங்கே என் செருப்பு?"

அவனது மாநிற முரட்டுத்தோல் தார்ச்சாலையில் உராய்ந்தபடி அவன் சாலையில் கிடக்கிறான். சற்று முன் காலிலிருந்து பறந்து சென்று எங்கோ விழுந்த செருப்புகளைக் காணவில்லை. "என் செருப்பு, எங்கே என் செருப்பு?" எழுந்து நின்று செருப்புகளைத் தேட முயல்கிறான். ஆனால் மாமிசத்தில் செருகும் 'சாட்டே' கம்பிகள் போல் வலி தசையில் பாய்கிறது. தன்னால் பார்க்க முடியாத, கேட்க மட்டும் இயலுகின்ற கூச்சல் போல் அது கூர்மையாய் இருக்கிறது. ஆனால் ஏனென்று புரியவில்லை. ஒவ்வொரு நாளும் செல்லும் பாதையில்தான், அவன் நடந்து வந்து கொண்டிருந்தான். தினமும் அந்தப் பச்சை மனிதன் விசில் சத்தம் கேட்பதற்காகக் காத்துக்கொண்டிருப்பது போலவேதான் இன்றும் காத்து நின்றான். பசி எடுத்தது நினைவில் இருந்தது. இரவு உணவுக்கு வீட்டுக்குச் செல்ல வேண்டிய நேரம் என்று யோசித்ததும் நினைவுக்கு வந்தது. அம்மாவின் குரல், "வா, வந்து சாப்பிடு" என்று அழைத்ததும் அவன் நினைவில் இருந்தது.

ஆனால் இப்பொழுது அவனைச் சுற்றி முகங்கள். அவனுக்குப் பரிட்சயம் இல்லாத குரல்கள், "எல்லாம் சரியாக இருக்கிறதா?" என்று கேட்கின்றன. அவன் தன் வயிற்றில் நிஜமாகவே ஏதாவது கம்பு சொருகி உள்ளதா என்று தடவிப் பார்க்கிறான். ஆனால் அவன் வயிறு மட்டுமே உள்ளது. அங்கிருந்து வலி உடல் முழுவதும் பரவியது. அவன் கையை உயர்த்தும்போது ஈரமாகவும் சிவப்பாகவும் இருந்தது.

ஓசைகள் மறையமறைய அவன் காதில் இரண்டு விதமான ஒலிகள் மட்டும் கேட்கின்றன. போலிஸ் வண்டியின் சைரன் ஓசை போன்றதொன்றும், எங்கோ தூரத்தில் உதிர்ந்த இலைகளை உச்சிவெயிலில் யாரோ பெருக்கித் தள்ளும் ஓசையும். வாழ்க்கை ஒரே விதமான ஸ்வரங்களுக்குள் ஓடி, ஆனால் வேறுவேறு ஒலிகளை எழுப்ப முடியுமா?

என் மாமாவைப் பற்றி யோசிக்கும் போதெல்லாம் நான் ஓசைகளைக் கேட்கிறேன்.

- *செங்க் – ஒரு சாதாரண பெயர்*
- *ஒரு கழியின் முனையில் கட்டப்பட்ட துடைப்பம் காய்ந்த பழுப்பு இலைகளின் மேல் பெருக்குவது*
- *ரப்பர் செருப்புகள் தரையில் உரசிச் செல்வது*
- *அறிவார்ந்த கலந்துரையாடலின் போது கேட்கும் குரல்கள்*
- *“சியோ லாங்க்” “சியோ லாங்க்” என்றழைக்கப்படும் குரல்கள்*
- *நறுக்கிய பூண்டும், முளைவிட்ட பருப்பும்*

  வாணலியில் வறுபடும் ஓசை.

மற்ற ஒலிகளின் ஊடாக தனியே ஓடியபடி, நம் ஒவ்வொருவருடைய வாழ்க்கையிலும் தனிப்பட்ட ஒலி இருக்கும் போலிருக்கிறது. சில சமயம் அவ்வோசை போலவே வேறொரு ஒலி வந்து அதன்பின், அதனைத் தூண்டியவாறே ஓடத் தொடங்கும். அப்பொழுது இசை? யாருக்கு அதைக் கேட்கும் அக்கறை? ஆனால் அப்படியும் சொல்ல முடியாது தானே?

2

என் தாத்தா, தன் 42வது வயதில் சைனாவிலுள்ள உள்ள ஃப்யூஜியான் என்ற ஊரிலிருந்து, தன் குடும்பத்திற்கும் மகனுக்கும் பணம் அனுப்புவதற்காக வேலை தேடி சிங்கப்பூர் வந்தார். அதன்பின் அவரைப் போலவே வேலை தேடி ஃப்யூஜியானிலிருந்து வந்திருந்த என் பாட்டியை அவர் சந்தித்தார். மிகவும் வயதான பிறகே இருவரும் மணமுடித்துக் கொண்டனர். மூன்று குழந்தைகளில் இளையவரான என் அம்மா பிறந்தபோது, தாத்தாவிற்கு ஏறக்குறைய 65 வயதிருக்கும். என் மாமா 'செங்' அவர்களின் இரண்டாவது மகன். அவர்களின் முதல் குழந்தையான பெண் குழந்தையை அவர்கள் பிறந்தவுடனேயே தத்துக் கொடுத்துவிட்டனர். அக்காலத்தில் சைனர்களிடையே, தங்கள் வம்சத்தை விருத்தி செய்ய முடியாத பெண் குழந்தையைத் தத்துக் கொடுத்துவிடுவது வழக்கத்தில் இருந்தது. என் அம்மாவும் அவ்வாறே தத்துப் போயிருக்க வேண்டியவர்தான். ஆனால் அவருடைய பிறப்புச் சான்றிதழை தாத்தா, தன் உறவினர் வீட்டில் மறைத்து வைத்துவிட்டார். அன்றிலிருந்தே அம்மாவை சூ என்று செல்லமாகக் கூப்பிடுவார். சீன மொழியில் சூ என்றால் 'முத்து' என்று பொருள். விலை மதிப்பற்ற, பொதிந்து வைக்கப்பட்ட முத்து.

நான் சிறுவயதில் பாட்டியைப் பார்க்கும் போதெல்லாம் அவர் முதுகு ஏன் இவ்வாறு கூனி இருக்கிறது என ஆச்சரியப்படுவேன். 'ஹன்ச் பேக் ஆஃப் நாத்ருடேம் *(Hunch back of Notredame)*', பிரஞ்சு தேசத்தில் தேவாலயத்தில் மணி அடிக்கும் கூனனைப் பற்றி கேள்விப்பட்டிருக்கேன். அப்போதும் அவன் முதுகு ஏன் வளைந்திருக்கிறது என்று யோசிப்பேன். பார்பி பொம்மையை நான் வளைப்பதைப் போல அவர்களின் தலையையும் சேர்த்து யாராவது வளைத்திருப்பார்களா? ஆனால் பாருங்கள், என் பார்பியின் காலைப் பிடித்துக்கொண்டு, தலையை நிமிர்த்தினால் நேராகிவிடும். பின்புதான் எனக்குப் தெரிய வந்தது. பாட்டி ஒரு, 'தண்ணீர் தூக்கும் பெண்'ணாக இருந்தார். மூங்கில் கம்புகளில் கட்டப்பட்ட 'டின்'களில் அவர் செல்வந்தர் வீடுகளுக்கு பொது நீர்குழாயிலிருந்து நீர் கொண்டு செல்வார். சிறிய பூஞ்சையான உடலில் இருபுறமும் கட்டப்பட்ட கனமான நீர் நிரம்பிய டின்கள். பின் அவர் துணிகளைத்

துவைக்கும் வேலை செய்யத் தொடங்கினார். சீனப் புத்தாண்டு தினத்தைத் தவிர, காலை ஐந்து மணியிலிருந்து மதியம் வரை, 50 வயது நிரம்பிய பெண்மணி பல கிலோமீட்டர் நடந்து பல வீடுகளுக்குச் செல்ல வேண்டும். இதுவெல்லாம் மாதம் 2.50 டாலர்களுக்கு. உடலில் வாளி நீரைச் சுமந்தது போய் வாளிக்குள் உடலைவிட்டு உழைத்தார். அவருக்கு மூட்டுவலியும் இருந்தது. அது கண்ணீரைப் பிழிந்து எடுத்துவிடும்.

உரத்த குரலும், மென்மையான இதயமும், வேலை செய்ய இயலாத வயதும், கிராமத்திலிருந்து பணம் கேட்டு வரும் ஏழைபாழைகளுக்கு இல்லை என்று சொல்லமுடியாத மென்மையான மனமும் படைத்த தாத்தாவுடன் பாட்டி தகராறு செய்ததில் ஆச்சரியமே இல்லை. "இந்த முறை உதவுங்கள், கட்டாயம் திருப்பித் தந்து விடுகிறோம்" என்று அவர்கள் உறுதியளிப்பர். கடல் ஓதங்களைப் போல் வருவார் போவார், பின் வருவார் போவார், போவார் வருவார்.

"அறிவுகெட்ட கிழவனே!" எனப் பாட்டி கத்துவார். "அவர்கள் நிச்சயம் பணத்தை திருப்பித் தரப் போவதில்லை. நீங்கள் முட்டாளாவது தெரியவில்லையா?" என்று கூச்சலிடுவார்.

அவரும் தன் பங்குக்குத் திரும்பக் கூச்சலிடுவார், மென்மையான இதயம் கொண்ட மனிதன்கூடத் தான் முட்டாள் என்று குற்றம் சாட்டப்பட்டால் அதை ஏற்றுக்கொள்ளமாட்டான். தன் வீரியம் என்ன என்பதையும் உணர்த்தாமல் விடமாட்டான்.

"அது என் பணம். அதை என்ன வேண்டுமானாலும் செய்வேன்."

பாட்டி மரப்பலகையில் பூண்டை நறுக்கிக்கொண்டிருப்பார். அவர் குரலைப் போலவே பலகையில் உலோகம் எழுப்பும் ஒலி விரைவாகவும் உரக்கவும் கேட்கும்.

"உங்கள் பணமா? யார் தினம் வேலைக்குப் போவது? அறிவில்லாமல் கரையான் தின்று அரித்துவிடும் இடத்தில் யார் பணத்தை ஒளித்து வைத்தது?"

தாத்தா நாற்காலியிலிருந்து எழுந்து ஒரு வாளித் தண்ணீரை எடுத்து, அந்த ஒரே ஒரு அறையும் கூடமுமுள்ள செங்கல் வீட்டிற்கு வெளியே வந்து, வீட்டின் சூடு குறைய சுவரில் நீரைத் தெளித்துவிட்டு, வந்தமர்வார். பின்பு சண்டை தொடரும்.

21 ஆண்டுகளான செங்கல் கூடத்தின் சிமென்ட் தரையிலமர்ந்து அந்த ஞாயிறு காலையில் சீன செய்தித் தாளை வாசித்துக்கொண்டிருப்பார். சிறிது நேரம் வாசிக்க முயன்று பின் ஒரு தாளில் புகையிலையை சுருட்டிக் கொண்டு வாசல் பக்கம் போய் புகைப்பார். சண்டை நின்றதும், தன் மேசையிலிருந்து கொஞ்சம் பணத்தை எடுத்து, தன் அம்மாவிடம் தருவார். "அம்மா என்னுடைய இந்த மாத சம்பளம்." பின் தன் செய்தித்தாளில் மூழ்கிவிடுவார்.

பாட்டி, 13 ஆண்டுகளான சூ–வை அழைத்து அருகிலுள்ள 'வாம்போஆ' மார்க்கெட்டுக்குச் சென்று வள்ளிக்கிழங்கு இலைகளை

வாங்கி வரக் கூறுவார். அதுதான் ஏழைபாழைகளின் காய்கறி. இந்தச் சூழ்நிலையிலிருந்து மிகவும் உற்சாகமாய், லோராங்க் லிமாவில் (சிங்கப்பூர் முன்னேற்ற சங்கத்தினால்) (SIT - *Singapore Improvement Trust*) கட்டப்பட்ட வரிசையான வீடுகளின் வழியே சென்று பலேஸ்டியர் சாலை வழியாகச் செல்வார். தன் பெற்றோரின் சண்டை முடிய சிறிது நேரமாகும் என்பதால் அவர் நீண்ட வழியையே தேர்ந்தெடுத்துக்கொள்ளவார் 1961வது வருடம். கோடை வெயில் கொளுத்தும் ஒரு நாள். திடீரென்று, தன் கண்ணில் ஏதோ ஒரு ஒளி வீசி வலிப்பதைப் போல் உணர்ந்தாள். பலேஸ்டியர் பள்ளியைச் சேர்ந்த சிறுவர்களும் சிறுமிகளும், பள்ளிச் சீருடையில் ரூபி தியேட்டரின் சுவரில் சாய்ந்துகொண்டு, புகைபிடித்துக் கொண்டிருந்தனர். ஒருவன் கத்தியை வைத்து விளையாடிக்கொண்டிருந்தான். அதில் சூரிய வெளிச்சம் பட்டு அவள் கண் கூசியது. குழுவாத வன்முறை அந்நாட்களில் மிகவும் சாதாரணமான ஒன்று. அது பலேஸ்டியர் போன்ற இடங்களில் அதிகமாகவே இருந்தது. அங்கெல்லாம் வறுமையில் உழன்ற குழந்தைகளின் மேல் பெற்றோரின் கட்டுப்பாடு இல்லாமல் இருந்தது. அக்குழந்தைகள் தந்தைமார்களில் பலர் சிறையில் இருந்தனர். அன்னையர்கள் விபச்சாரிகளாய்த் திரிந்தனர்.

வரும்போது மார்க்கெட்டிற்கு விரைந்து சென்றுவிட்டு வீட்டுக்குத் திரும்பினாள். செங் வெளியே கிளம்பிக்கொண்டிருந்தான். சுத்தமான உடைகளை அணிந்து பொலிவுடன் காணப்பட்டான். அவன் கால்சராயின் பாக்கெட்டுகள் மட்டும் “டிங் டிங் டாங்” என்று எழுப்பும் ஓசையினால் அம்மிட்டாய்களுக்கு டிங் டிங் டாங் என்று பெயர் வந்தது. அதை வாங்க மக்கள் வந்தால், கூடையிலிருந்து பெரிய வெள்ளைநிற மிட்டாய்க் கட்டியை எடுத்து அதிலிருந்து சிறியசிறிய மிட்டாய்ச் சதுரங்களைச் செதுக்கித் தருவான்.

நான் வெளியே போகிறேன் சூ என்கிறான். சூ அவனுக்கு விடை கொடுத்துவிட்டு, அம்மிட்டாய்களில் கொஞ்சம் தனக்கும் தந்திருக்கலாமே என்று நினைக்கிறாள். அடுத்த முறை, தன் நண்பனுடன் வெளியே செல்லும்போது, தன் தோழிக்கு செங் வாங்கிச் செல்வது போல், தோழன் தனக்கு வாங்கித் தருவான் என்று நினைக்கிறாள்.

வீட்டினுள் சென்று சமையலில் அம்மாவுடன் கூடமாட உதவுகிறாள். எண்ணெய்ச் சட்டியில் நறுக்கிய பூண்டைப் போடும்போது ‘ஷ்ஷ்’ என்று வறுபடுகிறது. “ஷ்ஷ்ஷ்” இப்போது சர்க்கரை வள்ளி இலை அதில் வறுபடும் ஓசை.

பின் சிறிது நேரம் பாடங்களை வாசிக்க முற்படுகிறாள். ஆனால் அவளின் மனம் முழுவதும், கறுப்பு சோயா குழம்பில் மிதக்கும் பன்றிக் கால்களைச் சுற்றியே வருகிறது. தன் அம்மா வேலை செய்யும் வீட்டில் மீந்த உணவுதான் அது என்றாலும், பன்றிக் கால்கள் மிகவும் அபூர்வமான உணவு. அவை மீந்துபோன உணவாய் இருந்தாலும், அதை உண்ணும் தருணம் எதிர்பார்த்துக் காத்திருக்கக் கூடியது. செங் வீட்டிற்குத் திரும்பியதும், அனைவரும் அவ்விறைச்சியை உண்ண அமர்கின்றனர். கூச்சலிட்டுக் களைத்து அவர்களது தந்தையும், அதே களைப்போடு

அம்மாவும், தன் தோழியைச் சந்தித்த மகிழ்வோடும் செங்கும், தன் கனவில் மீண்டும் மீண்டும் வரும் என்ற எதிர்பார்ப்புடன் மீந்த பன்றிக் கால்களை உண்ண சூ–வும் ஒன்றாக அமர்கின்றனர்.

எட்டு மணி அளவில், செங்க் முன்பு படித்த 'சுங்க் செங்க்' உயர்நிலைப் பள்ளியிலிருந்து அவனின் பள்ளித் தோழர்கள் இருவர் கதவைத் தட்டுகிறார்கள்.

"ஹலோ ஆன்டி ஹலோ அங்கிள்" என்று கூறியபடியே வரும் அவர்களுடன் சென்று வீட்டிற்கு வெளியே அமர்கிறார் சூ. கதவு திறந்திருப்பதால் அவர்களின் அறிவுபூர்வமான உரையாடலை சூவினால் கேட்க முடிகிறது. சீனாவில் அப்போது நிகழ்ந்துகொண்டிருந்த மாற்றங்களைப் பற்றியும் முன்னேற்றத்திற்கான பெரிய தாவலைப் பற்றியும் அவர்கள் விவாதிக்கின்றனர். செங்கின் நண்பர்கள் சில குறிப்புகளை அவரிடம் தந்து கருத்துகளைக் கேட்கின்றனர். சூவிற்குள் குற்றவுணர்வு தகிக்கிறது. அவளுடைய சகோதரன் தான் பள்ளிக்குச் சென்றுகொண்டிருக்க வேண்டும், அவளல்ல. "சுங்க் செங்க்" பள்ளியின் தலை சிறந்த மாணவனாக 'செங்க்' தான் விளங்கினான். பாடங்களில் சந்தேகங்களைப் போக்கிக் கொள்ள அவனுடைய நண்பர்கள் உதவியை நாடி வருவர். "நன்யாங் பல்கலைக்கழகத்திலோ அல்லது 'நன்டா'விலேயோ அவருக்கு நிச்சயம் இடம் கிடைத்திருக்கும். அந்த அளவிற்கு அவர் அதிக மதிப்பெண்களுடன் தேறியிருந்தார். ஆனால் சூ ரேஃபிள்ஸ் பள்ளியில் தொடர்ந்து படிக்க வேண்டும் என்பதாலும், அவளின் மேற்படிப்பிற்கு பெற்றோர்கள் சேமிக்க வேண்டும் என்பதாலும், அந்த வாய்ப்பை அவர் விட்டுக் கொடுத்தார். "ரோத்மான்" என்ற புகையிலை நிறுவனம் ஒன்றில் வேலைக்குச் சேர்ந்து தான் நன்கு உழைத்தால் முன்னுக்கு வந்துவிடலாம் என்றான். பெண்களுக்குத்தான் முன்னேறும் வாய்ப்புகள் இல்லை. இருவரில் யாராவது ஒருவர் பல்கலைக்கழகம் செல்ல வேண்டும் என்றால், அது ஆசிரியர்கள் அனைவரும் புத்திசாலி என்றழைக்கும் தன் தங்கைதான் என்று உறுதியாகக் கூறிவிட்டான்.

"போய் படு சூ. நாளை பள்ளிக்குச் செல்ல வேண்டும்" என்கிறாள் அம்மா.

செங்க் நண்பர்களுடன் பேசிக்கொண்டிருக்கிறான். மெல்லிய தொனியில் நடக்கும் அறிவார்த்தமான உரையாடல், அந்நாளின் முடிவில் ஒரு நம்பிக்கையானதும் சௌகரியமானதுமான தாலாட்டுப் போல் கேட்க, கண் அயர்கிறாள் சூ.

3

எதையோ தொலைத்துவிட்டது போன்றதொரு தோற்றத்தில் ஒரு வாரயிறுதியில் வீடு திரும்புகிறார் செங்க். அவரின் முகம் வெளுத்திருக்கிறது. தன் தோழிக்காக அவர் எப்போதும் வாங்கிச் செல்லும் இனிப்பு தரப்படாமல் அவரின் பாக்கெட்டிலேயே இருக்கிறது. சூ வீட்டுப்பாடங்களைச் செய்துகொண்டிருக்கிறாள். பெற்றோர்கள் எப்போதும் போல் சச்சரவில் ஈடுபட்டுக்கொண்டிருக்கின்றனர். அப்பாவிற்கு வரவர மறதி அதிகமாகிறது. வெளியே சென்றால் வீடு திரும்பும் வழி தெரிவதில்லை. சாப்பிட்டதை மறந்து மீண்டும் உண்ண வேண்டும் என்கிறார். இன்று அவர் வெளியே சென்று வழி தவறிவிட்டார். வெகுநேரம் அவருக்காக இருவரும் காத்துக்கொண்டிருந்தனர். அருகில் எங்கிருந்தோ சூ... சூ... என்ற அவரின் உரத்த குரல் கேட்ட பின், சூ ஓடிச் சென்று அவரை அழைத்து வந்திருந்தார்.

"வழி தெரியவில்லை என்றால் வெளியே போகக்கூடாது. செங்கும் நானும் வேலைக்குப் போக வேண்டும். சூ பள்ளிக்குப் போக வேண்டும். உங்களை யார் தேடுவது? வயதாகி யாருக்கும் உபயோகமில்லாமல் இருக்கிறீர்கள்" என்று கூச்சலிட்டார்.

"நான் வயதாகி உபயோகமில்லாமல் இருக்கிறேன் என்றால், நீ வயதாகித் தொணதொணப்பாகி வருகிறாய். நான் காலாற நடக்கத்தான் சென்றேன். வீட்டிலேயே இருந்து என் மேல் பூசணம் பிடிக்க வேண்டுமா?" என்று அவர் பதிலுக்குக் கத்துவார்.

தேடுவதிலும், பின் அவர்களின் சண்டையிலும் – திருமணத்திற்கு முன் தம்பதியரிடையே தேனாய் இனிக்கும் பேச்சுவார்த்தை, வயதான பின் பெரும் கலவரமாய் மாறி விடுகிறதே? – களைப்பான சூ, தன் தந்தையின் தலையில் காளான்கள் முளைத்தால் எவ்வாறிருக்கும் என்று கற்பனை செய்து பார்த்தார். வேடிக்கையாய் உணர்ந்த அவ்வேளையில், அவ்வாறு கற்பனை செய்வதில் கொஞ்சம் குற்றவுணர்வும் அடைந்தார்.

செங்க் நேராக குளியறைக்குள் சென்று, வெகு நேரம் கழித்தே வெளியே வந்தார். அவர் வரும்போது, பெற்றோர்கள் தங்கள் சண்டையை நிறுத்தி விட்டிருந்தனர்.

தன் நண்பர்களுடன் வழக்கமாக அமரும் சிமெண்டுத் தரையில் அமர்ந்து புகைத்துக்கொண்டிருந்தான்.

அப்படியே ஒரு மணியளவிற்கு மேல் அமர்ந்துகொண்டிருந்தார். சூவிற்குக் காரணம் புரியவில்லை சூ–வும் அவனருகில் சென்று அமர்ந்து கொண்டார். அவர்கள் ஏதும் பேசிக் கொள்ளவில்லை. ஆனால் அது இயல்பானதுதான். ஏனெனில் செங்க் பொதுவாக அதிகம் பேசுவதில்லை. அவனது தோழியைப் பற்றிப் பேசுவது, செங்கிற்கு உற்சாகம் அளிக்கலாம் என்று, "செங்க் உங்கள் திருமணம் எப்போது? அம்மா, அப்பாவிடம் திருமணத்தைப் பற்றிப் பேசிக்கொண்டிருந்ததை அன்று கேட்டேன். உன் தோழி மிகவும் அழகாய் இருக்கிறாள்" என்றார்.

அதற்கும் செங்க் ஏதும் பதிலளிக்கவில்லை. தன் சிகரெட்டைப் புகைத்த வண்ணமாகவே இருந்தார். என்ன பேசுவது என்று சூவிற்குத் தெரியவில்லை. அதனால் வானில் வட்டமாகவும் பிரகாசமாகவும் தோன்றும், பௌர்ணமி நிலவைப் பார்த்தபடி அருகில் அமர்ந்திருந்தார். இந்நிலவைப் பகிர்ந்துகொள்ள காதலன் ஒருவன் அருகிலிருந்தால் எவ்வாறிருக்கும் என்று அவரின் கற்பனை விரிந்தது. அவரின் பக்கமாக செங்கின் தலை திரும்பிய போதும், சூ–வை அவன் பார்க்கவில்லை. அந்த மங்கிய நிலவொளியில் அவனது கண்கள் சோகமாய் எங்கோ வெறித்து நோக்கியன.

"இனி நான் திருமணம் செய்துகொள்ளப் போவதில்லை. போய் தூங்கு சூ! நேரமாகிவிட்டது!" என்று கூறியபடியே வீட்டிற்குள் போய்விட்டார்.

வாழ்க்கை நகர்கிறது. செங்க் ரோத்மானில் தன் வேலைக்குச் சென்று கொண்டிருக்கிறார். சூ பள்ளிக்கும் சென்றுவிட்டு, சமையல் வேலைகளையும் கவனித்துக்கொள்கிறார். அம்மா மற்ற வீடுகளுக்குச் சென்று துணிகளைத் துவைத்துக் கொடுத்துக்கொண்டிருந்தார். அப்பா அடிக்கடி காணாமல் போனார். அவரின் உயர்ந்த குரல் சூ... சூ... என்று எங்கு கேட்டாலும், சூ ஓடிச்சென்று அவரைக் கண்டுபிடித்து வருவார்.

ஆனால் வாழ்க்கை ஒரே மாதிரியாகவா சென்றுகொண்டிருக்கிறது? உலகில் ஏதாவதொரு மாற்றம் நிகழ்ந்து, அது நம்முள்ளும் எதையோ மாற்றுகிறது. நம்மில் ஏதாவது மாறினால் நாம் முன்பு இருந்ததைப் போல் இருப்பதில்லை. அதே மனிதன், அதே மனிதனைப் போலில்லாமல், ஒவ்வொருவரோடும் பிணைந்த வாழ்வில் வாழத் தொடங்குகிறான். ஒரு நூலில் ஏற்பட்ட சிறிய வர்ண மாற்றத்தால் புதியதொரு வாழ்க்கை நெய்யப்படுகிறது. இம்முறையில் உலகம் நெய்யப்படும் ஒரு துணியைப்போல இழைகளால் ஊடுபாவி நிற்கும் வாழ்க்கை நகர்ந்துகொண்டே செல்கிறது. அதன் வடிவமைப்பு இழைகளை மாற்றியும், மாறியும், சிக்கலான அதிர்வுகளின் இயங்கியலாய் விளங்குகிறது.

செங்கின் வாழ்க்கையும் நகர்கிறது. ஆனால் அது முன்பு போலிருந்த வாழ்க்கை அல்ல. அவரும் முன்பிருந்த மனிதர் அல்லர். மிகவும் நேசித்த

ஒருவரை இழந்து எவரும் தான் முன்பு இருந்தது போல் இருப்பதில்லை. ஆனால் செங்க் யாரையும் தொந்தரவு செய்வதில்லை. அவர் தன் வேலைக்குச் செல்வார்; நடைப்பயிற்சி மேற்கொள்வார்; புகைப் பிடிப்பார்; செய்தித்தாளை வாசிப்பார்; பின் உறங்க முயற்சிப்பார். பின் அடுத்த நாளும் வேலைக்குச் செல்வார்; நடை பயில்வார்; செய்தித்தாளை வாசிப்பார். ஆனால் அவர் மனதின் ஆழத்தில் சில வார்த்தைகள் சென்று தங்கிவிட்டன. "செங்க் நீங்கள் ஒரு நல்ல மனிதர்தான். ஆனால் என்னால் இனி உங்களைக் காதலிக்க இயலாது. நான் கோக் லெங்க்கை நேசிக்கிறேன். தயவுசெய்து அவரை வெறுத்துவிடாதீர்கள். நான் உங்களை கெஞ்சிக் கேட்கிறேன். அலுவலகத்தில் அவர் வாழ்க்கையை நரகமாக்கிவிடாதீர்கள். உங்களை அவர் நல்ல நண்பரைப் போன்றும், தன் மூத்த சகோதரரைப் போன்றும் கருதுகிறார்." தன் படுக்கையில், இருளின் அமைதியில் படுத்துக்கொண்டிருக்கும்போது தன் காதலி விட்டுவிலகி நடந்து செல்வதைக் காண்கிறார். அவரால் ஏதும் செய்ய இயலவில்லை. அவர் கால்கள் தரையோடு பதிந்து கிடக்கின்றன. தன் கனவுகள், நம்பிக்கைகள், பிரியங்கள் அனைத்தும் ஆன்மாவிலிருந்து அகழ்ந்தெடுப்பட்டது போலவும், வாழ்க்கை என்ற வஸ்து வாளிவாளியாய் யாருமற்ற உலகில் வீசி எறியப்படுவ்து போலவும் அவர் உணர்ந்தார்.

ஒருநாள், தன் அந்தரங்கமான இடத்தில் ஏதோ காயம் வந்திருப்பதைப் பார்த்தார். அது வலிக்கவோ அரிக்கவோ செய்யவில்லை என்பதால் அதை அவர் கண்டுகொள்ளவில்லை. நான்கு வாரங்களில் அது மறைந்துவிட்டது. இரண்டு வாரங்கள் கழித்து தலைவலியுடன் உடல் முழுதும் கொப்புளங்கள் தோன்றின. இம்முறை வாயும், அந்தரங்கப் பகுதியும் புண்ணாயிற்று. அவர் மருத்துரிடம் சென்றார். அவரைச் சோதித்து, இரத்தப் பரிசோதனையும் செய்தார் மருத்துவர்.

"என்ன செய்துகொண்டிருக்கிறாய் இளைஞனே? தவறான பழக்கவழக்கங்களில் ஈடுபடுகிறாயா?"

மருத்துவர் தன் கண்ணாடியின் மேல் விளிம்பின் மூலம் செங்கை உறுத்து நோக்கினார். செங்க் நாற்காலியில் அமர இயலாமல் தர்ம சங்கடத்தில் நெளிந்தார். "சிபிலிஸ் இரண்டாவது கட்டத்தில் உள்ளது. தவறான உடலுறவின் மூலம் பரவக்கூடிய அபாயமான நோய் அது. முறையான சிகிச்சை பெறவில்லை என்றால் உயிருக்கு ஆபத்து. நான் இப்போது பென்சிலின் ஊசி போட வேண்டும்" என்று தாளில் ஏதோ கிறுக்கினார். மீண்டும் தன் கண்ணாடியினூடே அவரைப் பார்த்து, "இளைஞனே விரைவில் ஒரு மனைவியைத் தேடிக்கொண்டு வாழ்க்கையை ஆரம்பித்து, வெளியே சுற்றாமல் நேர்மையானதொரு கணவனாய் இருப்பதுதான் உனக்கு நல்லது. இது போன்ற பல இளைஞர்களை நான் பார்த்திருக்கிறேன். நீங்கள் எல்லாம் எப்போதுதான் உணர்வீர்களோ?" என்று பெருமூச்செறிந்தார்.

வியர்த்து விறுவிறுத்து தலைகுனிந்து அமர்ந்துகொண்டிருந்தார் செங்க். இந்நோய் எனக்கு எவ்வாறு வந்திருக்கும்? என் முன்னாள் காதலியிடமிருந்தா, அல்லது காதலியைப் பிரிந்த சோகத்தை மறக்க

நண்பர்கள் என்னைத் தாஜா செய்து அழைத்துச்சென்ற ஓர் அந்தரங்க உறவினாலா?

அன்று வீடு திரும்பிய அவரின் மனத்தில் பல குரல்களும் முகங்களும் கூட்டமாய் அடைந்துகொண்டு, தத்தம் இடத்திற்காகச் சண்டையிட்டன. திடீரென்று உறவை முறித்துக்கொண்டு, தன் வாழ்விலிருந்து விலகிவிட்டவளும் மனைவியாய் மாற வேண்டியவளுமான காதலி சகோதரனைப் போலவும் நல்லதொரு நண்பனைப்போலப் பாவித்துக்கொண்டே காதலியைப் பறித்துக்கொண்ட 'கோக்'; தனக்கு உதவி செய்வதாய் நினைத்துத் தீய பழக்கத்திற்கு உள்ளாக்கிய நண்பர்கள்; தான் ஒரு மனைவியைத் தேடிக்கொண்டு வாழ்க்கையை ஆரம்பிக்கச் சொல்லும் புரிந்துகொள்ள முயற்சிக்காத மருத்துவர் ஆகியோரின் குரல்கள். தன்னை மணக்கவிருந்த பெண், வாழ்க்கையைவிட்டு அகன்றதும் செங்கின் வாழ்வே சின்னாபின்னமாய்ச் சிதைந்து போனது.

அவர் மனத்தின் கலந்தோசை அதிகம் அதிகமாக, அவர் வெளிப் பார்வைக்கு மேலும் அமைதியானார். சில சமயம் அவர் மனதில் மற்ற குரல்களை மீறி, ஏதோ ஒரு குரல் உரக்கக் கேட்கும். சில சமயங்களில் அனைத்துக் குரல்களும் ஒரே சமயத்தில் அவருடன் சம்பாஷிக்கும். சில சமயங்களில் அவை தேய்ந்துபோய், பலத்த குரலில் திரும்பிவரும்.

அவரிடம் ஏதோ தவறாக இருக்கிறது என்று யாருமே உணரவில்லை. "செங் எப்போதுமே இப்படித்தான். சிறிய வயதிலிருந்தே யாருடன் பேச விரும்ப மாட்டான்" என்று நினைத்திருப்பார்கள்.

சில வாரங்கள் கழித்து, வீட்டின் கதவை உரக்கத் தட்டியபடி இரண்டு காவலர்கள் நிற்பதைக் கண்டு செங்கின் பெற்றோர் திகைத்து நின்றனர்.

"ஆன்டி, அங்கிள் நான் காவல்துறை அதிகாரி டான். இவரும் காவல்துறையைச் சேர்ந்தா சுவா. நாங்கள் உள்ளே வரலாமா?" என்று வீட்டினுள் நுழைந்தனர்.

ஏதும் பேசாத ஓர் அதிகாரி, வீட்டைச் சுற்றுமுற்றும் பார்த்து, செங்கைக் கண்டதும் தன் தலையை ஆட்டினார்.

"ஆன்டி உங்கள் அண்டை வீட்டிலிருந்து ஒரு பெண் காவல்துறையை அழைத்தார். செங் தனக்குத் தானே பேசியபடியும், சைகைகள் செய்தபடியும் நடை நடந்துகொண்டிருப்பதாக அவர் கூறினார். அது அவருக்குக் கவலையாக இருப்பதாகவும், ஒரு மருத்துவரைக் காண நாங்கள் உதவ வேண்டும் என்று எங்களை அழைத்தார்."

அவர் கூறியவுடன், ஓர் அதிர்ச்சியான மௌனம் நிலவியது. பின் செங்கின் தாயார் விசும்பத் துவங்கினார். "தயவுசெய்து அவனை அழைத்துச் சென்றுவிடாதீர்கள். நான் கெஞ்சிக் கேட்கிறேன். அவன் யாருக்கும் தீங்கு செய்யமாட்டான். அவன் ஒரு நல்ல மகன்."

“அவனை ஒரு மருத்துவரைக் காணத்தான் அழைத்துச் செல்கிறோம். நிச்சயம் அவருக்குக் குணமாகிவிடும். உங்களுக்குத் தகவல் தந்தபடி இருப்போம். கவலைப்படாதீர்கள்” என்று கூறியபடி, செங்க்கை கைப்பிடித்து தங்கள் வாகனத்திற்கு அழைத்துச்சென்றார் அதிகாரி.

தன் மகன் காவலர் ஊர்தியில் அழைத்து செல்லப்படுவதைப் பேச்சற்றுப் பார்த்துக்கொண்டிருந்தார் செங்கின் தந்தை. முதல் திருமணத்தின் மூலம் தனக்குப் சீனாவில் பிறந்த மகனை இளமையிலேயே பறிகொடுத்துவிட்டார். இப்போது இரண்டாம் முறையாக அவரின் இதயம் வெடித்தது. ஊர்தி புறப்பட்டுச் சென்று பல நிமிடங்களுக்குப் பின், காலையில் இருந்ததைவிடப் பல மடங்கு தளர்ந்து, தொய்ந்த தோள்களுடன் வீட்டை நோக்கி மெதுவாக அவர் நடக்கத் தொடங்கினார்.

4

1928இல் மனநலம் குன்றிய நோயாளிகளுக்காக அமைக்கப்பட்டது வுட் ஃப்ரிட்ஜ் மருத்துவமனை. அங்குள்ள மருத்துவர்கள் செங்க்கின் குடும்பத்தாரோடு பேச விரும்பினர். பொதுமக்களால் பயத்தோடும் அருவருப்போடும் நோக்கப்படும் அந்த மருத்துவமனைக்கு, தாயுடன் சூ சென்றார். அது பைத்தியக்கார ஆஸ்பத்திரி என்றழைக்கப்பட்டது.

சிங்கப்பூரின் வடக்குப் பகுதி 'இயோ சூ காங்'கிற்குப் பேருந்தில் சென்று அங்கிருந்து மருத்துவமனையை நோக்கிச் செல்லும் நீண்ட சாலையில் நடந்தனர். சூ, அம்மாவின் கையைக் கெட்டியாகப் பிடித்திருந்தார். இருவரும் எதுவும் பேசிக்கொள்ளவில்லை. மற்றவர் மனதில் ஓடிக்கொண்டிருக்கும், வெளியே கூற இயலாத ஓர் அச்சத்தை இருவரும் உணர்ந்திருந்தனர். மருத்துவமனையை அடைந்தவுடன், வாயிலுக்கு அருகிலிருந்த மருத்துவரின் அறைக்குச் செல்லுமாறு பணிக்கப்பட்டனர்.

அவர்களைச் சந்தித்த மருத்துவர், சுமார் 50வயது மதிக்கத்தக்கவராய் இருந்தார். மிகக் கருணையுடன் காணப்பட்டார். பேசும்போது, சூ–வின் அம்மாவிற்குத் தெரிந்த ஒரே மொழியான ஹொக்கினை ஆங்கிலத்துடன் கலந்து பேசினார். அம்மாவை ஆ–உம் என்று அவர் அழைத்தார். அப்படி என்றால் வயதான மாமி என்று அர்த்தம்.

"ஆ–உம்!, உங்கள் மகனுக்கு 'ஷீசோஃபெர்னியா' என்ற மன நோய் உள்ளது."

"ஹர்? என்ன?" என்று கேட்டார்.

"அதாவது ஷீசோ. பரவாயில்லை. அவர் எப்போதாவது மன அழுத்தத்துடன் இருந்ததை நீங்கள் கவனித்துள்ளீர்களா? அவர் மனம் பாதிக்கும்படி ஏதாவது நடந்துள்ளதா?"

தலையை ஆட்டி, "எனக்குத் தெரியாது" என்கிறார்.

மருத்துவர் பெருமூச்சு விடுகிறார். "இதுதான் பிரச்சனையே! பலருக்குத் தெரிவதே இல்லை. தெரியும்போதோ, மிகவும் தாமதமாகி விடுகிறது. ஆ–உம் உங்கள் மகனுக்கு மனநோய் உள்ளது. இது நாம் நினைப்பதைவிட, பொதுவான ஒரு நோய். மிகச் சிறிய வயதிலேயே அதாவது பதின்ம வயதிலேயோ இருபதுகளின் ஆரம்பத்திலேயோ இது தாக்கலாம். எதனால் இது வருகிறது என்று நிச்சயமாக

நமக்குத் தெரியாது. மரபணுக்களாலோ அல்லது மனதை உடைக்கக்கூடிய சம்பவத்தாலோ அல்லது இவை இரண்டினாலோ வரக்கூடும்."

இதுவரை 'பைத்தியம்' என்று அழைக்கப்படும் ஒரு நோயின் விஞ்ஞான, அறிவுபூர்வமான விளக்கத்தை இருவரும் புரிந்துகொள்ள முயற்சி செய்தனர்.

மருத்துவர் சிறிது சகஜ நிலை அடைந்தார். "இதிலொரு நல்ல செய்தி உள்ளது. நோயாளியை ஆரம்பக் கட்டத்திலேயே சிகிச்சைக்கு உட்படுத்தினால், அவர் நோயிலிருந்து விடுபடும் வாய்ப்புகள் அதிகம். உங்கள் மகனுக்கு நாங்கள் சிபாரிசு செய்வது, மின்சார அதிர்வுச் சிகிச்சை. இச்சிகிச்சையின் போது, நோயாளியின் மூளையில் சில நொடிகளுக்கு மின்சாரம் பாய்ச்சப்படுகிறது. பயப்படாதீர்கள். அது மிகவும் பாதுகாப்பானது, வலியற்றது என்று நான் உத்தரவாதம் தருகிறேன்."

கண்களில் பயம் கொப்பளிக்க, நிமிர்ந்து உட்கார்ந்தார். படிப்பறிவில்லாத அவர், மின்சார அதிர்வு சிகிச்சையைப் பற்றிய பல திகில் கதைகளைக் கேட்டிருக்கிறார். அதை நம்புகிறார். அதே சமயம், அந்தக் காலத்து சீனர்களைப்போல மனநோயை 'போமா' என்றழைக்கப்படும் பேயோட்டி மூலம் குணப்படுத்திவிடலாமென நம்பிக்கொண்டிருக்கிறார்.

"இல்லை டாக்டர். என் மகனுக்கு இங்கு சிகிச்சை வேண்டாம். தயவுசெய்து அவனை என்னுடன் அனுப்பி விடுங்கள்" என்கிறார்.

"இல்லை ஆ–உம். எங்களால் அதை அனுமதிக்க முடியாது. அவன் உடல்நலம் சரியில்லை. இங்கு அவன் சிகிச்சை பெற்றே தீர வேண்டும்."

"இல்லை. அவன் என் மகன். இந்தச் சிகிச்சைக்கு நான் சம்மதம் தரமாட்டேன்."

இவ்வாறு இருவரும் நீண்ட நேரம் விவாதிக்கின்றனர். இருவரிடமும் நல்ல நோக்கமே உள்ளது. தன் பார்வையை மற்றவர் புரிந்துகொள்ள இருவரும் முயற்சி செய்கின்றனர். அந்தச் சிறிய அறை, அலுப்பினால் நிரப்பப்படுகிறது.

"ஆ–உம், தயவுசெய்து நாங்கள் சொல்வதைக் கேளுங்கள். நீங்கள் சிகிச்சைக்கு ஒப்புக்கொள்ளவில்லையென்றால், உங்கள் மகன் மேலும் மோசமாகிவிடுவார். ஒரு மருத்துவராய், அதுவும் அவனுக்கு உதவக்கூடிய ஒரு சிகிச்சை உண்டு என்று தெரிந்த பிறகும் நோயாளி சிகிச்சை இல்லாமல் செல்வதை நான் அனுமதிக்க முடியாது."

"இல்லை. இந்தச் சிகிச்சை அவனுக்கு உதவாது. நான் அவனைக் காப்பாற்றக்கூடிய சக்தி பெற்றவர்களிடம் அழைத்துச் செல்கிறேன். என் சேமிப்பு முழுவதும் கரைந்தாலும் சரி. தயவுசெய்து, அவனை அழைத்துச் செல்ல அனுமதியுங்கள்."

இவ்வாறு கூறியபடி, மருத்துவரின் முன் மண்டியிட்டார்.

"ஆ–உம், தயவுசெய்து எழுந்திருங்கள். இவ்வாறு செய்யாதீர்கள். உங்களுக்கும், உங்க மகனுக்கும் உதவத்தான் நாங்கள் முயற்சி செய்கிறோம்."

மருத்துவர், அவரை எழுப்பி அமரவைத்து மறுபடியும் தன் வழிக்குக் கொண்டுவர முயற்சி செய்தார். ஒரு நிமிடம், அக்கறையும் அலுப்பும் நிறைந்த கண்கள் சூ–வை நோக்குகின்றன. தன் மகளின் சொற்களையாவது, 'அந்தக் கிழவி செவிமடுப்பாளா?' என்று ஒரு கணம் தயங்கி நிற்கிறார்.

"அம்மா இப்படி இருக்காதீர்கள். மருத்துவர்கள் சொல்வதைக் கேளுங்கள்" என்று கூறியபடி, தான் யார் பக்கம் என்று அறியாது அம்மாவின் கைகளைப் பற்றிக்கொண்டார் சூ. அம்மாவின் பிடிவாதக் குணத்தை அறிந்த அவருக்கு, அவர் மனதை மாற்றுவது மிகவும் கடினம் என்பது தெரிந்தே இருந்தது.

"மா."

பயனே இல்லை. கொஞ்சம்கூட சம்மதிக்க மறுக்கிறார். வேறு வழியில்லாமல் மருத்துவர் பெருமூச்சுடன் வெளியே செல்கிறார். 'மகனுடைய நோய் மேலும் தீவிரமடைந்தால், அதற்கு மருத்துவமனை பொறுப்பல்ல' என்று கூறும் AMA *(Against Medical Advice)* விண்ணப்பத்தில், கையொப்பமிட்டு செங்கை இருவரும் வீட்டுக்கு அழைத்துச் செல்கின்றனர்.

அடுத்த சில மாதங்கள், செங்க், சூ மற்றும் அவரது தாயார், பேயோட்டிகளை *(Bomoh)* மாற்றி மாற்றிப் பார்த்து வருகின்றனர். இந்தச் சந்திப்புகளும் சாங்கியங்களும் இரவில்தான் நடந்தது. இரவின் இருட்டு, பயத்தையும் அமானுஷ்யத்தையும் தருகின்றது.

முதல் பேயோட்டி, தான் தாய்லாந்துக் கடவுளின் சக்தி பெற்றவர் என்றார். செயிண்ட் மைக்கேல் சாலையிலுள்ள கூடம் முழுவதும் விக்கிரகங்கள் நிரம்பியிருக்கும் வீட்டில் சாங்கியம் நடக்கிறது. பேயோட்டி, பச்சை முட்டையை எடுத்து செங்க்கின் மார்பின்மீது உருட்டி, அதை உடைத்து அதனுள் உள்ள இரண்டு துருப்பிடித்த ஊசியைக் காண்பிக்கிறார். "யாரோ உங்கள் மகனுக்கு சூனியம் வைத்துள்ளனர். நான் அதை எடுத்து விட்டேன்" என்று அந்தத் துருப்பிடித்த ஊசியைக் காண்பிக்கிறார். மகிழ்ந்துபோன சூ–வின் தாய், அந்நாட்களில் மிகப் பெரும் தொகையான சில நூறு டாலர்களை அவருக்குத் தருகிறார்.

இந்தத் தந்திரம் 1980களில், பெரிதும் பேசப்பட்ட 'ஆட்ரியன் லிம்' கொலைகளுக்குப் பின் வெளிச்சத்திற்கு வந்தது. இரண்டு குழந்தைகளின் கொலைகளுக்குப் பிறகு சிங்கப்பூர் வரலாறு மூன்று கொடுமையான கொலைகாரர்களான ஆட்ரியன் லிம், அவன் மனைவி மற்றும் அவனுடைய ஆசை நாயகி ஆகிய மூவரின் கைதையும், அவர்கள் மேல் தொடரப்பட்ட வழக்கையும் கண்டது. அவர்கள் பின்பற்றிய கொடுமையான, நீதி நெறிமுறைக்கு எதிரான சடங்கு முறைகள் வெளிச்சத்திற்கு வந்தன. அவை அவர்களுடைய மரணதண்டனைக்கு வழிகோலின. மரணதண்டனை விதிக்கப்பட்டபின் அட்ரியன் லிம் தானே அத்தந்திரங்களை எவ்வாறு செய்தான் என்று விளக்கினான். ஊசிகள் நன்கு சூடாக்கப்பட்டு, அச்சூட்டிலேயே பச்சை முட்டைகளுக்குள் செலுத்தப்படுகின்றன.

முட்டை ஓடுகளின் ஓட்டைகள், ஊசிகள் நுழைந்ததும் தானாகவே மூடிக்கொண்டன. இப்போது அவை எந்த சேதமும் அற்றுக் காணப்பட்டன.

செங் சிகிச்சையில் எந்த முன்னேற்றமும் அடையாதபோது, நண்பர்கள் ஒரு மலேய 'போமாவை'ச் சிபாரிசு செய்தனர். அவன் ஒரு எலுமிச்சையை வெட்டி அதை செங்கின் உடம்பில் தேய்த்தபோது அது முழுவதும் கறுப்பாக மாறியது. அப்படியும் 'செங்க்'கின் உடல்நிலை சரியாகவில்லை. அதன்பின் அவர்கள் சீனாவைச் சேர்ந்த ஓர் ஆவி விரட்டுபவனிடம் சென்றனர். அவன் 'செங்க்'கின் ஆன்மாவை ஏழு ஆவிகள் பிடித்திருப்பதாகக் கூறுகிறான். சூ இதற்காக ஏழு வெவ்வேறான கல்லறைகளுக்குச் சென்று அங்கு வளரும் 'லலாங்க்' எனப்படும் நீண்ட வகைப்புல்லைச் சேகரித்தார். புற்களை ஒன்று சேர்த்து ஒரு மனித உருவில் கட்டி செங்க் படுக்கையின்கீழ் வைக்கப்படுகிறது. ஆவி விரட்டுபவனிடமிருந்து ஒவ்வொரு வாரமும் புனிதநீரை வாங்கிக் கொண்டுவந்து சூ தன் அண்ணனைக் குடிக்க வைக்க வேண்டும்.

பல மாதங்களுக்குப் பிறகு, ஆயிரக்கணக்கான டாலர்கள் செலவழிந்த நிலையில், அக்குடும்பத்தின் நம்பிக்கை தளர்கிறது. 'ரோத்மானி'ல் செய்து வந்த வேலையை 'செங்க்' இழந்துவிட்டார். குடும்பத்தின் சேமிப்பு அனைத்தும் 'போமோ'க்களிடம் கொடுத்து அழிந்து போனது. இருந்தும் அவரின் உடல்நலம் கொஞ்சம்கூட முன்னேறவில்லை'.

செங்கின் உடல்நிலை (மனநிலை) மாறிக்கொண்டே இருக்கிறது. சில நாட்களில் அவர் செய்தித்தாளை வாசித்தபடியும், தனக்கான மூலையில் அமர்ந்து புகைத்தபடியும் இயல்பாகக் காணப்படுகிறார். பின் மீண்டும் அந்நோய் தலைகாட்டுகிறது. அப்போது வினோதமான செயல்களை செய்யத் துவங்குகிறார். தனக்குள்ளே பேசிக்கொண்டும், ஏதாவது செய்கைகளைச் செய்தபடியும், பொருட்களை வீசியபடியும் காணப்பட்டார். ஆனால் ஒருபோதும் அவர் தீவிரமடைவதில்லை.

ஒரு ஞாயிறன்று சூ கடைத்தெருவிலிருந்து திரும்பி வரும்போது, அக்கம்பக்கம் உள்ளோர் சிலர் ஒரு கூட்டமாய் கூடியபடியும், ஒருவருக்கு ஒருவர் நிமிண்டியபடி, சத்தமாக வம்பளத்துகொண்டிருந்தனர்.

“அதோ அதுதான் 'செங்கின்' தமக்கை. பாவம் அவளின் சகோதரன் பைத்தியமாகிவிட்டான்” என்றார்கள்.

“ஹோ யா! சீ ஸோர் சீன்! ஏனோ தெரியவில்லை. அவர்களின் பெற்றோர் தங்கள் வாழ்வில் ஏதோ கெட்டதைச் செய்திருக்க வேண்டும்.”

“நிறைய செய்திருக்க வேண்டும். நிச்சயம் அவர்களின் பாவம்தான். இருந்தாலும் கவனமாக இருங்கள். உங்கள் குழந்தைகளை அவன் அருகே செல்லவிடாதீர்கள். பைத்தியம் என்ன செய்யும் என்று தெரியாது!”

ஷ்ஷ் சத்தமாகப் பேசாதீர்கள். அவள் அதைக் கேட்டுவிட்டால், அவளுடைய பைத்தியக்கார அண்ணன் கத்தியோடு வந்துவிடப் போகிறான்” என்றனர்.

சூ, தன் கால்கள் வேகமாக விரைவதையும், மேல்மூச்சு கீழ்மூச்சு வாங்குவதையும், தொண்டை அடைத்துக் கொள்வதையும் உணர்ந்தாள். அவ்வார்த்தைகள் அவள் மென்னியை முறித்தன. அவள் ஓடத் தொடங்கினாள்.

ஒரு வழியாக வீட்டை அடைந்ததும் கதவைச் சார்த்திவிட்டு அதன் மேல் சாய்ந்துகொள்கிறார். கண்ணீரும் வியர்வையும் பெருகி அவர் உடையை நனைக்கின்றன. ஒரு வழியாக அவர் வீட்டை அடைந்து விட்டார். ஆபத்திலிருந்து தப்பி விட்டார். உண்மையில் தப்பிவிட்டாரா என்ன?

அவரின் பெற்றோர்கள் மீண்டும் சண்டையிட்டுக் கொண்டிருக்கின்றனர். இம்முறை அவருடைய தந்தை, அம்மாவை திட்டிக்கொண்டிருக்கிறார். “இதோ பார்லா! செங்க்கை மருத்துவமனையில் சிகிச்சை பெறுவதற்கு நீ அனுமதித்திருக்க வேண்டும். ‘ஆடி’ன் மகனுக்குக்கூட இதேபோல நோய் இருந்தது, இப்போது சிகிச்சை பெற்று அவன் குணமடைந்துள்ளான் பார். நீ–நீ– செங்கை அழித்துவிட்டாய் பார் – நீயே பார்” என்றார்.

சூ–வின் தாயார் அழத்தொடங்குகிறார். “எனக்கு எப்படித் தெரியும்? அந்த மருத்துவமனையில் அவனைத் தங்க வைக்க வேண்டாம், எப்படி தலையில் மின்சாரத்தை பாய்ச்சுவார்கள் அவனது முழு மூளையும் எரிந்து விடாதா? என அனைவரும் கூறினர். அவர்கள் ‘போமோ’க்கள் தான் சக்தி வாய்ந்தவர்கள், அவனை நிச்சயம் குணப்படுத்திவிடுவார்கள் என்று கூறினர். “போமோ”க்கள் கூறியதை நாம் ஒழுங்காகக் கடைபிடிக்கவில்லையோ என்னவோ தெரியாது, அதுகூடக் காரணமாய் இருக்கலாம்” என்றார்.

சூ–வின் தந்தையோ இருப்புக் கொள்ள இயலாமல் தவிக்கிறார். “அனைவரும்... அனைவரும் நீ ஏன் அனைவர் சொல்வதைக் கேட்கிறாய் அந்த அனைவர்களும்தான் அவனைப் பார்த்துக்கொள்ள உனக்கு இப்போ உதவப் போகிறார்களா?” என்றார்.

சூ தன் ஞானப் பெற்றொர்களைப்பற்றி நினைத்துப் பார்க்கிறார். தான் குழந்தையாய் இருந்தபோது பார்த்துக்கொண்ட கருணை உள்ளம் கொண்டவர்கள். அவரைத் தங்களது ஞானக் குழந்தையாக தத்து எடுத்துக்கொண்டவர்கள். சூ–வின் அன்னையைப் போலல்லாமல் அவர்கள் தங்களின் மகன் ‘வுட் பிரிட்ஜ்’ மருத்துவமனையில் சிகிச்சை பெறும்போது ‘அனைவரின்’ பேச்சையும் கேட்கவில்லை. அவர்களுடைய இளைய மகன், தன்னுடைய ஞான சகோதரன் ‘ஆடி’ ஐப் பற்றி சூ எண்ணிப் பார்க்கிறார். அவரைத்தான் அவரின் தந்தையும் குறிப்பிடுகிறார். அவருக்கும் மனப்பிறழ்வு நோய் ‘ஷீசோ ஃபெர்னியா’ ஏற்பட்டு ஆனால் சிகிச்சைக்கு பிறகு சரியாகியது. மூலையில் அமர்ந்து புகைபிடித்துக் கொண்டிருக்கும் ‘செங்க்’கை நோக்குகிறார். அந்த கணத்தில் தன் வயிற்றில் யாரோ கரண்டி கரண்டியாகச் சூடான பொருளை ஊற்றுவதுபோல இருந்தது. பயக் குவியல். பின் அளவுக்கதிகமான கோபம். அதன்பின் அன்பு, பச்சாதாபம், சோகம் கலந்தவொரு கலவை. இவை ஒன்றாகக் கலந்து, அவருக்கு வாந்தி வருவது போல் அவரின் வயிற்றைக் கடைந்தன.

இல்லை அவர் ஓடிப் போய்விட வேண்டும். விரோதமான இந்த உலகிலிருந்து, சகோதரனின் நோய் என்ற உண்மையிலிருந்து, எதிர்காலம் எவ்வாறு இருக்கப்போகிறது என்றெல்லாம் நினைத்துப் பார்க்கையில் அவரை வெறித்து நோக்கும் இருளிலிருந்து அவர் ஓடிவிட வேண்டும். ஆனால் ஓடிப்போக இடமே இல்லை. அவர் உதடுகள் நடுங்க கண்களை மூடிக்கொள்கிறார். உணர்வுகள் குழம்பியும் அது

ஏற்படுத்திய கசப்புணர்விலிருந்தும் அவரால் வெளியேற முடியவில்லை. இல்லை அவரின் பெற்றோர்கள் தவறேதும் செய்யவில்லை. அக்கம்பக்கம் வசிப்போர், இதற்குப் பழியை பெற்றோர்களே சுமக்க வேண்டும் என்று கூறும் அளவிற்கு அவர்கள் தவறேதும் செய்யவில்லை. மேலும் செங்க் ஒரு நல்ல மனிதன்; நல்ல மகன்; நல்ல சகோதரன். இப்படி எல்லாம் ஏன் நடக்க வேண்டும்? பெற்றோர் செங்க் என அனைவரும் எதற்காக இவ்வாறு துன்பப்பட வேண்டும்? சில மாதங்களுக்கு முன்பு அனைத்தும் சரியாகத்தானே இருந்தன. அவருடைய சகோதரன் வேலைக்குச் செல்கின்ற, ஒரு பெண் தோழியுள்ள பிரகாசமான எதிர்காலம் இருந்த சராசரி இளைஞனாகத்தான் இருந்தார். சூ–வும் தினசரி பள்ளிக்குச் சென்றுவிட்டு செங்க் குடும்பத்திற்கு திரும்பிவரும் சராசரிப் பெண்ணாகத் தானே இருந்தார். வாழ்க்கை மீளமுடியாதபடி, கடுமையான ஒன்றாக எப்படி மாறியது? வருங்காலம் அவர்களுக்காக எதை வைத்துக்கொண்டிருக்கிறது?

அப்பொழுது அவருடைய சகோதரரின் குரல் அவரது உள்ளக் குமுறல்களை மீறி அவருக்கு கேட்கிறது.

சூ! சூ!

கண்ணைத் திறக்கிறார். மென்மையாக அவரை பார்த்துக்கொண் டிருக்கிறோம் அவரின் சகோதரர். அவர் கண்களில் சோகமும் ஆர்வமும் சேர்ந்து கொப்பளிக்கின்றன. அவர் முன்பு போலவே இருக்கும் நல்லநாளில் ஒன்றுபோல இன்று. ஏதோ தவறாக இருக்கிறது என்பதை அவர் உணர்ந்திருக்க வேண்டும். அல்லது அவர் வெளியே சென்று வரும்போது அவர் காதில் விழும் வம்புப் பேச்சுகளையும் அவர் மேல் சுமத்தப்படும் களங்கத்தின் வலியும் அவரும் உணர்ந்திருக்க வேண்டும். அதனால்தான் அவர் வெளியே செல்லாமல் வீட்டிலேயே இருக்கிறார் போலும்.

மேலும், வாழ்நாள் முழுவதும் தன்னை நேசித்த தன் சகோதரன்தான், இப்பொழுது, நோயின் தாக்கத்திலிருந்தாலும் தன் மேல் அக்கறையுடன் இருக்கிறார் என்பதையும் அவர் உணர்கிறார். உலகம் வேண்டுமானால் அவருக்குத் தன் புறமுதுகைக் காட்டலாம். ஆனால் நோயானது, தன் சகோதரியை நேசிக்கும் அந்த மனிதனை மாற்றிவிடவில்லை. அவர்களின் கௌரவத்தில் தலையிட இந்த உலகத்திற்கு உரிமை கிடையாது.

வயதான வெறுத்துப் போய் அமர்ந்திருக்கும் தன் தந்தையையும், அழுதுகொண்டிருக்கும் வயதான தாயாரையும் அவர் நோக்குகிறார். உலகில் எதையெல்லாம் சுற்றி ஷீசோஃபெர்னியா உள்ளதோ? எந்தவித வெறுப்புடன் உலகு ஷீசோஃபெர்னியாவை காண்கிறதோ இப்போது அனைத்தும் அவளின் தோள் பாரமாய் ஆகிவிட்டது. அவரின் அண்ணனைப் பற்றிக் கூறவே வேண்டாம், ஏனெனில் தன் அண்ணன் மேல் அவர் அக்கறை காட்டவில்லை என்றால் யாருக்குமே அக்கறை இருக்காது.

மீண்டும் கண்களை மூடிக்கொள்கிறார். தன் கைகளுக்குள் முகத்தைப் புதைத்துக்கொண்டு அழத் துவங்குகிறார்.

5

இறுதியாக, வுட் பிரிட்ஜ் மருத்துவமனையில் சிகிச்சை பெறுவதற்கு செங்கின் அம்மா சம்மதம் தெரிவித்தார். ஆனால் காலம் கடந்துவிட்டது. நோய் மிகவும் ஆழமாக ஊன்றியிருக்கிறது. நோய் திருப்பித் தாக்கும்போதெல்லாம் மருத்துவர்கள் சிகிச்சை அளித்தனர். அவர் தினம்தோறும் உண்ணுவதற்காக அளித்த மருந்துகள் அவரை எப்போதும் இயல்பான நிலையில் வைத்திருந்தன. ஆனால் அவரின் நோயைக் குணப்படுத்த முடியாது. அது மீண்டும் மீண்டும் தலைகாட்டுவதைத் தவிர்க்கவும் முடியாது.

அவர் வுட் பிரிட்ஜ் மருத்துவமனையில் அனுமதிக்கப்பட்ட போதெல்லாம் சூ அவரைச் சென்று பார்ப்பார். தன் உயர்நிலைப் படிப்பை முதல் வகுப்பில் தேறி நிர்வாக உதவியாளராக வேலைக்குச் சேர்ந்திருந்தார்.

பின் அவர் என் தந்தை ஸ்டீவைச் சந்தித்து, புனித மைக்கேல் தேவாலயத்தில் திருமணம் செய்துகொண்டார். ஸ்டீவ் கத்தோலிக்கர் ஆனதால் சூ–வும் கத்தோலிக்கராய் மாறிவிட்டார். சூ உதவியாளராய்ச் சம்பாதித்துச் சேர்த்த பணமும், ஸ்டீவ் ஆசிரியராகச் சேர்த்த பணமும், சூ–வின் பெற்றோர் தம் சேமிப்பிலிருந்து தந்த பணத்தையும் சேர்த்து வீட்டு வசதி வாரியத்தில், தேபயோ–வில், வாரியம் அமைத்த வீட்டுத் தொகுதியில் $7500க்கு மூன்று அறைகள் கொண்ட குடியிருப்பை விலைக்கு வாங்கினார். செங்கும் அவர் தாயும் அங்கு குடியேறினர். அவரின் தந்தை செங்கின் மாமா, மரத்தினால் கட்டப்பட்ட வரிசை அறைகளில் ஒன்றில் தங்கிக்கொண்டார். ஆனால் விரைவில் குழப்பம் ஏற்படத் தொடங்கியது. ஆ லிம் என்று சூ–வின் தாயார் அழைக்கும் ஸ்டீவ், பெரானகனிலிருந்து வந்தவர். அவர் ஆங்கிலமும் மலாய் மொழியும் பேசுபவர். செங்க் மான்டாரின், ஹொக்கின், ஆங்கிலம் பேசுபவர். ஒருவர் சொல்வதை மற்றொருவர் புரிந்துகொள்ள முடியாமல் ஒரே வீட்டில் பலர் வசித்தால் என்னவாகும்?

'Ma மாய் சீ வா சூ கீ go out.'

('அம்மா சமைக்க வேண்டாம் நான் வெளியே செல்கிறேன்.')

ஹர்? ஆ லிம் லுகாங்க் ஸி மீ? வா புவே ஹியோ தியா. லு சூ மிங்க் ஆ? வுய் ட்ங்க் சூ ஜியா போ?

(என்ன? ஆ லிம் என்ன கூறுகிறீர்கள்? எனக்குப் புரியவில்லை. நீங்கள் வெளியே செல்கிறீர்களா? சாப்பிடுவதற்கு வீட்டிற்கு வருவீர்களா?)

சூ கீ.

(வெளியே செல்கிறேன்.)

வா ஜாய் லுய் சு கீ, கீய் டியாம் டிங்க்? அன்ச் உம் கோ சூ ம்ங்க்.

(நீங்கள் வெளியே போகிறீர்கள் என்று புரிகிறது. எப்போது திரும்பி வருவீர்கள்? இப்போதே நேரமாகிவிட்டது. ஆனால் நீங்கள் வெளியே கிளம்புகிறீர்கள்.)

ஹர்?

(என்ன?)

லுய் கி டோ லோ?

(எங்கே போகிறீர்கள்?)

சூ கீ லா.

(வெளியே போகிறேன் லா.)

கீ டோ லோ?

(எங்கே போகிறீர்கள்?)

ஹையா, கோ அவுட் வித் ஃப்ரெண்ட்ஸ். பெங் யூ.பெங் யூ. லுய் மாய் அனே உம் ட்ங்க்க் லார்.

(தாமதமாக வீட்டிற்கு வராதே,

ஓகே. பை. பை.)

ஆகவே, சில வருடங்கள் இப்படி கோழியும் வாத்தும் பேசுவதுபோலப் பேசி, வாழ்ந்த பின் லோரோங் & தோபயோவில் மற்றொரு வீடு வாங்குகிறார். அதே சமயம் செங்கும் அவர் தாயாரும், லோராங் & தோபயோவில் இரண்டு அறைகள் கொண்ட அடுக்கக் கட்டடத்தில் குடி போயினர். தன் மகளைப் பிரிந்து தானும் தன் மகனும் மற்றொரு வீட்டிற்கு செல்லும்போது சூ–வின் அம்மாவிற்கு கண்ணீரைக் கட்டுப்படுத்தவே இயலவில்லை.

"சூ என்னையும் உன் சகோதரனையும் வெறுத்து ஒதுக்கிவிடுவாயா?"

"நிச்சயம் இல்லையம்மா. உங்களையும் செங்கையும் மறக்கமாட்டேன்."

"எனக்குத் தெரியும். ஆனால் ஒன்றிரண்டு வருடங்களுக்குப் பின் எங்களை நீ வந்து பார்க்காமல் போனால் . . ."

அம்மாவின் பார்வை ஒரு பெரிய குற்றவுணர்வை ஏற்படுத்தி அவர் தொண்டையை அடைக்கிறது.

“அம்மா நான் உறுதியளிக்கிறேன்.”

அதன் பின் பயம், அன்பு, நிலையாமை போன்ற பல உணர்ச்சிகள், தானியங்கள் சாக்கடையை அடைப்பதைப் போல், அவர் குரலை எழும்ப விடாமல் செய்தன. திணறித்திணறி, இறுதியாக உணர்ச்சிகள் கிறீச்சிட்ட குரலில் வெளிவந்தன.

“உங்களையும் செங்கையும் நான் கவனித்துக்கொள்வேன். ஒருபோதும் உங்களைப் புறக்கணிக்கமாட்டேன்.”

இதைக் கூறியவுடன், இதுவரை ஆட்டி வைத்த உணர்வுகள் வேறொரு உணர்வாய் மாறி மின்சாரம் போல் அவரைத் தாக்கின. ‘இப்போது நான் என்ன சொல்லியிருக்கிறேன்? இது என்னையும் ஸ்டீவையும் எவ்வாறு பாதிக்கும்? தன்னால் இந்த வாக்குறுதியைக் கடைப்பிடிக்க முடியுமா?’

அந்த வார்த்தைகளால் வாக்குறுதி ஒன்று அளிக்கப்பட்டுவிட்டது. ஓர் இளம் யுவதி, அவருடைய வயதான தாய் மற்றும் நோயுற்ற அவரின் தமையன் ஆகிய மூவர் வாழ்விலும், அந்த வாக்குறுதி பின்னிப் பிணைந்து, இலக்கற்ற ஒரு தொடுவானில் கொண்டு சேர்க்கிறது.

சூ, அவர்களுடைய பாராளுமன்ற உறுப்பினரைச் சந்தித்துத் தன் தாயாருக்கும் தமையனுக்கு ஏதாவது உதவி கிடைக்குமா என்று முயற்சித்தார். அவரும் ஸ்டீவும், குழந்தைகள் பெற்றுக்கொண்டு தங்கள் சொந்த குடும்பத்தைத் தொடங்க முடிவெடுத்திருப்பதால், எந்தவொரு சிறு உதவிகூட மிகவும் பயனுள்ளதாய் இருக்கும்.

எட்டு மணியளவில் தோபேயோ நகர மன்றத்துக்குச் சென்றார். பாராளுமன்ற உறுப்பினர் திரு. சியாங்கைக் காணுவதற்கு நீண்ட நேரம் காத்திருக்க வேண்டியிருந்தது. இரண்டு மணி நேரத்துக்குப் பிறகு, அவருடைய முறை வந்தது.

உங்களுக்கு எவ்வாறு உதவ முடியுமென்று அவர் கேட்டார். நியாய மானவர் போலத்தான் தோற்றமளித்தார். இருந்தாலும் நூற்றுக்கணக்கான விண்ணப்பங்களால் மிகவும் களைப்படைந்திருந்தார்.

தன் அம்மாவிற்கும் அண்ணனிற்கும், அரசாங்கத்தால் ஏதாவது பொருளுதவி கிடைக்குமா அல்லது தன் அண்ணனிற்கு வேலை கிடைக்க அரசாங்கம் உதவுமா? அவர் தன் அண்ணனின் நோயைப் பற்றி விளக்கினார். பெருவாரியான நேரங்களில் அவர் ஒரு சாதாரண மனிதரைப் போலவும் மேலும் அவரொரு கடின உழைப்பாளி என்றும் சூ கூறுகிறார்.

இதைப் பொறுமையாகக் கேட்ட உறுப்பினர், சூ–வை சிறிது காத்திருக்குமாறு கூறித் தன் ஊழியர்களிடம் இதுபற்றி ஆலோசிக்கிறார். அரை மணி நேரம் கழித்து அம்மாவிடம் ஒரு கடிதத்தைக் கொடுத்து. அதை எடுத்துக்கொண்டு சிங்கப்பூரின் முதன்மையான காவலர் பயிற்சிப் பள்ளியான தாமஸ் சாலையிலுள்ள போலிஸ் அகாடெமிக்குச் செல்லுமாறு கூறினார். அது தோபேயோவின் அருகில்தான் உள்ளது. “அங்கு முடிந்தால் உன் தமையனுக்கு வேலை கிடைக்கலாம்” என்று கூறுகிறார்.

மறுநாள், சூ அந்தக் கடிதத்துடன் அங்கு சென்றார். ஓர் அதிகாரியிடம் அக்கடிதத்தை ஒப்படைத்தார். அவர் அதை சரியான இலாகாவிற்கு அனுப்பவதாகவும், கூடிய விரைவில் அவர்களுக்கு அதைப் பற்றிய செய்தி வருமெனவும் தெரிவித்தார்

ஒரு வாரம் கழித்து, திரு. கோ சூ–வைத் தொலைபேசியில் அழைத்தார். "உங்கள் தமையன் இங்கு வேலை செய்யலாம். அகாடெமியின் மைதானத்தில் விழும் இலைகளையும் குப்பைகளையும் கூட்டிப் பெருக்க அவர் உதவலாம். அவரால் அடுத்த வாரம் வர இயலுமா?" எனக் கேட்டார்.

சூ மிகவும் மகிழ்ச்சியடைந்தார். போலிஸ் அகாடெமியின் கருணைக்கும், பாராளுமன்ற உறுப்பினரான திர். சியாங்கின் நல்லெண்ணத்துக்கும் மிகவும் கடமைப்பட்டவராய் உணர்ந்தார். உடல் நலம் குன்றி ராத் மேனில் செய்த வேலையை விட்ட பிறகு, செங்கிற்கு இதுதான் முதல் வேலை. ஆனால் அவருக்குக் கிடைத்த வேலையின் முரண், சூ மற்றும் அவர் குடும்ப உறுப்பினர்களின் மனதில் மிகுந்த ஆழத்தோடு பல நாட்கள் உறுத்திக்கொண்டே இருந்தது. புத்திசாலியான கடின உழைப்பாளி; பள்ளியின் முதன்மை மாணவன், மற்ற மாணவர்கள் உதவி கேட்டு வரும் இவருடன் படித்த பலர் வெற்றிகரமான கல்வியாளராகவோ தொழிலதிபாராகவோ உள்ளனர். ஆனால் இவரோ போலிஸ் அகாடெமி மைதானத்திலுள்ள இலைகளைக் கூட்டும் வேலையைப் பல வருடங்களிற்கு செய்யப் போகிறார்.

போலிஸ் அகாடெமியின் துப்புறவுத் தொழிலாளியாக, செங்க் தன் வேலையை ஆரம்பிக்கிறார். ஒவ்வொரு நாளும் காலை 05:30 மணிக்குப் புறப்பட்டு, சில கிலோமீட்டர் நடந்து சென்றடைவார். மதியம் வேலை முடிந்ததும், தாம்ஸன் சாலையிலிருந்து தோபேயோவிலுள்ள தன் வீட்டிற்கு நடந்து வருவார். இந்தப் பயணத்தை மாறாது ஒவ்வொரு நாளும் பல வருடங்களுக்கு மேற்கொண்டார்.

அது ஓர் அமைதியான தனிமையான வாழ்க்கை. ஆனால், அவர் அதைப்பற்றி ஏதும் குறை கூறவில்லை. ஒவ்வொரு நாளையும் அதன் தனிமையுடன், பரபரப்பின்மையுடன் குடும்ப நேசத்தினால் விளைந்த சௌகரியங்களுடனும் அவர் எதிர்கொண்டார்.

சிறிதளவே ஆனாலும், தான் சம்பாதித்ததை அம்மாவிடம் கொடுத்துவிடுவார். பணத்திற்கு அவருக்கு ஏதும் தேவையிருக்கவில்லை. வேலைக்குச் செல்லாத நேரங்களில் வீட்டிலிருப்பார். அல்லது வீட்டைச் சுற்றி நடை பயில்வார். நேரத்தைப் போக்க அவர் செய்யக்கூடியது எல்லாம் செய்தித்தாள்களைப் படிப்பதும் புகைப்பதும் நடப்பதுமேயாகும். காஃபி அருந்திக்கொண்டோ அல்லது சிற்றுண்டி அருந்திக்கொண்டோ, அரசியலைப் பற்றியெல்லாம் விவாதிக்க அவருக்கு நண்பர்கள் யாருமில்லை. அவருடைய நண்பர்கள் எல்லாம் அவர் வாழ்க்கையிலிருந்து மறைந்து விட்டனர். அவருக்கு உடல்நலம் சரியில்லாத போது, சிலர் வந்து அவரைச்

சந்தித்தனர். காலம் செல்லச்செல்ல, தங்களின் வாழ்க்கைக்கு உதவியாய் இருந்த ஒரு மனிதனைப் பற்றி அவர்கள் மறந்துவிட்டனர். அவருடைய அறிவுத்திறனுடன், அவருடைய உபயோகமும் மறைந்துவிட்டது.

அவர் வாழ்க்கையின் அர்த்தம் நீண்டதொரு மரக்குச்சியில் இணைக்கப்பட்ட கடினமான குச்சிகள் உடனானது. வேண்டாத பொருட்களைப் போடும் அறையிலுள்ள குப்பைத் தொட்டிகள், குப்பைப் பைகள் இவைகளுடன் அந்தத் துடைப்பம் ஓர் ஓரத்தில் கிடக்கிறது. ஒவ்வொரு நாள் காலையும், கருத்த கடினமான தோலையுடைய ஒரு ஒல்லியான மனிதன் அந்தத் துடைப்பத்தைக் கையிலெடுத்துக் கொள்வான். சூரியன் புன்னகைக்கும் வரை ஒருவருக்கொருவர் துணையாக இருப்பார்கள். அதன்பின், அவர் தன் நண்பனை இருட்டான அறையின் மூலையில் கிடத்துவான். மறுநாள் விழுந்த இலைகளையும் குப்பைகளையும் பெருக்க உபயோகப்படும் வரை அது அங்கேயே தனியாக நின்றுகொண்டிருக்கும்.

ஷ்ஷ் . . . ஷ்ஷ் . . . ஷ்ஷ் . . . ஷ்ஷ் . . .

பாகம் இரண்டு

6

குழந்தையாய் இருக்கும்போது, என் ஆ–கூ மாமா செங்குவைப் பார்த்து. 'அவர் ஏன் தன் மாய உலகில் மாட்டிக்கொண்டு விசித்திரமாக நடந்துகொள்கிறார்?' என்று வியப்பேன்.

அவர் வழக்கமாக புகைப் பிடிப்பதற்காகவோ, நாளிதழைப் படிப்பதற்காகவோ, அமர்ந்துகொள்ளும் சமையலறை ஜன்னலின் அருகிலுள்ள சிமெண்ட் தரையில் அமர்ந்து கொண்டிருக்கிறார். சந்தோஷமான அல்லது வேடிக்கையான எதைப் பற்றியாவது நினைத்துக்கொண்டிருக்க வேண்டுமென்று நினைக்கிறேன். ஏனெனில் அவர் புன்னகை செய்கிறார். ஆனால் நானும் அம்மாவும், ஆ–மாவும் ஹாலிலுள்ள பழைய சோஃபாவில் அமர்ந்துகொண்டிருக்கிறோம். அவர் புன்னகை புரிய சமையலறைக்குள் யாருமில்லை. இருந்தாலும் அவர் ஜன்னலைப் பார்த்துக்கொண்டிருக்கிறார். எனக்கு மிகப் பிடித்தமான ஹாங்காங் நாடகமான 'ரிட்டர்ன் ஆஃப் தி காண்டோர் ஹேரோஸ்'–இன் கதாநாயகி ஜியா லாங் நுய்யாக என்னைக் கற்பனை செய்துகொண்டு அம்மாவின் வெள்ளை மேசைவிரிப்பைச் சுற்றிக்கொண்டால், உங்களை என்னவாக வேண்டுமானாலும் கற்பனை செய்துகொள்ளலாம். ஜன்னலை நோக்கி அங்கு தெரியும் ஒரு கற்பனைத் தோழனைப் பார்த்து நான் சிரிப்பதுபோல அவரும் யாராவதொரு கற்பனைத் தோழனைப் பார்த்துப் புன்னகைத்துக்கொண்டிருக்கலாம்.

இப்போது அவர் தன் கையால் ஏதோ செய்கைகளைச் செய்கிறார். தன் மணிக்கட்டை ஒரு சிறிய குட்டையில் மீன் பிடிப்பது போல் மேலும் கீழு ஆட்டுகிறார். ஆ–மாவிடம்மாக அவரை மருத்துவமனைக்கு அழைத்துச் செல்ல வேண்டுமென அம்மா கூறுகிறார். என்னை, பிறகு வீட்டில் கொண்டு வந்து விடும்படி கூறிவிட்டு மாமாவை அழைக்கிறார்.

"வா செங்க் மருத்துவமனைக்குப் போகலாம்" என அழைக்கிறார்.

மாமா எழுந்து அவருடன் செல்கிறார்.

நம் மூளை. மிகவும் வியப்புக்குரிய வினோதமான யோசிக்கும் ஒரு பொருள். விஞ்ஞானிகளையும் தத்துவ ஞானிகளையும் ஒரு சேர வியப்பில் ஆழ்த்தும் ஒரே ஓர் உறுப்பு. தன் எண்ண ஓட்டங்களைப் புரிந்துகொள்ள, தன் எண்ண ஓட்டங்களை உபயோகித்துக்கொள்ளும் ஒரு கருவி. நம் மூளையில்,

- தமக்குத் தாமும், உடம்பின் மற்ற பகுதிகளோடும் 'பேசி'க் கொள்ளும் 100 பில்லியன் நியூரான்கள் உண்டு.
- பல பகுதிகளில் இருந்து வரக்கூடிய சமிக்ஞைகளைப் பெறும் மரங்களைப் போன்ற டென்ட்றைய்ட்ஸ் உண்டு.
- மின்சார சமிக்ஞைகளை ஒரு நியூரானிலிருந்து சுமந்து கொண்டு மற்ற நியூரான்களில் வேதியியல் சமிக்ஞைகளைத் தூண்டும் கம்பி போன்ற ஆக்ஸான்கள் உண்டு.
- ஒரு நியூரானில் உள்ள நூறாயிரம் வேதியியல் தொடர்பான சினாப்சிஸ் உண்டு.

ஷீசோஃபெர்னியா என்பது அனைவரும் நினைப்பது போல் ஆளுமைப் பிளவு அல்ல. மனப்பிறழ்வால் பாதிக்கப்பட்டவர்களின் எண்ண ஓட்டங்களில் தடை ஏற்படும். அதனால் விசித்திரமான பழக்கங்களும் உணர்ச்சிப்பூர்வமான குழப்பங்களும் வெடித்தெழும் மனநிலையும் உண்டாகும். சிலர் இல்லாத குரல்களையோ அல்லது பொருட்களையோ காண்பர். சிலர் தம்மைச் சுற்றியுள்ளோர்மீது வெறி கொள்ளும் அளவிற்குச் சந்தேகப்படுவர்.

சிங்கப்பூரில், ஒரு நாளில் பிறக்கும் குழந்தைகளில் ஒரு குழந்தை ஷீசோஃபெர்னியாவால் பீடிக்கப்படுகிறது. சில நாடுகளில் நூற்றில் ஒருவர் ஷீசோஃபெர்னியாவால் பாதிக்கப்படுகின்றார். மூன்றில் ஒரு பங்கினர் சிகிச்சைக்குப் பின் இயல்பான நிலைக்குத் திரும்பி விடுகின்றனர். மற்றுள்ள இரண்டு பங்கு மக்களுக்கு வாழ்நாள் முழுவதும் தொடர்ச்சியான மருத்துவக் கவனிப்பு தேவைப்படுகிறது. இந்த நோயை மருந்தால் கட்டுப்படுத்தலாம். மிகவும் தீவிரமாக பாதிப்படைந்தவர்களை விடுதியில் சேர்க்க வேண்டியதாய் இருக்கும். அவ்வப்போது நோய் மீண்டும் வரக்கூடிய வாய்ப்புகள் உண்டே தவிர, மிதமான பாதிப்புள்ளவர்கள் மற்றவர்களைப்போல இயல்பாகவே இருக்கிறார்கள். சிலருக்கு இந்நோய் மூளை செயல்பாட்டையும் புரிந்துகொள்ளும் செயல்திறனையும் பாதிக்கும். மற்றபடி அவர்களும் இயல்பான மனிதர்களே!

மூளையின் சிக்கலான அமைப்பால், இந்நோய்க்கான சரியான விளக்கம் இதுவரை கண்டுபிடிக்கப்படவில்லை. பல சமயங்களில் ஆயிரக்கணக்கான ஜீன்களும் மற்றும் சுற்றுச்சூழலில் உள்ள பல அபாயகரமான காரணிகளின் செயற்பாடுகளும் மட்டுமே இந்நோயை உருவாக்கும். இக்காரணிகள் தனித்து ஷீசோஃபெர்னியாவை உண்டாக்குவதில்லை. மூளையினுடைய தொடர்பு ஒழுங்கின்மையால் ஏற்படக்கூடிய நரம்பியல் நோய். கோடிக்கணக்கான நியூரான்கள் கோடிக்கணக்கான வேதியியல் தொடர்புகளாய் எவ்வாறு மூளையில்

இயங்கும் சுற்றுகளாய் அமைந்துள்ளன என்பதைப் பொறுத்துள்ளது. மிகவும் சிக்கலான மூளையமைப்பைப் பெற்றதற்குத் தரும் விலை இது. முக்கியமாக மரபணுவாலோ சுற்றுச்சூழலாலோ மனச்சிதைவிற்கு உண்டாகிறோம்.

இருந்தாலும் ஷீசோஃபெர்னியாவைப் பற்றி, இருபதாம் நூற்றாண்டு முதல் பல முன்னேற்றமான புரிதல்கள் நிகழ்ந்துள்ளன. ஸ்வீடனில் 1973 முதல் 2001 வரை பிறந்த 2.6 மில்லியன் குழந்தைகளை ஆராய்ச்சி செய்த போது, வயதான தந்தைக்குப் பிறக்கும் குழந்தைகளுக்கு மனச்சிதைவு ஏற்பட நிறைய வாய்ப்புகள் உண்டு. பெற்றோர்க்கும் குழந்தையின் மன ஆரோக்கியத்திற்கும் உள்ள தொடர்பைக் கண்டுபிடித்த ஆராய்ச்சியின்படி, 20 முதல் 24 வயதிற்குள் தந்தையாகும் ஆணை விட 45 வயதுக்கு மேலுள்ள ஆணுக்குப் பிறந்த குழந்தைக்கு ஷீசோஃபெர்னியாவின் ஆரம்பக்கட்டமான மனச்சிதைவு வரக்கூடிய சாத்தியம் இரு மடங்காக இருக்கும். கொலம்பியா பல்கலைக்கழகத்தின் ஆராய்ச்சியின்படி, கர்ப்ப காலங்களில் ஃப்ளூ வைரஸினால் பாதிக்கப்பட்டாலோ, தன் தாயின் வயிற்றில் இருக்கும்போது இரண்டு அல்லது மூன்றாவது மாதத்தில் ஜெர்மன் மீஸில் எனப்படும் ரூபெல்லா வைரஸால் பாதிக்கப்பட்ட இளைஞர்களின் வாரிசுகளுக்கு ஐந்து மடங்கு, தன் வயதொத்தவர்களை விட இந்நோய் வரச் சாத்தியம் உண்டு. இது ஒரு நோய்த் தொற்று என்று கூற முடியாதெனினும், தாயின் நோயெதிர்ப்புத் தொற்றுக்கு வினையாற்றும்போது கருவில் வளரும் சிசுவின் மூளையைப் பாதிக்கும்.

ஷீசோஃபெர்னியாவை வர்ணிக்கும்போது ஆராய்ச்சியாளர்கள், எதார்த்தத்தைப் புரிந்துகொள்ள முடியாத ஒரு நிலையும், மக்களையும் பொருட்களையும் ஒருசேரக் காண முடியாத நிலையும், ஒரு சூழ்நிலையின் போக்கை அடிமைபோல் பின்பற்றும் மனப்பாங்கும், ஒன்றுமில்லாதவற்றில் இருந்து ஏதோ ஒன்றை உருவாக்கும் மனநிலையும், தன்னையே மாற்றிக் கொள்ளுமளவிற்குத் தன்னைப் பற்றிய அதி கவனமும், நிஜ உலகில் இருந்து விலகி நிற்கும் பாவனையும், தன் கவனம் அனைத்தையும் ஒரு மாய உலகத்தில் செலுத்தும் பழக்கம் என்கின்றனர். ஷீசோஃபெர்னியாவால் பீடிக்கப்பட்டவர்களின் வலது மூளையை விட இடது மூளையின் அளவுக்கு அதிகமான செயற்பாட்டுடன் சம்பந்தப்பட்டது. மூளையின் 'விளக்கும் மையம்' என அழைக்கப்படும் இடது மூளையானது, கணக்கு, பேச்சு தர்க்க ரீதியாகப் புதிர் விடுவித்தல் ஆகியவற்றிற்குக் காரணமானது. அது பிடிப்பில்லாமல், மிகுந்த கவனத்துடன், பொருட்களைக் காணத் தொடங்கும்போது, ஓர் ஒழுங்கும் தர்க்கமும் தேவைப்படுகிறது. சில சமயங்களில் மிகவும் புரியாமல் போனால் காரணங்களைத் தானே உற்பத்தி செய்யுமளவிற்குத் தீவிரமாகிறது. தேவைப்பட்டால் விவரங்களைத் தனக்குத் தானே சொல்லிக்கொள்கிறது. நிஜ வெளிக்குப் பொருந்தாத ஒன்றைத் தன் உள் தர்க்கத்திற்கேற்பப் புரிந்துகொண்டு, வளர்த்துக் கொள்கிறது. சில சமயம் கண்டுபிடிக்கும் கருவியென அழைக்கப்படும் வலது மூளை, உண்மையில் மூளையின் படைப்புத்திறனைச் சார்ந்த, உண்மையான சூழ்நிலை அறிந்த யதார்த்தத்தில் மூழ்கிய பகுதி என்று அழைக்கப்படுகிறது. சமூக

நடத்தைக்கும், காட்சி இடத் தொடர்புக்கும் நடுவில் இடையீடான சாதனமாய் உள்ளது. இடது மூளை ஒரு செயலை உடைத்துப் பகுத்தாய்கிறது. வலது மூளையோ அழகுணர்வோடு ஒரு செயலைக் காண்கிறது. இதிலிருந்து இடது மூளை அதிகமாகச் செயல்பட்டால் யதார்த்தப் பிடிப்பு விட்டுப் போவதை நன்றாகப் புரிந்துகொள்ளலாம்.

நரம்புசார் உளவியலையும், EEG என்ற பரிசோதனை முறையும் கொண்டு ஷீசோஃபெர்னியாவை ஆராய்ச்சி செய்யும்போது, மூளையின் இருகோளங்களுக்கு இடையே தடையில்லாதது புரிய வந்தது. மூளையின் இருகோளங்களையும், அதன் அடிப்பாகத்தில் இணைக்கும் நரம்புத் திசுவான கார்ப்பஸ் கலோஸத்தின் (Carpus Collasum) திறனின்மைதான் ஷீசோஃபெர்னியாவிற்குக் காரணமாகிறது. கார்ப்பஸ் கலோஸத்தின் முக்கியமான வேலை, மூளையின் ஒரு கோளம் மற்றொன்றோடு இணையாமல் இருக்க வைப்பதுதான். சுருக்கமாகக் கூறப் போனால், ஷீசோஃபெர்னியாவில், இடது மூளையைத் தடை செய்யும் வலது மூளையின் திறன் ஒத்திசைவற்று இருக்கும்.

பல ஆண்டுகளாக, மூளை சம்பந்தப்பட்ட ஆராய்ச்சியில் ஏற்பட்ட முன்னேற்றத்தையும், வியாதிகளைப் பற்றிய நுண்ணறிவையும் மீறி, ஷீசோஃபெர்னியா மற்றும் இதர மனநோய்களுக்கான தவறான கண்ணோட்டம் சிறிதுகூட மாறவில்லை. 'நேச்சர்' என்ற விஞ்ஞான இதழின் ஆசிரியர் ஒருவர், எயிட்ஸைவிட மனித இனத்தைத் தாக்கிய தீவிரமான நோய் ஷீசோஃபெர்னியா தான் என்று குறிப்பிட்டார்.

என் மாமா எத்தனை கஷ்டப்பட்டு இருக்கவேண்டும்? அவரைப் போன்ற மற்றவர்களும் எத்தனை கஷ்டப்பட்டிருப்பார்கள்? என் அம்மா மட்டும் அவரைக் கவனித்துக்கொள்ளும் கடினமான பொறுப்பை ஏற்றுக் கொள்ளாமல் இருந்திருந்தால் என் மாமாவின் கதி என்னவாகியிருக்கும்?

7

அம்மா சமையல் மேடையருகே, பூண்டு நறுக்கிக் கொண்டிருக்கிறார். நான் உணவருந்தும் மேசையின் அருகே அமர்ந்து, எனக்கு அளிக்கப்பட்ட முக்கியமான வேலையான கீரையை ஆயும் வேலையைச் செய்துகொண்டிருக்கிறேன். ஒவ்வொரு இலையாக ஆய்கிறேன். இவை சர்க்கரை வள்ளிக் கிழங்கின் இலைகள் என அம்மா கூறுவார். ஆனால் அவர் ஆயச் சொல்லும் அத்தனை கீரைகளும் ஒரே மாதிரித்தான் எனக்குத் தோன்றும். முளைவிட்ட பயிரை மட்டும் அதன் வாலுடன் பார்க்கும்போது, தவளைக் குஞ்சுகள் போல் தோன்றும். கீரைகள் பார்ப்பதற்கு மட்டும் ஒரே போல் இருப்பதில்லை, சுவையிலும் அவ்வாறே இருக்கின்றன. ஒன்பது வயதுச் சிறுமியும், அவளது பதினொரு வயதுச் சகோதரியும் கீரை சாப்பிடப் பழக்கப்பட்டிருக்க வேண்டுமென்று நீங்கள் கருதலாம். ஆனால், காய்களையும் கீரைகளையும் எங்கள் வாயினுள்தான் அம்மா திணிக்க வேண்டும். சில சமயங்களில் எங்கள் வயிறு அவற்றை வெளியே தள்ளிவிடும்.

ஆனால், கீரை ஆய்வது சுவாரசியமானதொரு வேலை. அம்மாவுடன் சமையலறையில் இருப்பது எனக்குப் பிடிக்கும். சொல்லப் போனால் அம்மாவுடன் எங்கிருந்தாலும் எனக்குப் பிடிக்கும். நான் முதலாம் வகுப்பில் சேர்ந்தபோது, வகுப்பு ஜன்னலில் இருந்து பார்க்கக்கூடிய இடத்தில் நாள் முழுவதும் அமர்ந்துகொண்டிருந்தது அம்மா மட்டும்தான். அதனால்தான், நான் சூயிங்கம்மைப் போல் மென்மையாகவும் ஒட்டிக் கொள்பவளாகவும் இருக்கிறேன் என்று அப்பா கூறுவார். அக்காவைப்போல சுதந்திரமாய் இருப்பதற்குப் பழக வேண்டுமென்று அவர் கூறுவார்.

ஷ்ஷ்! எண்ணெய்ச் சட்டியில், நறுக்கிய பூண்டை அம்மா வீசுகிறார். எண்ணெயில் பூண்டு வறுபடும் வாசனை, சமையலறையை நிரப்புகிறது. அடுத்து, காய்கறிகளைச் சட்டியில் இடுகிறார். பின், சிறிது டோஃபூவை (சோயா பால்க்கட்டி) வறுத்துவிட்டு, சில முட்டைகளைப் பொறித்தெடுக்கிறார். அதனுடன் 'சே போ'வைச் சேர்க்கிறார். சே போ என்றால் பதப்படுத்தப்பட்ட முள்ளங்கி. நான் வளர்ந்த பின் அம்மாவைப் போலவே சிறப்பாகச் சமைக்க வேண்டுமென யோசித்துக் கொண்டு அமர்ந்திருக்கிறேன். எப்படி இத்தனை வேகமாகச் சமைக்க முடிகிறதென்று அம்மாவிடம் கேட்கிறேன். அம்மாவின் முகத்தில், மகிழ்ச்சியும் சோகமும் கலந்த ஓர்

உணர்ச்சி தென்படுகிறது. ஒரு செயலை அடிக்கடி, ஒவ்வொரு நாளும் ஒவ்வொரு வருடமும் தொடர்ச்சியாகச் செய்துகொண்டே இருந்தால், அச்செயலில் விற்பன்னர் ஆகிவிடலாம் என்று அவர் கூறினார். ஆ–மாவிற்கும் ஆ–கூவிற்கும் 'டிங்காட்ஸ்' எனப்படும் சாப்பாட்டு டப்பாக்களில் உணவை எடுத்துக்கொள்கிறாள். அம்மாவின் தந்தை, நான் பிறப்பதற்கு பல வருடங்களுக்கு முன்பே இறந்துவிட்டார். நான் அவரைப் பார்த்ததே இல்லை.

இப்போது பள்ளி விடுமுறை நாள்தான். ஆனால் அப்பா பள்ளியில், ஒரு கூட்டத்திற்குச் செல்ல வேண்டியிருந்தது. சே (சீன மொழியில் அக்கா என்று பொருள்)', பள்ளியில் கல்விசாரா இயக்கம் ஒன்றிற்காக பள்ளிக்குச் சென்றிருந்தாள். அதனால் அம்மாவும் நானும் 232ஆம் பேருந்தில் ஏறி, ஆ–மா வசிக்கும் தோ பேயோ–விற்குச் செல்கிறோம். ஆ–கூவும் அங்குதான் வசிக்கிறார். ஆனால் தற்சமயம் சிறிது காலம் வுட் பிரிட்ஜ் மருத்துவமனையில் தங்கியுள்ளார் என அம்மா கூறுகிறார். ஒரு விடுமுறையைப் போல, நாம் வசிக்கும் இடத்தைவிட்டு வேறொரு இடத்தில் போய் தங்கினால் எவ்வளவு நன்றாக இருக்குமென நினைத்துக்கொள்கிறேன்.

தன் முழங்காலையும் கணுக்காலையும் கட்டிக்கொண்டபடி ஒரு பழைய சோஃபாவில் ஆ–மா அமர்ந்திருக்கிறார். வழக்கம் போலவே நீலநிறச் சட்டையும் கருநிறக் கால்சராயும் அணிந்திருக்கிறார். அதற்குப் பெயர், சாம்ஃபூ என்று அண்மையில்தான் பள்ளியில் தெரிந்துகொண்டேன். எப்போதும் சீவிக் கொண்டையாகக் கட்டப்பட்டிருக்கும் அவரது வெளுத்த முடிகள் இன்று சிறிது கலைந்து காணப்படுகிறது.

மா என்று அம்மா கூப்பிடுகிறார். ஓர் அறையும், கூடமுமுள்ள அச்சிறிய வீடு, இருண்டும் மக்கிய வாடையுடனும் காணப்படுகிறது. 78 வயதுள்ள ஆ–மா, தன் முழங்காலைத் தட்டிக்கொண்டு விசும்பும் ஓசையைத் தவிர அறை அமைதியாக உள்ளது. அவர் கையிலுள்ள கைக்குட்டையால், தன் கண்ணீரைத் துடைத்துக்கொள்கிறார்.

சூ என்று ஆ மா அழைக்கிறார்.

ஆ–மா என்று நான் கூப்பிடுகிறேன். அவர் முகம் சிறிது பிரகாசமாகிறது. லின் என்று என்னை அருகில் அழைக்கிறார். என் கையைப் பிடித்து அழுத்துகிறார். என்னை ஆரம்பப் பள்ளியிலிருந்து வீட்டிற்கு, ஒவ்வொரு நாளும் அழைத்துச் செல்லும்போதும் அவர் கையில் இதே அழுத்தம்தான் இருக்கும்.

அம்மா மேசையின் மேல் டிங்கட்ஸை வைக்கிறார். ஜன்னலருகே சென்று, அதைத் திறந்துவிடுகிறார். சிறிது ஒளியும் காற்றும் உள்ளே புகுகின்றன. நாங்கள் சோஃபாவில் அமர்கிறோம். அவர்கள் இருவரும் பேசத் தொடங்குகின்றனர்.

"செங்க் எப்படி இருக்கிறான்?" என்று ஆ–மா கேட்கிறார்.

"முன்பைவிடப் பலமடங்கு பரவாயில்லை. விரைவில் வீட்டிற்கு வந்துவிடலாம் என்று மருத்துவர்கள் கூறுகின்றனர். இங்கு வந்து, லின்னை இங்கு விட்டுவிட்டு, பின் அவனைப் பார்க்கச் செல்லலாம் என்று

நினைத்திருக்கிறேன். என்ன செய்வது? பள்ளி விடுமுறை என்பதால், அவளைத் தனியே வீட்டில் வெகுநேரம் விட முடியாது."

அவர்கள் பேசுவதை, நான் கேட்கலாமோ கூடாதோ தெரியாது. இருந்தாலும், நான் மறுத்து அம்மாவுடன் செல்வேன் என்று அடம்பிடிக்கத் தொடங்குகிறேன். எனக்கு ஆ–மாவைப் பிடிக்கும்தான். ஆனால், இந்த பழைய இருட்டான வீட்டில் வெகுநேரம் தனித்திருக்க முடியாது. ஆ–மா அழுவதைப் பார்த்து, நானும் அழத் தொடங்கிவிடலாம்.

வீட்டில் விஷமம் செய்யும்போதோ அல்லது தேவாலயத்தில் சத்தம் போடும்போதோ, எங்களைக் கண்டிப்போடு பார்க்கும் அதே பார்வையில் அம்மா என்னை முறைத்தார். என் கண்கள் கண்ணீரால் நிறைந்தன. என்னிடம் அதைத் துடைக்க கைக்குட்டை இல்லை. எனக்குக் கேட்கவில்லை என நினைத்து அம்மாவும் அப்பாவும், "இவள் இத்தனை அழுமூஞ்சியாக இருக்கிறாளே! இவளை என்ன செய்வது?" என்று கிசுகிசுப்பாகப் பேசிக்கொள்வது எனக்குத் தெரியும்தான். அம்மாவுடன் ஒட்டிக்கொண்டு போக முடியுமென்றால், நான் அழுமூஞ்சியாக இருந்தாலும் பரவாயில்லை.

ஒரு குழந்தை இந்த இடங்களுக்கெல்லாம் போகக்கூடாது என்றார் ஆ–மா.

"எனக்குத் தெரியும்" என்றார் அம்மா பெருமூச்சுடன். மீண்டும் என்னைக் கோபத்துடன் பார்த்துவிட்டு, "இந்த முறை மட்டும்தான்" என்றார். ஆனால், உடனே மென்மையான குரலில், ஒரு கையில் டிங்கட்ஸை எடுத்துக்கொண்டு, மற்றொரு கையால் என் கையைப் பிடித்துக்கொண்டு, "என்ன செய்வது?" என்று பெருமூச்செரிந்தார்.

ஆ–கூவிற்குப் பிடித்தமான கடுங்காஃபியான கோப்பிக்கோவும், ஒரு பாக்கெட் சிகரெட்டும் வாங்கிக்கொண்டு இதுவரை நான் ஏறியிருக்காத பேருந்தில் ஏறி, இதுவரை சென்றிராத யியோ சூ காங் என்ற இடத்திற்குச் சென்றோம். அம்மாவின் கோபமெல்லாம் போய் விட்டது. மருத்துவமனைக்குச் சென்றவுடன், நான் பயப்படக்கூடாது என்றும், அங்குள்ளோரெல்லாம் விசித்திரமாக நடந்துகொண்டாலும் மற்றவர்களுக்குத் தீங்கிழைக்க மாட்டார்கள் என்றும் கூறினார். மூர்க்கமாக இருப்பவர்கள் மருத்துவமனைக்குள் அடைக்கப்பட்டிருப்பார்கள் என்றும், அவர்களைக் காண முடியாதென்றும் கூறினார். இதையெல்லாம் கேட்கும்போதும், ஒரு துணிகரமான நிகழ்ச்சியை எதிர்கொள்ளும்போதும், மனம் இப்படித்தான் துள்ளுமோ என நினைத்தேன்.

கட்டடத்தில் நுழையும்போது, இரு பக்கங்களும் கம்பிகளால் அடைக்கப்பட்ட நீண்டதொரு நடைபாதை இருந்தது. இந்த அடைப்பு மருத்துவ வளாகத்தைக் கூடத்திலிருந்து பிரிப்பதற்கும் நோயாளிகள் உள்ளிருந்து வெளியே வராமலிருப்பதற்கும், பார்வையாளர்கள் உள்ளே நுழையாமலிருப்பதற்கும் போடப்பட்ட ஒரு தடுப்பு என்று அம்மா கூறினார். இரு புறத்திலும் மருத்துவ அறைகளுள்ள நீண்ட நடைபாதை

மூலம்தான் நோயாளிகளைச் சந்திக்க இயலும். ஒரு புறமுள்ள அறைகள் நோயாளிகள் தூங்குவதற்காக என அம்மா கூறுகிறார். மற்றொரு புறத்திலுள்ள அறைகள் பொழுதுபோக்கிற்காகவும் உணவுக்கூடமாகவும் பயன்பட்டன. இடங்களைச் சுட்டிக்காட்டி அம்மா பேசுவது, முதல் நாள் ஆரம்பப் பள்ளிக்கூடத்தில் என் ஆசிரியை பள்ளியைச் சுற்றிக் காண்பித்தது போலிருந்தது. அந்த வினோதமான இடம் அம்மாவிற்கு எவ்வளவு நன்றாகத் தெரிந்திருக்கிறதென அப்போது யோசித்தது இப்போது நினைவிருக்கிறது.

கம்பி தடுப்புகளுக்குப் பின், மக்கள் நின்றுகொண்டு, "பெண்ணே பணம் உள்ளதா? எனக்குக் கொஞ்சம் தருகிறாயா?" என்று கூச்சல் போட்டனர்.

துள்ளிக் குதித்து அம்மாவைக் கட்டிக்கொண்டேன். "பயப்பட வேண்டாம் அவர்களால் ஆபத்தில்லை" என அம்மா கூறினார். மேலும் மனிதர்கள் அங்கு கூடத் தொடங்கினர். "ஆன்டி சிகரெட் இருக்கிறதா? தயவுசெய்து என்மேல் கருணை வையுங்கள்" என்று சத்தமிட்டனர்.

அம்மா அவர்களிடம் புன்னகையுடன், "என்னிடம் எதுமில்லை" என்றார். ஆ–மாவுடனே தங்கி இருக்கலாமோ என்று அப்போது எனக்குத் தோன்றியது. என் கையை இறுக்கப்பிடித்தபடி அம்மா, "தங்கள் குடும்பத்தால் கைவிடப்பட்டதால்தான் இவர்கள் காசுக்குக் கையேந்துகின்றனர்" என்று கூறினார். 'எவ்வளவு கொடுமையான விஷயம் அது?' என்று நினைத்தேன். அதனால்தான் இந்த இடமே, மிகுந்த துயரத்துடன் காணப்படுகிறது. நல்லவேளை நாங்கள் ஆ–கூவை இங்கேயே விட்டுவிட மாட்டோம் என்று ஆறுதல் கொள்கிறேன்.

ஓர் அறைக்குள் நுழைந்து, ஆ–கூவைக் காணும்போது நிம்மதியாக இருக்கிறது. வாயிலை நோக்கியபடி, யாரையோ எதிர்பார்ப்பது போல் மேசையின் மேல் அமர்ந்திருக்கிறார். தன் கற்பனை நண்பரைப் பார்த்து, இப்போது அவர் சிரிக்கவில்லை. தன் கைகளால், சைகைகள் எதுவும் செய்யவுமில்லை. அவர் சரியாகிவிட்டார் என்று நான் நினைத்துக்கொண்டே, "ஆ–கூ:" என்று அழைக்கிறேன்.

அங்கு என்னை எதிர்பார்க்காததால், ஒரு கணம் அவர் திகைத்து விட்டார். ஆனால் உடனேயே, அவருடைய வழக்கமான சிரிப்பை உதிர்த்தார். வரிசையாக இல்லாமல் ஆங்காங்கே ஓட்டைகளுடன் கூடிய அவருடைய பல் வரிசையைக் கண்டு எனக்குச் சிரிப்பு வந்தது. அவருடைய பொக்கை வாய் சிரிப்பு எப்போதுமே வேடிக்கையாக இருக்கும். வெள்ளையும் கருப்புமாய் உள்ள ஜீப்ரா கிராஸிங்கைப் (*Zebra crossing*) போலத் தோற்றமளிக்கும். ஆனால் இது சரியாக வரையப்படாத ஒன்று போல கருப்பும் வெளுப்பும் வேறுவேறு அளவிருக்கும்.

சுத்தமான கோப்பிக்கோவை ஊற்றி மாமாவிடம் நீட்டுகிறார் அம்மா. மற்றொரு முறை, ஜீப்ரா கிராஸிங்கை, ஒரு முனையில் இருந்து மற்றொரு முனை வரை பார்க்கிறேன். கோப்பிக்கோ குடிப்பது ஒரு மனிதனை, இந்தளவு மகிழ்ச்சியடைய வைக்கும் என்றால் முட்டையும்

கோப்பிக்கோவும் விற்கும் கடை ஒன்றைத்தான் நான் நடத்த வேண்டும் என்று தீர்மானித்தேன்.

கோப்பையை வாங்கிக்கொண்டே, "நீங்கள் சாப்பிட்டீர்களா?" என்று கேட்கிறார் மாமா.

"ஆம். நாங்கள் சாப்பிட்டுவிட்டோம்" என்கிறார் அம்மா.

நான் திரும்பி அவரைப் பார்க்கிறேன். ஏனென்றால், நாங்கள் இன்னும் சாப்பிடவில்லை. ஆனால், நான் இப்போது எதுவும் பேசக்கூடாது என்று எனக்குத் தெரிகிறது. "இப்போது பரவாயில்லையா?" என்று அம்மா கேட்கிறார். தலையாட்டிக்கொண்டே காஃபியைக் குடிக்கத் தொடங்குகிறார் மாமா.

காஃபியை உறிஞ்சியபடியே, "ஆஆஆ..." என்கிறார். "இன்று காலை கழிவறையைச் சுத்தம் செய்ய யாராவது உதவ முடியுமா என செவிலியர் கேட்டுக்கொண்டிருந்தார். நான் செய்வதாகக் கூறினான். ஒரு மணிக்கு முன்புதான், அந்த வேலைகள் முடிந்தன. நான் சிறப்பாய் உதவியதாக அவர்கள் கூறினர். நாளை சமையலறையில் உதவ முடியுமா என்று கேட்டனர். நான் சரி என்று கூறியிருக்கிறேன்" என்று அம்மாவிடம் கூறினார்.

நாற்றமடிக்கும் கழிவறைகளைச் சுத்தம் செய்ய யாராவது முன் வருவார்களா என்று யோசிக்கிறேன். ஆனால் நான் ஏதும் பேசக்கூடாது என்பது எனக்குத் தெரியுமாதலால், நான் எதுவும் கேட்கவில்லை. பள்ளியிலும் வீட்டிலும் குழந்தைகள் பெரியவர்கள் கூறுவதைக் கேட்டு அடிபணிய வேண்டும் என்றும், எதைக் கேட்கலாம், கேட்கக்கூடாது என்று கூறக்கூட பெரியவர்களுக்கு சமயம் இல்லாமல் போவதால் ஏதாவது காதில் விழுந்தால் கூடக் கண்டுகொள்ளாமல் இருக்க வேண்டுமென்று கூறியிருக்கிறார்கள். ஆ–கூவிற்கும் நிறைய பேசப் பிடிக்காது. நம் முன்னோர்களிடமிருந்து நமக்குக் கிடைப்பதுதான் மரபணுக்கள் *(Genes)* என்று பெரியவர்கள் கூறுவார்கள். TLLM *(Talk Less Listen More)* என்ற மரபணுவை, மாமாவிடமிருந்து நான் பெற்றுக்கொண்டேனோ என்னவோ?

ஆ–கூ, தன் கோப்பிக்கோவைக் குடிப்பதைக் கவனிக்கிறேன். ஒவ்வொரு முறை முறையும் 'ஆ'வென அனுபவித்துக் குடிக்கிறார். சிறிது நேரத்தில் நான் மட்டும் அதைக் கவனிக்கவில்லை என்று தெரிந்தது. நோயாளிகளில் பலர் எங்கள் பக்கம் திரும்பி, அப்படி அனுபவித்துக் குடிக்கும்படி அந்தக் கோப்பையில் என்ன இருக்கிறதோ என்றபடி பார்க்கத் தொடங்கினர். நான் மட்டும் ஐஸ்க்ரீம் சாப்பிடும்போது, என் தோழிகள் என்னைப் பார்க்கும் பார்வை போல் அவர்களின் பார்வைகள் இருந்தன.

ஆ–கூ, மற்றவர்கள் தன்னைக் கவனிப்பதைக் கண்டுபிடித்துவிட்டார். இப்போது, அவர் குணமடைந்துவிட்டார் என்பதால், தன் கற்பனைத் தோழனைப் பார்த்து அவர் புன்னகை புரிவதில்லை. காஃபி அருந்தும் ஓசையைக் குறைத்துக்கொண்டார். அவர் அம்மாவிடம், "சிலருக்கு

குடும்பமே இல்லையென்றும், அவர்களைப் பார்க்க யாருமே வருவதில்லை" என்றும் கூறினார்.

ஒரு பாக்கெட் சிகரெட் எடுத்துக்கொண்டு, கண்ணாடியணிந்த ஒருவரிடம் சென்று, சிகரெட்டை அவரிடம் நீட்டினார். இப்படியாக, வரிசையாக அனைவருக்கும் ஒவ்வொன்றாகப் பகிர்ந்தார்.

கண்ணாடி அணிந்த மனிதர், அம்மாவின் அருகில் வந்து, "மிக்க நன்றி மேடம்" என்கிறார். அம்மா புன்னகைக்கிறார். அவருடைய ஆங்கில உச்சரிப்பு, என் ஆங்கில ஆசிரியரைப்போல மிகவும் சிறப்பாய் இருந்தது. நன்கு சீவிய தலையையும் கண்ணாடியையும் பார்த்தால், ஒரு விதத்தில் அவரே ஓர் ஆங்கிலப் பேராசிரியரைப் போலத்தான் தோன்றினார். அவரொரு மனநோயாளி என்பதை என்னால் நம்பவே முடியவில்லை. ஆனால், ஆ–கூவே பேராசிரியராக ஆகியிருக்கலாம் என்று அம்மா என்னிடம் கூறியிருக்கிறார். எனவே, யார் வேண்டுமானாலும் வுட் பிரிட்ஜ் மருத்துவமனையின் நோயாளி ஆகச் சாத்தியங்கள் உண்டென்று நான் நினைத்தேன்.

இப்போது அவர் என்னை நோக்கிப் புன்னகை செய்து, "சின்ன பெண்ணே! நன்றி" எனக் கூறினார். எனக்குக் கூச்சமாக உள்ளது. ஏனெனில், ஆ–கூ சிகரெட் கொடுத்ததற்கும் எனக்கும் எந்தவொரு சம்பந்தமுமில்லை. தன் சிகரெட்டினை, தன் நண்பர்களோடு ஆ–கூ பகிர்ந்துகொள்வது போல், என் ஐஸ்க்ரீமினை என் நண்பர்களோடு பகிர முடியாது.

அனைவருக்கும் கொடுத்துவிட்டு எங்கள் அருகில் வந்து அமர்ந்தார். நான் மெதுவாக சிகரெட் பெட்டிக்குள் எட்டிப் பார்த்தேன். அதில் இன்னும் மூன்று சிகரெட்டுகள் மிச்சமிருந்தன. அப்படியென்றால் அவர் அனைத்தையும் கொடுத்துவிடவில்லை. தனக்காகவும் சிறிது வைத்துக் கொண்டார். ஒரு வெற்றிச் சிரிப்போடு ரகசியமாய் ஆ–கூவைப் பார்த்தேன். அவர் முகத்தில் குற்றவுணர்வே இல்லை. ஆக, நானும் நல்ல பெண்தான்.

நான் அவரை ரகசியமாகப் பார்ப்பதை அவர் உணர்ந்து கொண்டிருக்க வேண்டும். என்னை நோக்கித் திரும்பி பொக்கை வாய்ச் சிரிப்பை வீசினார். அதிகளவு புகைப்பதாலேயே அவரது பற்கள் அழுகி விழுந்துவிட்டன எனக் கூறியிருக்கிறார். ஆனால், அவரையும் குறை கூறுவதற்கு இல்லை. புகைப்பது ஒன்றுதான் அவரை வாழ்க்கையில் ஒரு பிடிப்போடு வைத்துக் கொண்டிருக்கிறது. ரிபேனா என்ற பானத்தை நான் அதிகமாகக் குடித்தாலோ அல்லது அதிகளவு இனிப்பு சாப்பிட்டாலோ, என் பற்களும் அழுகி விழுந்துவிடும் என்று என்னை எச்சரிப்பார். கடவுளிடம் பிரார்த்தனைகளின் போது, 'ஆ–கூவின் பற்கள் விழுந்துவிட்டாலும் அவர் புகைப்பதை யாரும் தடுப்பதில்லை, அதுதான் அவர் வாழ்க்கையில் ஒரு பிடித்தத்துடன் இருக்கச் செய்கிறது என்று கூறுகின்றனர். ஆனால் நான் ரிபேனா குடித்தாலோ, இனிப்பு சாப்பிட்டாலோ மற்றும் சரியில்லை என்று கூறிகின்றனர். அவைதான் என்னையும் வாழ்க்கையில் ஒரு பிடிப்புடன் இருக்கச் செய்கின்றன. சர்க்கரையினால் சக்தி கிடைக்கும். வாழுவதற்கு சக்திதானே தேவை?' என பிரார்த்திப்பேன்.

சிகரெட் பெட்டியிலுள்ள மூன்று சிகரெட்டுகளைப் பார்க்கும் போதுதான் திடீரென்று எனக்குப் புரிகிறது. அவர் புகைப்பது சரிதான் என்று ஏன் கூறுகின்றனர்? தன்னிடம் அவர் ஏன் மூன்று சிகரெட்டுகளை வைத்துக்கொண்டிருக்கிறார் என்பதும் எனக்குப் புரிந்துவிட்டது. இன்றிரவு தூங்குவதற்கு முன், அவர் மூன்று சிகரெட்டுகளைக் கொண்டு, பிதா சுதன் பரிசுத்த ஆவியின் பெயரால் ஒரு சிலுவையை உருவாக்கி, அதை அவர்களோடு பகிர்வார். ஒன்று பிதாவிற்கு; ஒன்று சுதனிற்கு; மற்றொன்று பரிசுத்த ஆவிக்கு. அதனால் அவர்களும் வாழ்க்கையில் ஒரு பிடிப்போடு இருப்பர்.

மருத்துவமனைக்கு வெளியேயுள்ள பேருந்து நிலையத்தில் அம்மாவும் நானும் அமர்ந்திருக்கிறோம். இத்தகைய நேரங்களில் பேருந்துகளின் வருகை குறைவு என அம்மா கூறினார். ஓரிருவர் வந்து வந்து செல்கின்றனர். இரண்டு செவிலியர் எங்களை நோக்கி வருகின்றனர். இளமையான தோற்றத்தில் இருந்தாலும், அம்மாவைப் போல் களைப்பாய்க் காணப்படுகின்றனர். அருகில் வரும்போது, அவர்கள் தாழ்ந்த குரலில் பாடிக்கொண்டிருப்பது கேட்கிறது. தன் பள்ளியில் சாரணர் வகுப்பில், இந்தப் பாடலைத் தானும் பாடியிருப்பதாகக் கூறிய அம்மா புன்னகைக்கிறார். மெல்ல அவர்களுடன் சேர்ந்து பாடத் தொடங்குகிறார். வார்த்தைகள் வந்து விழுகின்றன.

On my honour, I will try.
There's a duty to be done and I say aye.
There's a reason to be here for a reason above
My honour is to try and my duty is to love.

I've tucked away a song or two.
If you're feeling low, there's one for you.
If you need a friend, then I will come.
And there's many more where I come from.

அவ்விரு செவிலியர்களும், அம்மாவை நோக்கிப் புன்னகைக்கின்றனர். களைப்பான அம்மாக்களுக்கும், களைப்பான செவிலியர்களுக்கும் பொதுவாக நிறைய விஷயங்கள் இருக்க வேண்டும். ஏனெனில் ஒரு வார்த்தை கூடப் பேசாமல் அறிமுகமில்லாவிட்டாலும், அவர்களால் ஒருவரையெருவர் நோக்கிப் புன்னகைக்க இயல்கிறது. பெண்கள், களைப்பான அம்மா/செவிலியர் என்றிருக்க வேண்டுமோ? அல்லது களைப்பான அம்மா/ செவிலியர்/ மகள்/ மனைவி ஆக இருக்க வேண்டுமோ? என்னவாக இருந்தாலும், இது மிகவும் குழப்பமாக உள்ளது.

பேருந்து நிலையத்திற்குள், சூரிய ஒளி விழுகிறது. அம்மா, தன் மாத்திரைப் பெட்டியை வெளியில் எடுக்கிறார். அதிலிருந்து இரண்டு வண்ண மாத்திரைகளை தன் வாயில் போட்டுக்கொண்டு, நீரை அருந்துகிறார். அவரை கேள்வியோடு நோக்குகிறேன். தனக்கு ஒற்றைத்தலைவலி இருப்பதால், அவற்றை உண்ண வேண்டும் என்கிறார். அவருக்கு ஏன் அடிக்கடி ஒற்றைத்தலைவலி வருகிறதென நான் அவரைக் கேட்கிறேன். தூரத்தில் எங்கோ வெறித்தபடி, "நீ பெரியவளாகும்போது, இது உனக்குப் புரியும்" என்று கூறினார். மாத்திரைப் பட்டைகளை

மீண்டும் அவர் பையில் போடும்போது, பல வண்ண மாத்திரைகள் அதில் தென்படுகின்றன. எப்போதிருந்து அவருக்கு ஒற்றைத்தலைவலி எனக் கேட்டேன். "என் பதின்ம வயதிலிருந்து, ஆ-கூவிற்கு எப்போது வியாதி ஆரம்பித்ததோ அப்போதிருந்து."

மனக்கணக்கு போட்டேன். அம்மாவிற்கு இந்த வருடம் 35 வயதாகிறது. அவருடைய பதின்பருவ வயதை, அதாவது ஏறக்குறைய 15 வயதை அதில் கழித்தால் இருபது வருகிறது. எனக்கு ஒன்பது வயதாகிறது. இருபது என்பது என் வயதின் இரு மடங்குடன் இரண்டு வருடங்கள் கூட! எப்படி இருந்தாலும் நான் பிறப்பதற்கு முன்பிலிருந்தே இருந்திருக்கிறது. ஒவ்வொரு வாரமும் அவர் வலி மாத்திரைகளை எடுத்துக்கொள்வதை நான் பார்த்திருக்கிறேன். அப்படியென்றால் 20 x 52 வாரங்களில் ஒரு வாரத்திற்கு இரண்டு மாத்திரைகளாகச் சாப்பிட்டார். அதைக் கண்டுபிடிக்க எனக்குக் கொஞ்சம் நேரமானது. ஆனால் கண்டுபிடித்து விட்டேன். 2080 இதுவரை, அம்மா 2080 மத்திரைகள் சாப்பிட்டுள்ளார் என்பதை என்னால் நம்பவே முடியவில்லை. நிறைய மாத்திரைகள் சாப்பிட்டால் சிறுநீரகம் பாதிப்படையும் எனப் பள்ளிகளில் ஆசிரியர்கள் குறிப்பிடுகிறார்கள்.

ஆ-கூவை நீங்கள் பார்த்துக்கொள்ளாவிட்டால், யார் பார்த்துக் கொள்வார்களெனக் கேட்கிறேன்.

இப்போது அவரின் கண்களில் கண்ணீர் நிறைகிறது. இன்று ஏனோ ஆ-மா, அம்மா, மற்றும் நான் மாறிமாறி கண்ணீர் விடுகிறோமோ தெரியவில்லை? ஆனால் என்னைப் போல் அம்மா அழுமூஞ்சியில்லை. முகத்தின் வியர்வையோடு சேர்த்து, கண்ணீரையும் துடைத்துக் கொள்கிறார். பேருந்து நிலையத்திற்குள் மிகவும் வெக்கையாக இருக்கிறது. அவரின் சட்டை, வியர்வையில் நனைந்திருக்கிறது. சிறிது நேரம் கழித்து, "யாருமில்லை லின். யாருமில்லை" என்கிறார்.

நான் எதுவும் பேசவில்லை. அதைக் கேட்பதற்கு மிகவும் சங்கடமாக இருக்கிறது. அம்மா அளவுக்கதிகமாக மாத்திரைகள் சாப்பிடுவதும் கஷ்டமாகத்தான் உள்ளது. அம்மா சொல்வதைப் புரிந்துகொள்வதற்கு எனக்கு வயது போதவில்லை. இது விடையே இல்லாத, என்னால் புரிந்து கொள்ள முடியாத கடினமான கணக்குப் போல் தோன்றுகிறது.

பேலிஸ்டர் சாலைக்குச் சென்று சாப்பிட்டுவிட்டு, பின் போலிஸ் அகாடெமிக்குச் செல்லலாம் என்று அம்மா கூறுகிறார். இன்று காலை அவர்களிடமிருந்து, ஆ கூ எப்போது வேலைக்கு வருவார் என்று கேட்டு, தொலைபேசி அழைப்பு வந்தது. எனக்கு மிகவும் களைப்பாக இருந்தது. வீட்டிற்குச் செல்ல வேண்டும் போலிருந்தது. ஆனால் அம்மாவுடன்தான் போக வேண்டும். ஏனெனில் அவரோடு கூட வருவேன் என்று அடம்பிடித்தது நான்தான். இப்போது அம்மா அங்கு செல்லவில்லை என்றால் ஆ-கூ தன் வேலையை இழந்துவிடுவார்.

8

பேலிஸ்டர் சாலையை நோக்கிச் சென்றோம். என் வயிறு சத்தமிட்டபடியிருந்தது, அம்மாவின் தலை வலியால் துடித்தபடியிருந்தது. அவர் ரேமான் சாலையிலுள்ள பிரசித்திபெற்ற ரேமான் மார்கெட் அல்லது வாம்போவா மார்கெட்டிலுள்ள ஒரு கடைக்கு என்னை அழைத்துச் சென்றார். அது நிஜமாகவே பிரபலமானதாகத்தான் இருக்க வேண்டும். ஏனெனில் அங்கு மிகவும் கூட்டமாய் இருந்தது. உட்கார இரண்டு நாற்காலிகள் கிடைக்கக் காத்திருந்தோம். கிடைத்தவுடன், என்னை அங்கு அமரச் சொல்லிவிட்டு, உணவை வாங்கச் சென்றார்.

ஹையனீஸ் கறி ரைஸ் என்று எழுதப்பட்டிருந்த இடத்தை நோக்கி அவர் சென்றார். அங்குள்ள ஆன்டியை அவருக்குத் தெரியும் போலிருக்கிறது. இருவரும் சந்தித்ததில் மகிழ்ந்து சிரித்துப் பேச ஆரம்பித்தனர். இங்கே என் வயிறு கெஞ்சிக் கொண்டிருந்தது. ஒரு வழியாக இரண்டு தட்டில் சூடு பறக்கும் சோறுடன் அம்மா என்னை நோக்கி வந்தார். என் தட்டில் எச்சிலூறக்கூடிய பன்றிக் கறி இருந்தது. அதனுடன் பார்க்கவே சாப்பிடத் தோன்றாத முட்டைகோஸும் இருந்தது. சோறும் கறியும் சேர்த்து வாயில் திணிக்கும்போது, தான் இங்குதான் வளர்ந்ததாக அம்மா கூறினார். உன் ஆ–மா இங்குதான் எங்களுக்கு சோறு வாங்கித் தருவார். ஆனால் கறியெல்லாம் வாங்க முடியாது. ஏனெனில் அதற்கெல்லாம் பணம் இருக்காது. கறி அவ்வளவு ஷியோக்காக இருக்கும் என்றார்.

என் பெற்றோர்கள், தாங்கள் எதையாவது அனுபவிக்கும் போது ‘ஷியோக்’ எனக் கூறிக் கேள்விபட்டிருக்கிறேன். ஒரு கோடை நாளில் ஐஸ்க்ரீம் சாப்பிடும்போது, அப்பா இவ்வாறு கூறக் கேட்டிருக்கிறேன். நான் சோறும் பன்றிக் கறியும் இப்போது உண்ணும் அனுபவம்தான் ‘ஷியோக்’ போலிருக்கிறது.

சோறும் கறியும் போன இடம் தெரியவில்லை. சிறு வயதில் அம்மா சாப்பிட்ட வெறும் சோறுகூட எனக்குப் போதுமானதுதான். ஆனால் அதன்மேல் குவியலாக முட்டைக்கோஸ் மட்டும் இருக்கக்கூடாது.

அம்மா கோப்பிக்கோ பருகுகிறார் – எங்கள் குடும்பமே கோப்பிக்கோ குடும்பம் போலிருக்கிறது – ஆனால் அம்மாவோ சிங்கப்பூரில், பல குடும்பங்கள் கோப்பிக்கோ குடும்பம்தான் என்கிறார். இப்போக் இப்போக் என்றழைக்கப்படும் மலேசிய கறி பஃப் (*puff*) வாங்கிக் கொண்டு, போலிஸ் அகாடெமிக்குக் கிளம்புகிறோம். தான் மட்டும் தனியாக இருந்தால், போலிஸ் அகாடெமி இருக்கும் தாமஸ் சாலைக்கு நடந்தே சென்றிருப்பார் என்றும், நானும் கூட இருப்பதால் பேருந்தில்தான் அங்கு செல்ல வேண்டும் என்றும் கூறினார். எனக்கு அதைப்பற்றிய குறையொன்றுமில்லை. அங்குமிங்கும் அலைந்து கால் வலியெடுக்கும்போது, ஐந்து நிமிடத்தில் செல்லக்கூடிய இடமாக இருந்தாலும் பேருந்தில் சென்றால் தப்பில்லை.

இதுதான் அம்மா வளர்ந்த இடம். அதனால் அவருக்குத் தனி வாஞ்சை. பேருந்தில் செல்லும்போது பழைய இரண்டு மாடி வரிசை வீடுகளைப் பற்றியும், இரும்பு டயர் மற்றும் பல பொருட்களை விற்கும் கடைகளைப் பற்றியும் கூறிக்கொண்டே வந்தார். இடது பக்கம் ரூபி என்ற திரையரங்கத்தைக் கடந்து வந்தோம். வலது பக்கத்தில், ஹூவர் மற்றும் பிரசிடெண்ட் என்ற இரு திரையரங்குகள் இருந்தன. “உன் அப்பா திரைப்படங்கள் காண இங்குதான் அழைத்து வருவார்” என்றார்.

“இப்போதெல்லாம் ஏன் இங்கு அழைத்து வருவதில்லை?” என்று யோசித்தேன். ஆனால் மிகவும் களைப்பாகவும், தூக்கக் கலக்கத்துடன் இருந்ததால் அதை அம்மாவிடம் கேட்கவில்லை. இவ்விடங்களில், குண்டர்களின் கூட்டம் அதிகம் என்றும், அவர்கள் ஒவ்வொரு கடையாகச் சென்று பாதுகாப்புப் பணமென்று கட்டாய வசூல் செய்வார்கள் என்றும், அதில் பாதி நபர்கள் பள்ளிக்குச் செல்லும் மாணவர்களாய் இருப்பார்கள் என்றும் கூறினார். இப்போது, அதெல்லாம் மாறிவிட்டது.

குண்டர்கள் என்று அம்மா அழைக்கும் பதின்வயதுக் கூட்டமொன்று வீதிகளில் சுற்றித் திரிவது போல் கற்பனை செய்கிறேன். சே–விற்கு 11 வயதாகிறது. அப்படியென்றால் அவளும், அவள் நண்பர்களும் பதின் வயதைச் சேர்ந்தவர்கள்தான். அவர்களைப்போல சிறுவர் சிறுமிகள் தங்கள் சீருடைகள் கலைந்து வாயிலிருந்து சிகரெட் தொங்கிக் கொண்டிருக்க, தோளை நிமிர்த்தித் தள்ளாடி நடந்துகொண்டிருப்பதுபோல் ஒரு விசித்திரமான மனச்சித்திரம் ஒன்று தோன்றியது. நான் நினைப்பதைவிடக் கற்பனை என்பது மிகக் கடினமான ஒன்று. எங்கோ நான் தவறாகச் சிந்தித்திருக்க வேண்டும். இதுவரை நான் குண்டர்களையே பார்த்ததில்லை. எனக்குத் தெரிந்த சிங்கப்பூர், பாதுகாப்பான ஒழுங்குமுறையுள்ள ஓரிடம். இங்கு அனைவரும் விதிகளைப் பின்பற்றுகிறோம். அம்மா கூறுவது போன்ற எதுவும் இங்கில்லை.

போலிஸ் அகாடெமியை அடைந்ததும், திரு. ரத்னம் அவர்களைச் சந்திக்க வேண்டுமென்று அம்மா கூறுகிறார். அவருக்காகக் காத்திருக்கும் போது, அந்த இடத்தில் சுற்றுமுற்றும் பார்க்கிறேன். நடுவில் மிகப்பெரிய மைதானமுள்ள பரந்த இடமது. ஒரு முனையில் புற்களாலான சரிவு உள்ளது. மைதானத்தைச் சுற்றி இரண்டு மாடிக் கட்டடம் உள்ளது.

அழகான பெரிய மரங்கள் பல இருந்தன. அதனால் தரையெங்கும் உதிர்ந்த இலைகள் காணப்பட்டன. அங்கொரு வயதானவர் பெருக்கிக் கொண்டிருப்பதுபோல இலைகளைப் பெருக்குவதற்காகத்தான், அவர்களுக்கு ஆ–கூவின் சேவை தேவைப்பட்டிருக்கிறது. வீட்டில் உபயோகிக்கும் துடைப்பத்தை விட உறுதியான குச்சிகளுள்ள நீண்ட கழியொன்றை அவர் கையில் வைத்திருந்தார். அம்மாவின் சட்டை பேருந்து நிலையத்தில் இருந்தது போல், அவருடைய சட்டையின் பின்பக்கம் வியர்வையால் நனைந்து முதுகுடன் ஒட்டிக்கொண்டிருந்தது. ஆ–கூவிற்கும் அம்மாவைப் போலவும், அந்த வயதானவரைப் போலவும் வியர்க்குமோ என்று யோசிக்கிறேன். அவருடைய தோளும் வயதானவரைப் போல், கறுத்துத்தான் இருக்கும். மதிய வெயிலில் இலைகளைக் பெருக்குவதை நான் வேடிக்கை பார்க்கிறேன். அந்த துடைப்பம், இலைகளைப் பெருக்கும் ஓசையான ஷ்ஷ் என்ற ஒலி, எனக்கு ஏன் மிகவும் பிடித்தது என்று இப்போது புரிகிறது. ஓதங்களின்போது கரையில் வந்து மென்மையாக, தொடர்ச்சியாக, லயத்துடன் அடிக்கும் அலைகளின் ஓசைகளைப் போல் அது இருந்தது. உண்மையைக் கூறினால், அவ்வொலி தாலாட்டைப் போல் என்னைத் தூக்கத்தில் ஆழ்த்தியது.

“ஹலோ, மேடம் சூ” என்றொரு உரத்த குரல் கேட்டது. எத்தனை சத்தமான ஒரு குரல்? அம்மா புன்னகையுடன், “மிஸ்டர் ரத்னம், நலமா? உங்களுக்காகவும், இங்கு வேலை செய்பவர்களுக்காகவும் இப்போக் இப்போக் வாங்கிக்கொண்டு வந்திருக்கிறேன்” என்கிறார்.

“ஐய்யோ, இதெல்லாம் வேண்டாம் லா?” என்றார்.

அவரை வாங்கிக் கொள்ளுமாறு அம்மா கட்டாயப்படுத்துகிறார். “இல்லை. இது தேவை. நாங்கள் எப்பொழுதும் உங்களைத் தொந்தரவு செய்கிறோம். இருந்தும் நீங்கள் எங்கள்மேல் கருணையுடன் இருக்கிறீர்கள்.”

“சரி. சரி லா. செங்க்கின் நோய் சரியாகிவிட்டதா? அவனால் விரைவில் வேலைக்கு வர முடியுமா?”

“முடியும். அடுத்த வாரம் வந்துவிடுவான். வரலாம் இல்லையா?”

“சரி லா. என்ன செய்வது? செங்க் நல்ல கடின உழைப்பாளி. அவனால் எங்களுக்கு ஒரு தொந்தரவுமில்லை. அவனுக்கு உடம்பு சரியில்லாமல் போகும் போதுதான் பிரச்சனை” எனப் பெருமூச்சு விட்டார். “என் உயரதிகாரியைப் புரிந்துகொள்ள வைக்க என்னாலானதைச் செய்கிறேன்.”

சிறிது குரலைத் தாழ்த்தி, “இன்னும் எத்தனை காலம் என்னால் உங்களுக்கு உதவமுடியும் என்று தெரியவில்லை. அதுவும் அவனுக்கு மீண்டும் நோய் வந்துவிட்டால்... இதுபோன்ற விஷயங்களுக்கு உறுதியளிக்க முடியாதல்லவா? மேலதிகாரிகள் சில சமயம், ‘ஆ. ஐயோ – தக் போலே தஹான் (என்னால் இனி பொறுக்க முடியாது)’ என்பார்கள். தெரியும் தானே?”

“தெரியும் . . . தெரியும்” என அம்மா தலையை வேகவேகமாக ஆட்டுகிறார். “தெரிமா காசி (மிக்க நன்றி). உங்கள் உதவிக்கு மிகவும்

கடமைப்பட்டுள்ளோம். நீங்கள் மிகவும் கருணையுள்ளவர். உங்களை அதிகாரியாக அடைய செங்க் கொடுத்து வைத்திருக்க வேண்டும்."

திரு. ரத்னம் பூரிக்கிறார். "ஒன்றும் பிரச்சனையில்லை. என்னால் முடிந்ததை நான் செய்கிறேன்."

இதற்குப் பிறகு நாங்கள் போலிஸ் அகாடெமியை விட்டுக் கிளம்பி, ஒரு வழியாக வீட்டிற்குக் கிளம்பினோம். மிகவும் களைப்பாகவும் அழுக்காகவும் கசகசப்பாகவும் உணர்கிறேன். வீட்டிற்குப் போய்க் குளித்து, என் பார்பி பொம்மைகளுடன் விளையாடினால் போதும் என்று தோன்றுகிறது. ஆ-கூவின் வேலைக்கு ஆபத்தில்லையென்பது நல்ல செய்திதான். ஆனால் உண்மையைச் சொன்னால், அதைப்பற்றி எனக்கு எந்தக் கவலையும் இல்லை. ஒருவரைப் பார்த்துக்கொள்ள, இதுபோன்ற விஷயங்களைத் திரும்பத்திரும்பச் செய்ய வேண்டும் என்றால் ஒருவரை 20 வருடங்கள் பார்த்துக்கொள்வது என்பதுதான் உலகத்திலேயே கடினமான ஒரு செயல். இதுபோன்ற ஒன்றை நான் செய்ய வேண்டிய அவசியம் எனக்கு நேரக்கூடாது என்று எண்ணுகிறேன்.

பேருந்தில் அம்மா தன் மாத்திரைப் பெட்டியிலிருந்து, மேலும் இரண்டு மாத்திரைகளை வாயில் போட்டுக் கொள்கிறார். இத்துடன் மொத்தம் 2080 உடன் மேலும் இரண்டு சேருகிறது.

9

பள்ளி விடுமுறை நாட்களில், எங்கள் குடியிருப்பின் கார் நிறுத்துமிடத்தின் எதிரேயிருந்த மீன் அங்காடிக்கு அம்மாவுடன் செல்வேன். பேல்ஸ்டியரும் வாம்போவாவும் அம்மாவிற்கு உட்பட்ட பரப்பு என்றால், 'லாராங் எட்டு தா பயோ' எனக்கு உட்பட்ட பரப்பாய் இருக்க வேண்டும். அந்த வார்த்தையை அப்போதுதான் கற்றுக்கொண்டேன், அது கேட்பதற்கு மிகவும் பிரமாதமாக இருந்தது. இருந்தாலும் லாங்மென் அகராதியைப் பார்க்க வேண்டும் என்று எனக்கு நானே கூறிக் கொண்டேன். ஏனெனில் தமக்கு உட்பட்ட பகுதியிலேயே ஒருவரால் காணாமல் போக முடியுமா என்ன?

இந்த ரகசியத்தை அவர்கள் கேலி செய்து சிரிப்பார்கள் என்பதால் நான் யாரிடமும் கூறியதில்லை. அது அப்பா மற்றும் சே தான். ஆனால் அது நிகழ்ந்த பிறகு அவர்கள் என்னை 'ஐயோ பாவம்' என்றும் கிண்டல் கலந்த பார்வையிலும் என்னைப் பார்த்தனர். அப்படியானால் நிச்சயம் அம்மா அவர்களிடம் கூறியிருக்க வேண்டும். என் நிலப்பரப்பிலேயே நான் தொலைந்து போனேன். அது ஒரு சனிக்கிழமை, கிறிஸ்துமஸுக்கு சில நாட்களே இருந்தன. கடைத்தெருவில் நல்ல கூட்டம். வழக்கம் போல் அம்மாவுடன் தினம் பொருட்கள் வாங்கச் செல்வது போல் கூடவே சென்றேன். ஆரம்பத்தில், நான் எப்போதும் அம்மாவின் கையைப் பிடித்தபடிதான் செல்வேன். ஆனால் நேரம் செல்லச்செல்ல நிறைய பிளாஸ்டிக் பைகள் சேர்ந்துவிட்டதால் அவரருகில் நடக்கத் தொடங்கினேன்.

எப்படி அது நிகழ்ந்தது என்பது சரியாக எனக்கு நினைவில்லை, அம்மா என் பார்வையிலிருந்து எப்படித் தப்பிவிட்டார் என்று தெரியவில்லை. ஆனால் அது மட்டும் தெரிந்திருந்தால், அது நிகழ்ந்தே இருக்காதே! ஆக எப்படியோ நான் தன்னந்தனியாக, என் உயரத்தைவிட இரண்டு மடங்கு உயரமுள்ள மனிதர்களால் சூழப்பட்டு, அவர்கள் நடக்கும்போது முழங்கைகளால் தள்ளப்பட்டு நின்றேன். நான் காணாமல் போய்விட்டால் பழக்கடை அருகே போய் நிற்க வேண்டுமென அம்மா ஏற்கெனவே கூறியிருக்கிறார். ஆனால் அந்தப் பழக்கடை இப்போது எங்கே? எனக்குத் தெரிந்ததெல்லாம் மக்களும், என் இதயத் துடிப்பும்தான். தொடர்ந்து கண் எரிந்து கண்ணீர் உருண்டோடியது. மிகவும்

பயங்கரமான சம்பவம் அது, சுலபமாய்த் தாக்குதலுக்கு உட்படுபவள் போலவும், பாதுகாப்பற்றவள் போலவும் உணர்ந்தேன். ஒரு பன்றிக்கறித் துண்டு பச்சையாக எண்ணெயில் வீசியெறியப்படுவதைப் போல் எரிச்சலும் பதற்றமான வலியும் ஏற்பட்டது.

பல யுகங்கள் ஆனதுபோல அழுதுகொண்டு நின்றேன். ஆனால் பதற்றமான பெற்றோர்கள், பதற்றமான குழந்தைகளை எப்படியாவது கண்டுபிடித்துவிடுவார்கள் என்று நினைக்கிறேன். ஏனெனில், ‘லின்! லின்!’ என்று அழைக்கும் அம்மாவின் உரத்த குரல் கேட்டது.நான், “மம்மீ! மம்மீ” என்று கத்தினேன். அம்மாவின் உரத்து ஒலிக்கும் குரலிற்காகக் கடவுளுக்கு நன்றி கூறினேன். அவர் என்னிடம் வந்தார். அவர் முகம் என்னுடையதைப் போலவே பயந்து கிடந்தது.

அன்று சிறிது நேரம் கழித்து, அவரிடம் உங்களுடைய குரல் உரத்து ஒலிப்பது அதிர்ஷ்டம்தான் என்றேன். அவர், “இது என் அப்பா, உன் ‘ஆகோங்க்’கிடமிருந்து எனக்குக் கிடைத்தது” என்றார். அவருக்கும் உரக்க ஒலிக்கும் குரல்.

“நீங்கள் காணாமல் போனபோது அவரின் உரத்த குரலை உபயோகித்து உங்களை அழைத்தாரா?” என்று கேட்டேன்.

அம்மாவின் கண்கள் சிறிது சோகத்தைப் பூசிக்கொண்டன. “இல்லை நான் குழந்தையாய் இருக்கும்போதே அவருக்கு வயது மிகவும் அதிகம். அவர்தான் உன்னைப் போல் காணாமல் போய்விடுவார், உரத்த குரலில் என்னை அழைத்தால் நான்தான் அவரைத் தேடிச் செல்வேன்” என்றார்.

ஓ! தன் குரலின் உதவியோடு என்னைத் தேட வேண்டியிருந்தது, அதேபோல அவருடைய இளவயதில் தன் அப்பாவின் குரலை வைத்து அவரைத் தேடவேண்டியிருந்தது. ஆனால் காணாமல்போன பெண்ணையும் தந்தையையும் தேடுவது, தானே காணாமல் போவதை விடச் சிறந்தது தானே? என்றாலும் அவருக்கு உரத்த குரல் இருப்பது எனக்கு மிகவும் மகிழ்ச்சியளித்தது.

பள்ளி விடுமுறை நாட்களில் நேரம் போவதே தெரியாது; அதாவது கடைத்தெருவில் நீங்கள் காணாமல் போகும்போதோ அல்லது சகோதரி யுடன் சண்டையிடும் போதோ அல்லது பெற்றோர்கள் சண்டை போட்டுக்கொள்ளும் சமயங்களைத் தவிர்த்து.

ஒரு விதத்தில் சிந்தித்துப் பார்த்தால் அதைப் பிற்பாடு மீட்டுக்கொள்ள இயலுமா? அதாவது தவறாக எதையாவது கூறிவிட்டு, அதைத் திரும்ப எடுத்துக்கொள்வதைப் போல்? ஏனென்றால் இப்போது கூடத்தில் அம்மாவும் அப்பாவும் உரக்க சண்டை போடுகின்றனர். இப்போது அம்மாவிற்கு இத்தனை உரத்த குரல் இல்லாமல் இருக்கலாமே என்று எண்ணுகிறேன்.

விடுமுறை நாட்கள் பாதி கழிந்துவிட்டன. சே–யும் நானும், தரையில் முழங்காலைக் கட்டிக்கொண்டு எங்கள் அறையில் அமர்ந்திருக்கிறோம்.

அது என்னவென்று தெரியாது, ஏன் என்று தெரியாது. ஆனால் அப்பாவும் அம்மாவும் சண்டை போடுகையில், ஏதோ கனமாக ஒன்று நெஞ்சில் அடைத்துக்கொண்டு, செய்துகொண்டிருக்கும் வேலையைச் செய்யவிடாமல் தடுக்கிறது. சே-வும் அப்படித்தான் உணர்வாள் என்று நினைக்கிறேன். சில சமயங்களில் ஏன் என்று தெரியாமல் நான் அழத் தொடங்கி விடுவேன். சே எப்போதும் அழ மாட்டாள். அவள் மிகவும் உறுதியானவள். தைரியசாலி. அவள் ஒருமுறை பிரம்படி வாங்கியபோது கூட அழவில்லை என்று அம்மா கூறியிருக்கிறார். என்னைப் போல் இல்லை. பிரம்பு என்னைத் தொடுவதற்கு முன்பே அழத் நான் தொடங்கிவிடுவேன். அழும்போது சில சமயங்களில் சே என் கையைப் பற்றிக்கொண்டு சமாதானம் செய்வாள்.

எங்கள் இரவு உணவைச் சிறிது நேரத்திற்கு முன்தான் சாப்பிட்டு இருந்தோம், வானில் வெளிச்சம் குறையத் தொடங்கியது. அதே சமயம் அப்பா அம்மாவின் குரல் மேலேறத் தொடங்கியது. அப்பா உரக்கக் கத்துகிறார். "என் நண்பர்களுடன் வெளியே செல்வதை நீ ஏன் தடுக்கிறாய்?"

"நீங்கள் திரும்பி வரும்போது நன்கு குடித்துவிட்டு வராமல் இருந்தால் நான் தடுக்கமாட்டேன். உங்கள் வேலை போய்விடும் தெரியுமா? குடும்பம் என்னவாகும்?" என அம்மா திரும்பக் கூச்சலிடுகிறார்.

"குடிப்பதற்கு எனக்கு விருப்பம் என்றா நினைக்கிறாய்? வேலையில் மிகவும் மனஅழுத்தத்தை எதிர்கொள்கிறேன். எனக்கு ஏதாவது வடிகால் தேவை! என்னுடன் வெளியே செல்ல உனக்கு நேரமே இல்லை! சரிதானே?"

"என்ன செய்வது? குழந்தைகள், வீடு, அம்மா, அண்ணனைக் கவனிக்க வேண்டும் என்று உங்களுக்குத் தெரியும்தானே! நான் என்ன செய்ய?"

சிறிது நேரம் கழித்து அப்பா வெளியே கிளம்பிச் செல்கிறார். அமைதி நிலவுகிறது. நான் உறங்கச் செல்லும்வரை அவர் வரவில்லை, சில சமயங்களில், நள்ளிரவில் அம்மா சே-வை உதவிக்கு அழைப்பார். கனவுலகில் அம்மா, அப்பா வாசலில் குடித்துவிட்டு வந்திருப்பதாகவும், அவர் மிகவும் கனமாக இருப்பதால் அவரைப் படுக்கைக்கு அழைத்துச் செல்ல சே-யின் உதவி தேவை எனவும் கூறுவார். சே எழுந்து அம்மாவுடன் செல்வாள். நான் திரும்பிப் படுத்து மீண்டும் உறங்கிப் போய்விடுவேன். கண்களை மூடும் சமயம், அப்பா வாந்தியெடுக்கும் ஓசையும், தரையில் அது பட்டுத் தெறிக்கும் ஓசையும் கேட்கும். அடுத்த இரு நாட்கள் அம்மா, அப்பாவிடம் அதிகம் பேசமாட்டார். அவர் இரவில் வெளியே செல்லாமல், தன் "ஹை-ஃபை"யில் மூழ்க முயற்சி செய்வார். சில சமயம் அவர் கீழே சென்று அம்மாவிற்கு "பீ ஹீன்" சூப் வாங்கச் செல்வார். ஏனெனில் அம்மாவிற்கு "பீ ஹீன்" மிகவும் பிடிக்கும். என்னிடம் "ஃப்ளஃப்பி" என்ற வெள்ளெலி ஒன்று இருந்தது. அதன் கூண்டைச் சுத்தம் செய்ய அப்பா உதவுவார். அது சுத்தம் செய்த சில மணி நேரங்களைத் தவிர மற்ற எல்லா சமயங்களிலும் அழுக்காகவே காணப்படும். ஞாயிறு தேவாலயத்திற்குச் சென்ற பிறகு, அவர் மதிய உணவிற்காகச் 'செராங்கூன்' தோட்டத்திற்கு அழைத்துச் செல்வார். ஞாயிறு மதிய உணவு குடும்பத்துடன் வெளியே என்பது நடைமுறைப் பழக்கமாக ஆகிவிட்டது. செராங்கூன் தோட்டத்தில்

நாங்கள் செல்லும் உணவகத்தில் கிடைக்கும் "சிக்கன் கட்லெட்"டிற்காக நான் எப்போதும் காத்துக்கொண்டிருப்பேன். சில நாட்கள் கழித்து அம்மா அப்பாவிற்கு, 'லான்டோங்'கும், 'மீ ரெபுஸ்'ஸுூம் வாங்குகிறார். அப்பா, சீன முன்னோர்களாய்க் கொண்டவர் (பெரிநகான்). அதனால் அவருக்கு மலேய உணவு பிடிக்கும் – ஆகையால் இப்போது அம்மாவிற்கு அப்பாவிடம் கோபமில்லை என்று நினைக்கிறேன்.

அம்மா ஆ–மாவையும் ஆ –கூவையும் வாரத்தில் மூன்று அல்லது நான்கு முறை சென்று காண்பார். விடுமுறை நாட்களில் அவரோடு நானும் செல்வேன். இன்றும் அவர்கூட சென்றேன் எப்போதும்போல் கையில் "டிங்கட்"டுடன் 232 பேருந்தில் ஏறினோம்.

ஆ–கூவிற்கு இரண்டு மாதங்களாய் உடல்நலம் கெடவில்லை. நல்லதுதான். அவர் வேலையை இழக்கமாட்டார். ஆனால் இன்று அவரை வீட்டில் காண்கிறோம். அவரைக் கண்டவுடன் அம்மா அதிர்ச்சியுடன், "செங்க் ஏன் இன்று வீட்டில் இருக்கிறாய்?" என்று கேட்டார். வேலைக்குச் செல்லும் நேரத்தில் அவர் வீட்டிலிருப்பதால் அவர் வேலையை இழந்துவிட்டாரோ என்று அவர் அதிர்ச்சி அடைந்துவிட்டார் என்று நினைக்கிறேன்.

"சென்ற வாரம் அமைச்சர் வந்தபோது எங்களுக்கு அதிகம் வேலை இருந்ததால், மேற்பார்வையாளர் எங்களுக்கு ஒருநாள் ஓய்வு கொடுத்தார். இன்று என் முறை" என்றார் ஆ–கூ.

அம்மாவின் தசைகள் முகத்திலும் உடலிலும் தளர்வதைக் கண்டேன். அவர்கள் உண்பதற்கு உணவைப் பரிமாறினார். அப்படியென்றால் நிறைய உழைத்திருக்க வேண்டுமே என்று ஆ–கூவிடம் கேட்டார்.

'ஆம்' என்றார் அவர். "நிகழ்விற்கு முன் இடத்தைச் சுத்தமாக வைத்திருக்க வேண்டும். அதன் பிறகு உணவும் பானமும், நிறைய மக்களும் இருந்தனர். அதிகம் வேலை இருந்தது. என் கைகள் வலிக்கும்வரை பெருக்கினேன்" என்றார்.

'தா சாஓ சூ' என்றழைக்கப்படும் சீனப் புத்தாண்டிற்கு முன் வீட்டைச் சுத்தம் செய்யும் வழக்கத்தை நினைத்துக்கொண்டேன். பொம்மைகள், புத்தகங்கள், உடைகள், இவற்றைப் பிரித்து வேண்டாதவற்றைப் பிறர்க்குத் தருவதற்கோ அல்லது "கராங் குனி" ஆளிடம் விற்பதற்கோ பிரிக்க வேண்டும். கட்டிலின் கீழேயும், ஒவ்வொரு மூலையையும் ஈரத்துணி கொண்டு துடைக்க வேண்டும். துணியை நீரில் நனைத்து, துணியில் அழுக்கு ஏற ஏற, அழுக்குப்படாத இடத்தைக் கையில் பிடித்துக்கொள்ள வேண்டும். அது ஒன்றும் அத்தனை உற்சாகமான வேலை இல்லை. பத்து நிமிடங்களுக்குப் பிறகு, என் கையும் ஆ–கூவின் கையைப் போல் வலிக்கத் தொடங்கிவிடும்.

"செங்க் போய் உன் மருந்தை எடுத்துக்கொள்! நேற்று நீ மருந்தே சாப்பிடவில்லை!" ஆ–மா, ஆ–கூவிடம் கூறத் தொடங்குகிறார். "நீ எப்போதும் இப்படித்தான்! உன் மருந்தைச் சாப்பிடும் பழக்கமே இல்லை! பின் உடல் நலமில்லாமல் போனால் யார் கஷ்டப்படுவது?"

இப்படிக் கூறிக்கொண்டே இருப்பது ஆ–கூவிற்குப் பிடிக்கவில்லை போலிருக்கிறது. ஏனென்றால் அவர் உரக்க, "எனக்குத் தெரியும் லா" என்று கூறுகிறார். "நான் சாப்பிடுகிறேன். தினம் எடுத்தால் என் வாய் வறண்டு கசந்து போகிறது" என்கிறார்.

அவர் எழுந்து சமையலறைக்குச் சென்று சில மாத்திரைகளை, அம்மா வாயில் இட்டுக் கொள்வதைப் போலவே இட்டுக் கொள்கிறார். அதன் பிறகு சமையலறை ஜன்னலின் அருகே அமர்ந்து, சிறிது புகையிலையை ஒரு தாளில் வைத்து உருட்டிப் புகைக்கத் தொடங்குகிறார்.

"செங்க! வா வந்து சாப்பிடு!" என ஆ–மா அழைக்கிறார்.

"அப்புறமாக" என்கிறார் அவர். ஆ–ம்ாவின் கண்களில் கண்ணீர். அவர் கைக்குட்டையால் கண்களைத் துடைக்கிறார். சமையலறை மேசையில் அவரோடு அம்மா அமர்ந்துகொள்கிறார். நான் சோஃபாவில் அமர்ந்து, நான் கொண்டு வந்திருக்கும் புத்தகத்தை வாசிக்கத் தொடங்குகிறேன். பாட்டி தன் கைகளைக் கைக்குட்டையால் துடைத்துக் கொண்டிருக்கும்போது வாசிப்பது அத்தனை சுலபமில்லை தான். அவர் ஆ–கூவைப் பார்க்கவில்லை ஆனால் திரும்பத்திரும்ப இருக்குமிடத்தில் இருந்து அவரை நச்சரிப்பதை நிறுத்தவில்லை.

"செங்க், நான் இறந்துவிட்டால், மாத்திரை சாப்பிட யார் உன்னை ஞாபகப்படுத்துவார்கள். நன்றாக இல்லைதான். ஆனால் என்ன செய்வது? எனக்கு வயதாகிவிட்டது, அதிர்ஷ்டவசமாய் சூ உன்னைக் கவனித்துக் கொள்கிறாள். நம்மைப் பார்க்க யாரும் வருவதில்லை. ஆனால் சூ–விற்கு, தன் குடும்பம் என்று ஒன்றிருக்கிறது. தெரியுமா தெரியாதா?"

"தெரியும்! மருந்து சாப்பிடுவதை மறக்கமாட்டேன்" என்று கூறியவாறே புகையை இழுத்துவிடுகிறார் அவர்.

ஆ மாவின் கூனிய முதுகைத் தடவி அவரை அமைதிப்படுத்த முயற்சி செய்கிறார் அம்மா. ஆனால் அவரோ எங்கோ வெறித்துக்கொண்டு அமைதியிழந்தவர் போல் காணப்படுகிறார். சில நேரம் கழித்து, ஆ–மா புகாரை நிறுத்திக்கொள்கிறார். ஆனால் நாங்கள் கிளம்பும் வரை ஆ–கூ ஜன்னலின் அருகே புகைத்தபடியேதான் இருக்கிறார்.

வீட்டிற்குத் திரும்பும்போது, பேருந்தில் ஆ கூவின் மருந்துகள் அவர் வாயை ஏன் கசந்து போகச் செய்கின்றன எனக் கேட்டேன். எல்லா மருந்துகளுக்கும் 'புற விளைவு' என்று ஒன்றிருக்கும் என்கிறார்.

அவர் தன் வாழ்நாள் முழுவதும் இந்த மருந்துகளை உண்ண வேண்டுமா என்று கேட்கிறேன். பெருமூச்சுவிட்டபடியே, 'ஆம்' என்கிறார் அம்மா!

"அப்படியென்றால் அவர் வாய் எப்போதும் வறண்டும் கசந்தும் இருக்குமா?" எனக் கேட்கிறேன். அம்மா கண்ணை மூடிக்கொள்கிறார். "நான் மட்டும் இந்தச் சுவையற்ற மருந்தை நித்தம் உண்ண வேண்டுமென்றால், அதை உண்ணாதிருக்க எல்லா வழியிலும் முயற்சி செய்வேன். ஒருநாள்

சரி, ஒரு வாரம் அல்லது ஒரு மாதம், ஆனால் முடிவே இல்லாது தினம் என்றால்? முடியவே முடியாது" என்று நினைத்துக்கொள்கிறேன்.

"அம்மா அவர் மருந்து சாப்பிடவில்லை என்றால் என்னவாகும்?" என்று கேட்கிறேன்.

"பின் அவன் நோய் திரும்ப வரும். மீண்டும் அவனை வுட்பிரிட்ஜ்க்கு அழைத்துச் செல்ல வேண்டும்."

"ஆனால், அவர் உடல்நிலை சரியாக இல்லாத பொழுது யாரையாவது அடித்திருக்காரா?"

"இல்லை. எவரையும் துன்புறுத்தியதில்லை. அவர் சில வினோதமான செய்கைகளைச் செய்வார். தன்னுடன் பேசியபடியே, புன்னகை புரிந்தபடி தன் கைகளால் வேடிக்கையான சைகைகளைச் செய்தபடி இருப்பார். சில சமயங்களில் தன் பொருட்களை வீசத் தொடங்குவார். தன் தனி உலகத்தில் வாழ்ந்துகொண்டிருப்பார். அவர் வீட்டை விட்டுச் சென்று, ஊரைச் சுற்றிக் காணாமல் போகலாம். அல்லது விபத்தில் சிக்கிக்கொள்ளலாம். மேலும் அவனை மருத்துவமனைக்கு அழைத்துச் செல்லாவிட்டால், அவன் குணமாக மாட்டான். அதனால் அவன் வேலை போய்விடும்" என்றார்.

"நடு இரவில் உடம்பிற்கு வந்தால் என்னவாகும்?" என்று கேட்டேன்.

எனக்குப் புரியாத பல விஷயங்கள் உள்ளன. அதை எல்லாவற்றையும் அம்மாவிடம்தான் கேட்க வேண்டும், அவருக்குப் பேச விருப்பமில்லை என்ற போதும். இதை நான் இப்போது கேட்டிருக்கக் கூடாது? ஏனெனில் அவர் என்னைப் பார்க்கிறார். அவர் கண்கள் சோர்ந்தும் வேதனையுடன் காணப்படுகின்றன. "என் படுக்கைக்கு மேல் விரைவாய் எடுக்கக்கூடிய தொலைபேசி ஒன்று பொருத்தி வைத்திருக்கிறேன் தெரியுமா? அது நடு இரவில் வரும் இத்தகைய அழைப்புக்காகத்தான்" என்கிறார்.

மீண்டும் ஜன்னலின் வெளியே வெறிக்கத் தொடங்குகிறார். "ஓ அவர் அறையிலுள்ள தொலைபேசி அதற்குத்தானா?" நான் கொஞ்சம் கூட யூகித்து இருக்கவில்லை.

10

எச்சரிக்கையுடன் நான் பார்த்துக்கொண்டிருக்கும் போதே நண்டுகள் ஒன்றன்மீது ஒன்று ஏறிக்கொண்டிருக்கின்றன. நல்லவேளை நான் பிடிவாதம் பிடித்து, அம்மா வாங்கிக் கொடுத்த குதிகால் உயர்ந்த செருப்பை அணிந்து கொண்டிருக்கிறேன். நான் குள்ளம்தான், இல்லாவிட்டால், இந்த மீன்கார/கடல் உணவு விற்பவரின் கடையில் நண்டுகளைப் பார்த்திருக்க முடியாது. என் நினைவிலிருந்து அந்தச் செருப்பை விலக்க முடியாமல் அம்மாவை நச்சரித்துக்கொண்டே இருந்தேன். மற்ற பெண்கள் அதை அணிந்துகொண்டிருப்பதைக் கண்டிருக்கிறேன். அவை நடக்கும்போது அருமையான 'க்ளாக் க்ளாக்' என்ற ஒலியை ஏற்படுத்தும். கடைத் தெருவிற்கு நான் எப்பொழுதுமே ரப்பர் செருப்புகளையே அணிந்து வருவேன். அவை வண்ண அடிபாகமும், கார்டூன் படங்கள் வரையப்பட்ட மேல் பாகமும் உடையவை. விரல்கள் அதில் வெளியே துருத்திக் கொண்டு நிற்கும். ஆகையால் இப்பொழுது இந்தச் செருப்பை அணிந்துகொண்டு கடைத்தெருவிற்கு வரும்போது, ஒரு சீமாட்டியைப் போல் உணர்ந்தேன். அப்பாவிடம் அம்மா, "பெண்கள் பெண்கள்தான். வீண் கர்வம்தான். என்ன செய்வது?" என்று கூறுவது கேட்டது.

அப்பாவிற்குச் சம்பளத்தில் போனஸ் கிடைத்ததால் இரவு உணவிற்கு நண்டு வாங்க வந்தோம். அம்மா சாமர்த்தியசாலி. அவர் நண்டுகளின் கால்களைப் பற்றித் தூக்கி, அதன் சதைப்பற்றைக் கணிக்கிறார். அவற்றின் கொடுக்குகள் கட்டப்பட்டுத்தான் இருக்கின்றன. இருந்தாலும்!

கடைத்தெருவில் இதுதான் கடைசியாக வாங்குவது. பணம் கொடுத்த பின், அதை ஒரு இரண்டு அடுக்குகள் கொண்ட பையில் இட்டுக் கடைக்காரர் தருகிறார். அதை பழங்கள், காய்கறிகள், கோழி, பன்றி இறைச்சி நிரம்பிய பையில் அம்மா போட்டுக்கொள்கிறார்.

வீட்டுக்குச் செல்லும் வழியில் நன்கு உடையணிந்த ஒரு பெண் அம்மாவை அழைக்கிறார். "ஆர் ஜி எஸ் சூ தானே நீ?" என்று ஆர்வத்துடன் கேட்கிறார். அம்மா வியர்வை வழியும்

முகத்துடன், ஒப்பனை செய்த, லிப்ஸ்டிக் அணிந்த அப்பெண்மணியை நோக்குகிறார். அவர் பிரமாதமான காலணிகள் அணிந்திருப்பதை நான் காண்கிறேன்.

அவர், "என்னை நினைவிருக்கிறதா? நான் தான் லி மே. ராஃபில் பெண்கள் பள்ளியில் உன் வகுப்புத் தோழி" என்கிறார்.

அம்மா புன்னகையுடன், "லி மே நீயா? என்னவொரு அதிசயம்!" என்கிறார்.

"ஆமாம் இந்த இடத்தில் என் வாடிக்கையாளருடன் ஒரு சந்திப்பிருந்தது. அதனால் காலை உணவிற்காக இங்கு வந்தேன். நீ இங்குதான் வசிக்கிறாயா?"

அம்மா தலையாட்டிக்கொண்டே, "ஆமாம் மார்க்கெட்டின் பின்னாலுள்ள தொகுப்பு வீட்டில்தான் வசிக்கிறேன். இத்தனை வருடங்கள் கழித்து உன்னைப் பார்ப்பதில் மகிழ்ச்சி. நீ எங்கு வேலை செய்கிறாய்?"

"ஒரு பன்னாட்டு நிறுவனத்தின் மின்னனுப் பிரிவில் விற்பனைப் பிரிவில் உள்ளேன். நீ வேலை செய்கிறாயா?"

"நானா? அதாவது – இல்லை – நான் – நான் சில காலத்திற்கு முன்பே வேலையை விட்டுவிட்டேன்."

நான் அந்தப் பெண்மணியின் காலணிகளைப் பார்க்கிறேன், அவை தோலால் செய்யப்பட்டவை, அதே சமயம், பாடநூலைப் பள்ளிக்கு மறந்துவிட்டுச் சென்று, ஆசிரியை வகுப்பில் நுழையும்போது என் கால்கள் இடம் மாறுவதைப்போல, அம்மாவின் கால்கள் இடம் மாறுவதைக் கண்டேன். பைக்குள் நண்டுகளும் அலைந்துகொண்டிருந்தன. அவை பொறுமை இழந்துவிட்டன போலும். திடீரென்று ஒரு நண்டு ப்ளாஸ்டிக் பையைக் கிழித்து வெளிவரப் பார்த்தது.

"ஓ! அப்படியா?" மிகவும் சோகமானதுதான் சூ! வகுப்பிலேயே முதல் மாணவியாகத்தான் உன்னை என் நினைவில் வைத்திருக்கிறேன்! சரி. நான் செல்ல வேண்டும். இதுதான் என் பெயரட்டை. என்னைத் தொலைபேசியில் அழை. நாம் இருவரும் ஒருமுறை சேர்ந்து உணவருந்தலாம்."

அப்பெண்மணி நடந்த சென்றபோது, அவரின் காலணி எழுப்பிய, 'க்ளாக் க்ளாக்' என்ற ஓசையைக் கேட்க மகிழ்ச்சியாக இருந்தது. தன் தோழி தந்த பெயரட்டையை அம்மா நோக்குகிறார். நானும் அதை எட்டிப் பார்க்கிறேன். அதில், 'தியோ லி மே – விற்பனை மேலாளர்' என்று பொறிக்கப்பட்டுள்ளது. நாங்கள் நடந்து செல்கிறோம், நானும் வளர்ந்த பிறகு அவரைப் போலவே "விற்பனை மேலாளர்" – அது என்னவாக இருந்தாலும் – ஆகலாமே என்று நினைக்கிறேன். க்ளாக், க்ளாக், க்ளாக் என என் காலணிகள் ஓசை எழுப்புகின்றன. "ஷ், ஷ், ஷ்" என அம்மாவின் செருப்புகள் ஒலிக்கின்றன. அவர் முன்பைவிட மெதுவாக நடக்கிறார். அவர் முகத்தில் சோகம் கவிழ்ந்துள்ளது. எதைப் பற்றியோ சிந்தித்துக்கொண்டிருப்பது போல் இருந்தது.

ஏனென்று தெரியவில்லை அவர் கையைப் பிடித்திருப்பதை விட்டுவிட்டு, அவருக்கு முன்பே 'க்ளாக்' என்று ஒலியெழுப்பியபடி நடக்கிறேன்.

அன்று சில நேரம் கழித்து, அம்மா "கோங் குஆங்" க்ரீம் ரொட்டிகளை ஒடித்துப் பொடியாக்கித் தரக் கூறுகிறார். அதைப் பன்றி இறைச்சியின் மேல் தடவ உபயோகப்படுத்துவார். அதைப் பொரித்தால் மிகவும் சுவையாக இருக்கும். பன்றிக்கறியை மெல்லிய துண்டுகளாக வெட்டுகிறார். ஆனால் நாங்கள் இருவரும் எதுவும் பேசிக் கொள்ளவில்லை. ஏனெனில் அவர் சோகமாக இருக்கிறார். தொலைபேசி ஒலிக்கிறது. அவர் கை அழுக்காக இருப்பதால், நான் ஓடிச் சென்று ஒலி வாங்கியை எடுக்கிறேன். அம்மாவின் அறையிலுள்ள தொலைபேசியை எடுக்க முடிவு செய்கிறேன். அவர் படுக்கைக்கு மேல் உள்ளதை.

"ஹலோ சூ தானே?"

அது ஆ–மாவின் குரல். அது மிகவும் கவலையுடன் ஒலிக்கிறது. அவரிடம் நான் தான் பேசுவது என்று தெரிவிக்கிறேன். அவர் அம்மாவை அழைக்கச் சொல்கிறார். ஆ–மா பேசுவதைக் கேட்டு, முன்பிருந்ததை விட அம்மாவின் முகம் வெளுப்பாய் மாறுகிறது.

"உடை மாற்றிக்கொள். ஆ–மா வீட்டிற்குச் செல்ல வேண்டும். ஆ –கூவிற்கு உடல் நலம் சரியில்லை" என்று கூறியபடியே தொலைபேசியைப் பொருத்துகிறார்.

சே அப்பாவுடன் ஏதோ வாங்குவதற்காக வெளியே சென்றிருக்கிறாள். ஆகவே வீட்டில் யாருமில்லை. அம்மா அப்பாவிற்கு ஒரு துண்டுக் காகிதத்தில் தான் எங்கு செல்கிறேன் என்றும், என்னை ஆ–மா வீட்டிலிருந்து திரும்ப அழைத்து வர வேண்டும் என்றும் செய்தியை எழுதி வைக்கிறார். அம்மாவின் மனநிலை சரியாக இல்லை. என்னை வேகமாக உடைமாற்றக் கூறுகிறார். 'வேகமாக நட. ஏன் இன்று இத்தனை மெதுவாக நடக்கிறாய்?' என்று கூச்சலிடுகிறார். பேருந்துச் சீட்டிற்கான காசை நான் கீழே தெரியாமல் போட்டபோது அவர் கோபப்படுகிறார். "இன்றைக்கு என்ன ஆயிற்று உனக்கு?" என்று எரிச்சல்படுகிறார். அந்தக் குதிகாலுயர்ந்த செருப்பு அணிந்த பெண்மணி இப்படி எரிச்சல்பட்டுக் கத்தமாட்டார். அம்மாவிற்குப் பதிலாய் அவரை மாற்றிக் கொண்டுவிடலாம் என்று எனக்குத் தோன்றுகிறது.

ஒரு வழியாக ஆ–மாவின் வீட்டை அடைந்தபோது சமையலறைத் தரையில் அமர்ந்தபடி ஆ–கூ தூண்டிலைச் சுற்றுவது போல் ஏதோ விசித்திரமான செய்கையைச் செய்துகொண்டிருந்தார்.

"செங்க்! வா நாம் மருத்துவமனைக்குச் செல்ல வேண்டும்" என அம்மா அழைக்கிறார். அவர் எப்போதும் அம்மா சொல்லிற்குக் கீழ்படிந்து அவரைத் தொடர்ந்து மருத்துவமனைக்குச் செல்வார். ஆனால் இன்று அவர் எழுந்திருக்கக்கூட இல்லை.

"இல்லை நான் வரமாட்டேன்" என்ற பதில் உரக்கச் சமையலறையில் இருந்து கேட்கிறது. அம்மா மீண்டும் முயற்சி செய்கிறார். "செங்க் உன் உடல்நலம் சரியில்லை. நாம் போக வேண்டும். உன்னை வந்து நான் பார்ப்பேன். உனக்கு உணவும் சிகரெட்டும் கொண்டு வருவேன்" என்கிறார்.

"இல்லை! போய்விடு!"

இது போல், ஆ-கூவை நான் பார்த்ததே கிடையாது. பாவம் ஆ மா மிகவும் கவலையுடன் இருக்கிறார். அவரும் ஆ-கூவைக் கட்டாயப்படுத்த முயற்சி செய்கிறார்.

"செங்க் இப்படி இருக்காதே! சூ-வுடன் ஆஸ்பத்திரிக்குச் செல்."

ஆனால் அவர் பதிலேதும் அளிக்கவில்லை. செங்க் என்று ஆ-மா உரக்க அழைக்கிறார்.

"எனக்கு வேண்டாம் லா!" என்று பதில் வருகிறது.

ஒரு மணி நேரம் இப்படியே தொடர்கிறது. எனக்குப் பயமாக உள்ளது. அம்மாவும் ஆ-மாவும் பயப்பட வேண்டாம் என்று கூறுகின்றனர். அவர் உரக்கப் பேசுவாரே தவிர யாருக்கும் தீங்கு விளைவிக்கமாட்டார்.

அவரை மருத்துவமனைக்குக் கட்டாயம் அழைத்துச் செல்ல வேண்டும் என்று ஆ-மாவிடம் அம்மா கூறுகிறார். என் எதிரேயுள்ள இருக்கையில் இருவரும் அமர்ந்துகொள்கின்றனர். "என்ன செய்வது?" என்று ஆ-மா அம்மாவிடம் கேட்கிறார். அம்மாவிற்கே என்ன செய்வது என்று தெரியவில்லை போதும். ஏனெனில் ஆழ்ந்து சிந்திப்பதைப்போல அவர் புருவங்களைச் சுருக்கிக்கொள்கிறார்.

சில நிமிஷம் கழித்து ஆ மாவிடம், "அவன் என்னோடு வரவில்லை யென்றால் என்னால் அவனை இழுத்துச் செல்லமுடியாது. பக்கத்திலிருக்கும் காவல் நிலையத்தில் உள்ளோர் உதவி புரிவார்களா? அவர்கள் செங்கைப் பிடித்து மருத்துவமனைவரை அழைத்துச் செல்ல பலம் பொருந்தியவர்களாக இருப்பார்கள்" என்றார். "அக்கம்பக்கம் உள்ளோர் அனைவரும் காவல்காரர்கள் வந்தால் பார்ப்பார்களே" என்றார் ஆ-மா.

"என்ன செய்வது? நமக்கு யார் உதவுவார்கள்? ஆ லிம்மினால் கூட அவனைக் கூட்டிச் செல்லமுடியாது. பாதி வழியில் அவன் நடந்து வேறு எங்காவது போய்விட்டால் என்ன செய்வது?" என்கிறார் அம்மா.

அம்மா சமையலறைக்குச் செல்கிறார். கடைசி முறையாய் ஒருமுறை முயற்சி செய்து பார்க்கலாம் என்று நினைத்தார்போல.

"செங்க்" என்று அழைக்கிறார். பதிலேதும் இல்லை. "செங்க்!"

"எனக்கு வேண்டாம் லா! போய்விடு." அவரின் கூக்குரல் பதற்றத்துடன் வருகிறது.

அம்மா கண்களைச் சிறிது நேரம் மூடித் திறந்து, பெருமூச்சு விட்டபடியே தொலைபேசியை நோக்கி நகர்கிறார். அதன் பின் என்னிடம், "அந்தப் படுக்கை அறைக்குப் போ" என்கிறார். நான் உள்ளே சென்ற

பிறகு அதை மூடிவிட்டார். அறையில் இரண்டு படுக்கைகள் உள்ளன. சுவரை ஒட்டி எதிரெதிராக. ஒட்டு வேலை செய்யப்பட்ட போர்வை உள்ளது, ஆ மாவின் படுக்கை, மற்றது ஆ கூவுடையது. நான் இப்பொழுது என்ன செய்யலாம் என்று யோசித்துக்கொண்டே ஆ–மாவின் படுக்கையில் அமர்கிறேன். அவசரத்தில் வாசிக்க எந்தப் புத்தகமும் எடுத்து வரவில்லை. பழைய மேசை நாற்காலிகளைப் பார்த்தபடி என் காதுகளைக் கதவில் பொருத்திக்கொண்டு, என்ன நடக்கிறது என்று யூகிக்கத் தலைப்பட்டேன்.

இருபது நிமிடங்களுக்குப் பிறகு காவல்காரர்கள் வருவது எனக்குக் கேட்டது. அவர்கள் கதவை உரக்கத் தட்டி, “ஹலோ! போலிஸ் வந்திருக்கிறோம். யாரோ எங்களை அழைத்தீர்கள்போல!” என்றனர்.

என் இதயம் குதிரை ஓடுவதுபோலப் படபடக்கத் தொடங்கியது. கடைத் தெருவில் நான் காணாமல் போனபோது அடித்த மாதிரியே! காவல் அதிகாரிகள் அம்மாவுடன் பேசுவது காதில் விழுந்தது. இரண்டு பேர் வந்திருக்க வேண்டும். ஏனெனில் இரண்டு வகையான குரல்கள் கேட்டன. நீலநிறச் சீருடையில், துப்பாக்கிகள் பொருத்திக் கொண்ட பெரிய உருவங்களை நான் கற்பனை செய்துகொண்டேன்.

சமையலறைக்குச் செல்வதும், பின்கூடத்திற்கு வருவதும், மீண்டும் சமையலறைக்கும் கூடத்திற்கும் என நடக்கும் ஓசைகள் கேட்கின்றன.

ஒரு அதிகாரி பேசத் தொடங்குகிறார். அவர் குரல் மிகவும் உரக்க ஒலிக்கிறது. அவர் பேசுவது அனைத்தும் எனக்குக் கேட்கிறது. “மேடம்! உங்கள் சகோதரரைக் காவல் நிலையத்திற்கு அழைத்துச் சென்று ஒரு வாக்குமூலம் வாங்கிவிட்டுதான் அவரை ‘வுட்பிரிட்ஜ்’ மருத்துவமனைக்குக் கூட்டிச் செல்லலாம். அது உங்களுக்குப் பிடிக்காத விஷயம்தான். ஆனால் பாதுகாப்பிற்காக அவருக்கு கை விலங்குகள் மாட்ட வேண்டும். தேவைப்பட்டால், இதுதான் நடைமுறை புரிந்துகொள்வீர்கள் என நினைக்கிறேன்” என்றார்.

அம்மா அமைதியாக இருக்கிறார். என் பென்சில் அழிப்பான் பொறாமைப்படும் அளவிற்கு அவர் முகம் வெள்ளையாக மாறியிருக்குமோ என நினைக்கிறேன். இதை அவர் எதிர்பார்த்து இருக்கமாட்டார். அவர் காவல்காரர்களை உதவிக்கு அழைக்கலாம் என்றுதான் ஆ–மாவிடம் கூறினாரே தவிர இப்படிக் கைது செய்வதற்கு அல்ல.

“சார். எனக்குப் புரிகிறது. அவன் யாருக்கும் தீங்கு விளைவிக்க மாட்டான் என்று நான் உறுதியளிக்கிறேன்.” அவனுக்கு விலங்குகள் வேண்டாம். அவன் எந்தக் குற்றமும் புரியவில்லை என்னை நம்புங்கள்” என்று அம்மா கூறினார்.

அந்த அதிகாரியோ, “மன்னிக்கவும் மேடம், இதுதான் விதிமுறை. இதைப் பின்பற்றியே ஆக வேண்டும். காவல் துறையைப் பொருத்தவரை விதிகளை மீறக்கூடாது” என்றார். அம்மாவைப் பற்றி எனக்குத் தெரியும் என்பதால் கத்திக் கூச்சலிட்டு எதிர்த்துப் பேசி அது சரியான விதிமுறை அல்ல என்று அவர்களுக்குப் புரியவைப்பார் என்று எதிர்பார்த்தேன். அவர்கள் இங்கு உதவி செய்யத்தான் வந்திருக்கிறார்கள் என்றும், கைது

செய்ய அல்ல என்று கடுமையாக அவர்களுக்கு ஞாபகப்படுத்துவார் என்று எதிர்பார்த்தேன்.

இல்லை அவர் ஏதும் கூறவில்லை. எனக்குக் கேட்டதெல்லாம் வாக்கி டாக்கிகளின் கரகரத்த ஓசையும் விலங்கின் சத்தமும்தான்.

அர்த்தமில்லாமல் நடந்துகொள்ளும் தந்தையிடமோ, மற்றவர்களிடமோ பலமாகச் சண்டையிடும் அம்மாவிற்கு என்ன ஆயிற்று என்று தெரிய வில்லை. பெரியவர்கள் குழந்தைகளைவிட மாறுபட்டவர்கள் இல்லையா? குழந்தைகளைப் போல் அவ்வளவு எளிதில் விட்டுக்கொடுத்து விடுவார்களா என்ன? நான் விளையாட்டு வகுப்பில் கடைசிவரை ஓட முடியாமல் மீதி தூரத்தை, என் வகுப்புத் தோழிகள் என்னைக் கடந்து பாய்ந்து ஓடும்போது, நடந்தே கடப்பதைப்போல?

நான் கண்களை மூடிக்கொள்கிறேன். ஒரு காவல் அதிகாரி விலங்கை கையில் எடுத்துக்கொண்டு மற்றவரிடம் முணுமுணுத்துக்கொண்டு பேசியவாறே சமையலறைக்குள் செல்வதை என் மனக்கண்ணில் காண்கிறேன். ஆ–கூ பயத்துடன் அமர்ந்தபடியே நிமிர்ந்து பார்க்கிறார். மூலையை ஒட்டி நகர்கிறார். அம்மாவைக் கோபத்துடன் முறைக்கிறார். காவலர்கள் அவர் அருகே செல்கின்றனர், அவர் மூச்சு விடுவது உரக்கக் கேட்கிறது. காவலர்கள் அவரிடம், “கவலைப்படாதீர்கள், உங்களுக்கு உதவத்தான் நாங்கள் முயற்சி செய்கிறோம்” என்கின்றனர். இருப்பினும் ஒருவர் விலங்கைத் தன் பின்னால் ஒளித்து வைத்திருக்கிறார். அவரிடம் பேசிக்கொண்டே ஓரோர் அடியாக எடுத்து வைத்து அவர் அருகில் சென்று கையில் விலங்கை மாட்டுகின்றனர். ஆ–கூ போராடவில்லை. அவர் தோள்களைப் பற்றிச் சமையலறையை விட்டு வெளியேற்றும்போது அவர் கீழே நோக்கியபடியே உரக்க மூச்சுவிட்டுக்கொண்டிருக்கிறார். வாசலில் நிறுத்தி, அவர் செருப்பை அணிய வைக்கின்றனர். அவர் எப்போதும் அணியும் பழுப்புநிறச் செருப்பு.

ஆ–மா அழுவது எனக்குக் கேட்கிறது. இனியும் ஒளிந்து கொள்ள விருப்பமில்லாமல் வெளியே வந்து ஆ–மாவின் கைகளைப் பற்றிக் கொள்கிறேன். வாயிலை நோக்கி நடக்கும்போது அவரும் என் கைகளை வலிக்கும்வரை அழுந்தப் பற்றிக்கொள்கிறார். ஆ–மா கஷ்டப்பட்டுக் கழுத்தை உயர்த்திப் பார்க்கிறார். அவர் மிகவும் கூனல் உடையவராய் இருப்பதால் என்னைவிடச் சிறிதளவே உயரமாக இருப்பார். தலையை நிமிர்த்தி நீண்ட நேரம் பார்ப்பது அவருக்குச் சிரமமாய் இருக்கும். இப்போதோ அவரின் மகனை விலங்கிட்டு அழைத்துச் செல்கின்றனர். கஷ்டமாக இருந்தாலும் எவ்வாறு பார்க்காமல் இருக்க இயலும்?

அக்கம்பக்கத்திலுள்ளோர் வாசலிலிருந்து எட்டிப் பார்க்கின்றனர். சிலர் நடைபாதையில் நின்றுகொண்டு பார்க்கின்றனர். சிலர் தாழ்ந்த குரலில் முணுமுணுக்கின்றனர். காவலர்கள் ஆ–கூவின் விலங்கைப் பற்றியபடியே லிஃப்டை நோக்கிச் செல்கின்றனர். அம்மா அவர்களின் பின்னால் நடந்து செல்கிறார். யாராவது சிமென்ட் தரையில், இரண்டு ரப்பர் செருப்புகள் அணிந்த சின்னப் பாதங்கள் எழுப்பும் ‘ஷ் ஷ்’ என்ற

ஓசையைக் கேட்டு இருப்பார்களா? மேலும் அதன் பின் நடந்த சிறிய ஒலியைக் கேட்டிருப்பார்களா? ஆம், கேட்பது பார்ப்பதைப் போல் அத்தனை முக்கியம் இல்லைதான். ஒரு நாடகத்தில் காவலர்கள் வரும் காட்சியைக் காண்பதுபோல, ஒரு நல்லவன் ஒரு கெட்டவன். அக்கம் பக்கம் உள்ளோர், ஆ கூ கெட்டவன் என்று கூறிக் கொண்டிருக்க வேண்டும், அவர்களிடம் நான் அவர் கெட்டவர் இல்லை என்று கூற வேண்டும் போல் இருந்தது, அவர் தவறேதும் செய்யவில்லை, அவர் குற்றவாளி இல்லை, அவரைப் பார்த்து அவர்கள் எல்லாம் பயப்படத் தேவையில்லை, ஏனென்றால் அவர் அவர்களுக்கு எந்தத் தீங்கும் விளைவிக்கமாட்டார் என்று கூற வேண்டும் போல் இருந்தது. ஆனால் என்னால் அழ மட்டும் தான் முடிந்தது. ஸ்கீசோஃபெர்னியா நோய்தான் உலகத்திலேயே மிகவும் கொடுமையான ஒன்று.

ஆ–கூவும் அம்மாவும் நடப்பதைப் பார்க்கும்போது அக்கம் பக்கத்தில் உள்ளோர் எட்டிப் பார்த்துக்கொண்டும், சுட்டிக் காட்டியும் முணுமுணுத்துக் கொண்டும் இருப்பதைப் பார்த்தபோது, எனக்கு ஏனோ ஒரு வெட்டுக்கல்லின் மேல் பாவமாக இருக்கும் இரண்டு பன்றிக் கறித்துண்டுகள் கற்பனையில் விரிந்தன. நூறு முகங்கள் அவற்றைப் பார்த்தபடியும், அவற்றின் நிர்வாணத்தைச் சோதித்தபடியும், பின் கொடூரமான சிரிப்போடு அவற்றை ஒரு வாணலிக்குள் எறிவது போலவும், அங்கு சூடான எண்ணெய் சதையை எரிப்பது போலவும் தோன்றியது.

ஒரு மணிநேரம் சென்று அப்பா வந்து என்னை வீட்டிற்கு அழைத்துச் சென்றார். எனக்கு ஒரு பொட்டலம் கோழிச்சோறு வாங்கிக் கொடுத்தார். அதை உண்பதற்குக் கரண்டியும், முள்கரண்டியும் எடுப்பதற்குச் சமையலறைக்குச் சென்றபோது, அங்குப் பாத்திரம் கழுவும் இடத்தில் பிளாஸ்டிக் பைகள் சலசலத்துக் கொண்டிருந்தன. நண்டுகள்! நண்டுகளை மறந்தே போய்விட்டோம்.

பிளாஸ்டிக் பையைக் குனிந்து நோக்கினேன். ஒன்று, இரண்டு, மூன்று இருந்தன. ஒரு நிமிஷம். நாங்கள் நான்கு நண்டுகள் வாங்கியது எனக்கு மிகவும் தெளிவாக நினைவில் இருக்கிறது. நான் மீண்டும் எண்ணிப் பார்க்கிறேன். ஒன்று, இரண்டு, மூன்று. ஏதோ சரியில்லை. என் இதயம் மீண்டும் குதிரையைப் போல் ஓடத் தொடங்கியது. அப்படி இருக்கலாமா? எப்படி அப்படி முடியும்?

"அப்பா, அப்பா" எனக் கத்துகிறேன். என் பதற்றத்தைப் பார்த்து அப்பா ஓடி வருகிறார்.

"என்ன லின்? ஏன்?"

"ஒரு நண்டு தப்பித்துவிட்டது" என்கிறேன்.

அவர் ஒரு பெருமூச்சு விட்டுக்கொண்டே, "ஹய்யோ! நான் வேறு ஏதோ நிகழ்ந்துவிட்டது என நினைத்தேன். வெறும் நண்டுதானே லா."

“ஆனால், அந்த நண்டு இந்த வீட்டில் எங்கேயோ ஊர்ந்துகொண்டு இருக்கிறதுதானே அப்பா?”

இப்போது அவருக்கும் சிறிது கவலை வந்துவிட்டது. ஆனால் அவர், “அம்மா விரைவில் திரும்பி வந்துவிடுவார், அவருக்கு நண்டை எங்கு கண்டுபிடிக்க வேண்டும், எப்படிப் பிடிக்க வேண்டும் என்று தெரியும். நீ போய்ச் சாப்பிடு” என்றார்.

என் மனதிலோ, ‘அம்மா என்ன நண்டைக் கண்டுபிடிக்கும் குழுவைச் சேர்ந்தவரா என்ன? அவருக்குக் கண்டுபிடிக்க எப்படித் தெரியும்? அவரும் மற்றவர்களைப் போல் தேடத்தானே வேண்டும்!’ என்ற எண்ணங்கள் ஓடின. ஆனால் அவர் என் அப்பா. அதனால் அவரின் சொல்படி கேட்டு நான் உணவை அருந்தச் செல்கிறேன். இருந்தாலும், அந்த தப்பித்த நண்டு என் காலடியில் ஊர்ந்து கொண்டிருக்கிறதா என்பதைக் கவனமாக பார்த்துக்கொண்டிருந்தேன்.

அம்மா தொலைபேசியில் அழைத்து, அவரும் ஆ ஹுவும் காவல் நிலையத்தில் இருப்பதாகக் கூறினார். காவலர்கள் அவர்களின் வாக்குமூலத்தைப் பதிவு செய்ய நெடுநேரம் எடுத்துக்கொள்வதாகவும், அவர்கள் நெடுநேரம் காத்துக்கொண்டிருப்பதாகவும், அதன்பின் வுட்பிரிட்ஜ் செல்வதற்குச் சிறிது நேரம் காக்க வேண்டும் என்றும், அதன் பின் அங்கு சேர்க்கைக்காக மேலும் காத்துக்கொண்டிருக்க வேண்டும் என்றும் கூறினார்.

ஆக, எங்களுக்கு இப்போது ஒரு பிரச்சனை உள்ளது. ஏனெனில் தப்பித்துவிட்ட நண்டு வீட்டினுள் இருக்கிறது. அம்மா வந்து அதைப் பிடிக்கும்வரை எங்களால் காத்துக்கொண்டிருக்க முடியாது. ஏனெனில் எங்கள் யாருக்கும் மீதமுள்ள நாளில் தப்பித்த நண்டு ஒன்று சுதந்திரமாக வீட்டில் சுற்றப் போகிறது என்ற எண்ணத்தைத் தாங்கிக் கொள்ளவே முடியவில்லை. அப்பா, சே மற்றும் நானும் முழுங்காலிட்டு, சுழலும் மணி போன்ற கண்ணும் கட்டப்பட்ட கொடுக்குகளுமுள்ள, தப்பித்துச் செல்லும் சாமர்த்தியமுடைய, அந்த ஐந்துவைத் தேடினோம் – நாங்கள் முழங்காலிடுவது மற்ற நேரங்களில் பிரார்த்தனை செய்வதற்கு மட்டுமே! அப்பாவிற்கு நண்டுகளை உண்ணப் பிடிக்கும். ஆனால் உயிருள்ள ஒன்றைத் தேடுவது அவருக்குச் சிறிது சங்கடமாக இருந்திருக்க வேண்டும். அதே போல், ‘இங்கிருக்கிறது, இங்கிருக்கிறது’ என்று சோஃபாக்கு அடியில் அதைக் கண்டு விட்டு சே கூச்சலிட்டபோது, அவர் மேலும் கவலைப்பட்டது போல் தோற்றமளித்தார்.

‘முட்டாள் நண்டு. இந்த அம்மா எதற்காக நண்டு வாங்கினார்?’ என்று சொன்னபடியே பெரிய தொப்பையுள்ள தன் உடலை தன் முழங்காலுக்கு அருகே கொண்டு வந்தபடியே அப்பா கூறினார். சே–யும் நானும் ஒருவரை ஒருவர் நோக்கிக் கொண்டோம். ஏனெனில், அது மிகவும் சிரமமான வேலை என்றாலும் அப்பாவிற்காகத்தான் நண்டு வாங்கியதாக அம்மா கூறினார். இந்த நண்டோ மிகவும் புத்திசாலி. ஏனெனில் பிளாஸ்டிக் பையிலிருந்து, தப்பித்து வெளியே வந்துவிட்டது அது.

பெரியவர்கள் சில சமயம் விசித்திரமாகப் பேசுவார்கள். விசித்திரமான செயல்களைச் செய்வார்கள். உதாரணத்திற்கு ஒரு நண்டை முட்டாள் என்று கூப்பிடுவதும், சாதுவான ஒருவருக்கு விலங்கிடுவது போலவும்.

அப்பா அந்த நண்டைப் பிடிக்க வெகு நேரம் எடுத்துக்கொண்டார். இறுதியில் தைரியமான சே தான் அதன் கால்களைப் பற்றி மீண்டும் அதை பிளாஸ்டிக் பையில் தள்ளி விட்டாள்.

அன்றுமாலை, அப்பா கீழுள்ள கடைக்குச் சென்று எங்கள் உணவை – தா பவோ–வைக் கட்டி எடுத்து வருகிறார். அம்மா இன்னும் வீட்டிற்கு வரவில்லை. இருட்டிவிட்டது. இன்னும் வரவில்லை. நண்டுகளுக்கு இன்னும் ஒருநாள் ஆயுள் உண்டுபோல! ஆனால், ஒரு பிளாஸ்டிக் பையில் வாழ்வதென்பது வாழ்க்கைக்கான அருமையான காரணம் அல்ல.

அம்மா வருவதற்காகப் படுத்தபடியே காத்துக்கொண்டிருந்தபோது, அவர் வுட்பிரிட்ஜின் நீண்ட இருண்ட நடைபாதையில் தனியாக நடந்து வருவதைப் போல் நினைத்துக்கொள்கிறேன். அவர் இன்னும் இரவுணவைச் சாப்பிட்டிருக்கமாட்டார். மதியம்கூட சாப்பிட்டிருக்க மாட்டார். ஏனெனில் மேசையில் அமர்ந்திருந்தபொழுது, தனக்கு ஒரு பொட்டலம் சோறு வாங்கி வருமாறு அப்பாவிடம் கூறினார். கையில் விலங்கு இருந்ததால் ஆ–கூவும் நாள் முழுவதும் சாப்பிடாமல் இருந்திருக்கலாம். மருத்துவமனைக்குச் செல்லமாட்டேன் என்று அவர் கூறுவதில் அவரைக் குறை கூறவேமுடியாது. ஏனெனில், ஒரே ஒருமுறை அங்கு நான் சென்றிருக்கிறேன். மறுமுறை எனக்குச் செல்லவே பிடிக்கவில்லை. என் கையில் விலங்கிட்டிருந்தால்கூட.

இறுதியாக 10 மணி வாக்கில், அம்மா திரும்பி வருகிறார். நான் ஓடிச் சென்று அவரை வரவேற்று, உற்சாகத்துடன் நண்டு தப்பிச் சென்றதைக் கூறுகிறேன். ஆனால், அவர் கண்களோ சிவந்தும் வீங்கியும் இருக்கின்றன. அவர் தலையை ஆட்டிக்கொண்டு வெறுமே, 'ம் . . . ம்' என்றார். சில கரண்டிகள் மட்டும் சோறு சாப்பிட்டு, பின் தன் படுக்கையில் சென்று படுத்துக்கொள்கிறார். அவருக்கு இரவு வணக்கம் கூற வேண்டும் என்று எனக்கு, ஆசை. ஆனால், நான் என் அறைக்குத் திரும்புகிறேன். ஏனெனில் தன் படுக்கையில் அமைதியாக அம்மா அழுவது எனக்குக் கேட்கிறது.

11

காவலர்கள் விலங்கு மாட்டியதற்கும் நண்டு தப்பித்துச் சென்றதற்குப் பின் அம்மாவிற்கு மிகவும் உடல் நலம் குன்றியது. அது ஒரு பின்மதியப் பொழுது, அப்பா இன்னும் வீடு திரும்பவில்லை. சே விற்கும் எனக்கும் என்ன செய்வது என்று தெரியவில்லை. அம்மா படுக்கையில் முனகிக்கொண்டும் கத்திக்கொண்டும் கிடக்கிறார்.

ஆ என் தலை! ஹார்ட் இன்னும் கொஞ்சம் மாத்திரை கொண்டு வா என்றார் சேவை 'ஸ்வீட் ஹார்ட்' என்ற பதத்தில் சுருக்கமாக 'ஹார்ட்' என்று அழைப்பது வழக்கம். மூன்றாவது முறையாக சே அவருக்கு வலி மாத்திரையைக் கொண்டுவந்து தருகிறாள்.

அம்மா இதுவரை நிறைய மருந்து சாப்பிட்டு விட்டீர்கள் என்று சே கூறுகிறாள்.

"என்ன செய்வது, என் தலை தாங்கமுடியாமல் துடிக்கின்றது. வெடித்துவிடும் போல் இருக்கிறது எனக் கூறியபடியே இரண்டு பனடால் மாத்திரைகளையும். இரண்டு பான்ஸ்டான் மாத்திரைகளையும் விழுங்குகிறார். அவர் முடியெல்லாம் வேர்வையில் ஈரமாக இருக்கிறது. உடல் முழுவதும் வேர்த்து வழிகிறது. வலியைப் பொறுத்துக்கொள்ளக் கண்களை இறுக்கி மூடிக்கொள்கிறார்.

அம்மாவிற்கு ஒற்றைத் தலைவலி உண்டு என்று எங்களுக்குத் தெரியும். ஆனால் அது இத்தனை மோசமாய் என்றும் ஆனதில்லை. அவர் அறையிலிருந்த வெளியேறி தொலைக்காட்சியை பார்க்க முயற்சி செய்கிறோம். மூன்றாவது முறையாகச் சரியாகிவிடும் என்று நம்புகிறோம். திரையில் 'ஜெர்ரி'யைப் பிடிக்க எப்பொழுதும்போல 'டாம்' முயற்சி செய்கிறது. நாங்கள் சிரிக்கிறோம். ஆனால் அம்மா ஆ ஆ என்று முனகுவதைக் கேட்டு நிறுத்திக்கொள்கிறோம். டாம் பலமுறை தோல்வியுற்று, ஜெர்ரி அவனுக்கு நல்லதொரு பாடத்தைக் கற்றுத் தருகிறது. இருவரும் நண்பர்களாகின்றனர். அம்மா இன்னும் வலியில் முனகுகிறார். நாங்கள் தொலைக்காட்சியை அணைத்தோம்.

"ஹார்ட் ஒரு மருத்துவரைப் பார்க்க வேண்டும்" என்று அம்மா கூறுகிறார். கடிகாரத்தை நோக்குகிறோம். ஏறக்குறைய

ஆறு மணி ஆகிவிட்டது. அப்படியென்றால் எங்கள் வீட்டின்கீழுள்ள மருத்துவர் வீட்டிற்குச் சென்றிருப்பார். எப்படி அவரை மருத்துவரைக் காண அழைத்துச் செல்வது?

"போய் சிங் ஆன்டி ஐப் பார். அவரிடம் நமக்கு உதவ முடியுமா என்று கேள்" என்று சே—யிடம் கண்களைத் திறக்க முடியாமலே கூறுகிறார். சிங் ஆன்டி எங்கள் அடுத்த வீட்டில் இருப்பவர் கருணையான, எளிதில் அணுகக் கூடியவர். எங்களுக்காக அடிக்கடி ஏதாவது வாங்கி வருவார். அவர் காவல் துறையில் பணி புரிகிறார். அவர் வேலையிலிருந்து திரும்பி வந்திருக்க வேண்டும் என நினைக்கிறேன்.

இம்முறை அதிர்ஷ்டம் எங்களோடு, சிங் ஆன்டி வேகமாக வந்து அம்மாவின் நிலையைப் பார்த்து அதிர்ச்சி அடைகிறார். அவர் எத்தனை வலி மாத்திரை உட்கொண்டிருக்கிறார் எனக் கேட்டபோது சே பத்துக்கு மேல் என பதில் அளிக்கிறாள். சே, ஆன்டிக்கு மேலும் அதிர்ச்சி.

ஐயோ! ஏன்? அதிகமாக மருந்து உட்கொள்வது ஆபத்து தெரியுமா என்று அங்கலாய்க்கிறார். தன் கணவனை அழைத்துவரச் செல்கிறார். இருவரும் அம்மாவை மெதுவாக எழுப்புகின்றனர். எங்களிடம் "போய் அம்மாவின் கைப்பையைக் கொண்டுவாருங்கள் அவரை மருத்துவமனைக்கு அழைத்துச் செல்கிறோம்" என்றார்.

அவர்களுடைய காரில் அருகிலுள்ள தோ பயோ மருத்துவமனைக்கு அழைத்துச் செல்கின்றனர். அங்கு பல நோயாளிகள் சக்கர நாற்காலிகளிலும் நகரும் படுக்கைகளிலும் உள்ளனர். சிலரின் உடல் முழுவதும் குழாய்கள் பொருத்தப்பட்டுள்ளன. சிலரின் உடல் முழுவதும் கட்டுகளாய் உள்ளது. ஒருவரை மருத்துவ ஊர்தியில் அழைத்து வருகின்றனர். அவருக்கு ஏதோ விபத்து நிகழ்ந்திருக்க வேண்டும். ஏனெனில் அவர் தலையைச் சுற்றி கட்டுப் போடப்பட்டிருக்கிறது அது ரத்தத்தில் தோய்ந்திருக்கிறது. உடல் முழுவதும் பல இடங்களில் தோல் வழன்று போய் தசை வெளியே தெரிந்தவாரிருந்தது.

என் வயிறு கலங்குகிறது. நல்லவேளை அதில் எந்த உணவுமில்லை. அதில் உணவு இருந்திருந்தால் நிச்சயம் வாந்தி எடுத்திருப்பேன். ஏனென்று தெரியவில்லை வாந்தி எடுப்பது ஒரு பயங்கர அனுபவம். அதனால் நான் வாந்தி எடுக்காமல் இருப்பதற்கு முயற்சி செய்வேன். உணவு விஷமானாலோ அல்லது வயிறு சரியில்லாமல் போனாலோ வயிற்றுப்போக்கு பரவாயில்லை. வாந்தியின் நாற்றமும் தாங்க முடியாத பாதி செரித்த உணவுத்துண்டுகள் நிறைந்த பழுப்புநிறத் திரவமோ எது என்று தெரியவில்லை – சில சமயம் அப்படிப்பட்ட உணவெல்லாம் ஏன் உண்டோம் எனத் தோன்றும். எதுவாக இருந்தாலும் யாருக்காகவாவது வாந்தி எடுக்கப் பிடிக்கும் என்பதைக் கேள்விப்பட்டிருக்கிறீர்களா?

சிறிது நேரம் கழித்து அம்மா அங்கிருக்கும் வார்டுகளில் ஒன்றுக்கு அழைத்துச் செல்லப்பட்டார். மருத்துவர்கள் அவருக்கு ஒரு ஊசி போட்டுவிட்டு விரைவில் அவர் சரியாகி விடுவார் என்றும் அடுத்த நாள் மாலை வீட்டிற்குச் சென்றுவிடலாம் என்றும் கூறினர். அப்பாவிற்கு

ஒரு குறிப்பு எழுதிவிட்டு வந்தோம். ஆனால் அவர் இங்கு இன்னும் வரவில்லை. சிங் ஆன்டி எங்கள் இருவருக்கும் இரண்டு பொட்டலம் சோறு வாங்கித் தந்தார்.

மருத்துவமனையில் அம்மா படுத்திருந்த படுக்கைக்கு அருகேயுள்ள நாற்காலியில் நாங்கள் அமர்ந்தோம். முன்பைவிட இப்போது சிறிது பரவாயில்லை போல் இருக்கிறார். இருப்பினும் தலை துடிப்பது போல் இருக்கிறது என்று கூறுகிறார். எங்கள் உணவின் வாசம் அவருக்கு வாந்தியைத் தூண்டுகிறது போலும். மூக்கை மூடிக்கொள்கிறார். பலன் ஏதுமில்லை. நீண்ட உள்மூச்சு வாங்கி வாந்தி எடுப்பதைத் தடுக்க முயற்சி செய்கிறார். உள்மூச்சு – வெளிமூச்சு, உள்மூச்சு – வெளிமூச்சு. நம்பிக்கையுடன் அவரைக் கவனித்துக்கொண்டிருக்கிறேன். ஆனால் ஒரு கட்டத்தில் அவர் தலையை ஆட்டியபடி “ஒரு பிளாஸ்டிக் பை! சீக்கிரம்” எனக் கேட்கிறார். சிங் ஆன்டி இழுப்பறையைத் திறந்து தேடுகிறார். நான் என் உணவுப் பொட்டலத்தைக் கீழே வைத்துவிட்டு வாந்தி பீறிடும் அந்தக் கணத்தில் வெளியே ஓடுவதற்குத் தயாராகிறேன்.

அம்மா அந்தப் பையைக் கையில் வைத்துள்ளார். வேகமாக ஓங்காளிக்கிறார். எதுவும் வரவில்லை. ஆனால் விரைவில் எதுவோ வரப் போகிறது என்று தோன்றுகிறது. நான் நடுங்கிக் கொண்டு நிற்கிறேன். அம்மாவிற்கு உடல்நலம் சரியில்லாதது இவ்வாறு இருப்பதோ ஓடுவதோ சரியில்லை என்று எனக்குத் தெரியும். ஆனால் அதை என்னால் தவிர்க்க முடியவில்லை. ஒரு எரிமலை வாந்தி, எரிமலை வெடிக்கப் போவதுபோல அச்சத்தில் நடுங்குகிறேன். இத்தகைய பயத்துடன் ஏன் பிறந்திருக்கிறேன் என்று தெரியவில்லை. சிலருக்கு உயரம் பீதி அளிப்பதைப் போல எனக்கு வாந்தி பீதி அளிக்கிறது. அது என்னை வார்டை விட்டு வேகமாக ஓடச் செய்கிறது. தூரத்தில் வாந்தி எடுக்கும் ஓசையும் அது பிளாஸ்டிக் பையில் விழும் ஓசையும் கேட்கிறது.

எல்லாம் அமைதியாக இருக்கிறது என்று தோன்றியபோது நான் மெதுவாக என் கோழைத்தனமான செயலை யாரும் கவனித்திருக்கக் கூடாது என நினைத்தபடியே திரும்பிச் செல்கிறேன். அமைதியாக இயல்பாக உள்ளே நுழைகிறேன். அவர்கள் அனைவரும் திரும்பி என்னைப் பார்த்துப் புன்னகைக்கின்றனர் – சிங் ஆன்டி அவர் கணவர், சே மற்றும் அம்மா. அம்மாவால் சிறிது புன்னகைக்க முடிகிறது. அப்படியானால் அவர் சிறிது குணமாகியிருக்க வேண்டும்.

“அம்மா அத்தனை மாத்திரைகளையும் வாந்தி எடுத்துவிட்டார். அவை அனைத்தும் அவர் வயிற்றிலேயே இருந்தன” என்று சே என்னிடம் கிசுகிசுப்பாகக் கூறினாள். சிங் ஆன்டி என் தோளைச் சுற்றிக் கையைப் போட்டு “பயந்துவிட்டாயா? பரவாயில்லை. இப்போது எல்லாம் சரியாகிவிட்டது” என்றார்.

நான் தலையைக் குனிந்துகொண்டு வெட்கப்பட்டேன்.

சிங் ஆன்டியின் கணவர் தங்கள் குழந்தைகளை அழைத்துக் கொண்டு வீட்டிற்குச் செல்ல வேண்டும் என்று கூறினார். அம்மாவுடன் சிங் ஆன்டி

ஏதோ பேசிக்கொண்டிருந்தார். நாங்கள் உண்பதைத் தொடர்ந்தோம். அம்மா ஆன்டியிடம் ஆ–கூவின் நோயைப் பற்றியும் அவரைக் கவனித்துக்கொள்ள வேண்டிய சூழலைப் பற்றியும் உதவிக்குக் காவலர்களை அழைத்தது பற்றியும் கூறிக்கொண்டிருந்தார்.

"காவலர்களை அழைத்திருக்கக் கூடாது. ஆனால் அவனை எப்படி மருத்துவமனைக்கு அழைத்துச் செல்வது? இப்போது என்மீது அவன் மிகவும் கோபத்தில் இருக்கிறான். அவனைப் பார்க்கச் சென்றால் 'போ போ' என விரட்டுகிறான். எனக்கு எவ்வளவு களைப்பாக இருக்கிறது தெரியுமா சிங்? என்னால் இரவு உறங்கக்கூட முடியவில்லை. இரவில் தொலைபேசி ஒலித்தால் உடனே எடுக்க வேண்டும். அதனால் எப்போதும் தயார் நிலையில் இருக்க வேண்டியிருக்கிறது."

அம்மா மீண்டும் தலையைத் தேய்த்துவிட்டுக் கொள்கிறார். சிங் ஆன்டி அம்மாவின் முதுகைத் தடவிக் கொடுக்கிறார். "அது உன் தவறு அல்ல. மிகவும் யோசனை செய்யாதே!" என்கிறார்.

அம்மா அழத் தொடங்குகிறார். "நான் ஏன் இவ்வாறு கஷ்டப்பட வேண்டும்? என் பெற்றோர் என்னைப் பெற்றிருக்கவே கூடாது. நான் பிறந்தபோதே அவர்களுக்கு வயது அதிகமாக இருந்தது. மேலும் இருபது வயது அதிகமான என் சகோதரனை நான் கவனிக்க வேண்டும். இருபது வருடங்கள்! என் அம்மா சிகிச்சை அளிக்க ஏன் மறுத்தார்? ஏன்? மருத்துவர்கள் சரியான சிகிச்சை அளித்தால் அவன் குணமாகிவிடுவான் எனக் கூறினர். ஆனால் அம்மா அதை நம்பவில்லை! ஒரே ஒரு தவறான முடிவு தெரியுமா சிங்? அந்த ஒரு தவறான முடிவினால் நான் வருடாவருடம் இந்தப் பாரத்தைச் சுமக்க வேண்டியிருக்கிறது. எத்தனை தியாகம்? எத்தனை உழைப்பு? எனக்கு எவ்வளவு களைப்பாக இருக்கிறது தெரியுமா? மிகவும் களைப்புற்றிருக்கிறேன்."

சிங் ஆன்டி அம்மாவின் முதுகைத் தட்டிக்கொடுக்கிறார். அம்மா தொடர்ந்து, "என் 'ஆ லாவோ' வீட்டில் இருப்பதே இல்லை. பாருங்கள். நான் மருத்துவமனையில் இருப்பதுகூட அவருக்குத் தெரியாது. என்னுடைய நல்ல காலம் என் அடுத்த வீட்டில் நீங்கள் இருக்கிறீர்கள்."

"பரவாயில்லை லா! இது சின்ன விஷயம். அக்கம்பக்கத்தினர் இதைக் கூடச் செய்யக்கூடாதா?"

அம்மா அப்பாவைத் தன் 'ஆ லாவோ' என்று அடிக்கடி அழைப்பார். அதற்கு வயதான கணவன் என்ற பொருள் என்று நினைக்கிறேன். ஏனெனில் நிறைய வயதான ஆன்டிகள் தங்கள் கணவரை 'ஆ லாவோ' எனக் குறிப்பிடுவதைக் கேட்டிருக்கேன். அம்மா அப்பாவை ஆ லாவோ என்று அழைக்காத சமயத்தில் டார்லிங் என விளிப்பார். தொலைக்காட்சியில் காண்பது போல் நாடகத்தன்மையுடன் அல்ல. அது மிகவும் நெருக்கமான ஒருவரைக் கூப்பிடுவதைப்போலத்தான். எப்படி என்றால் "டார்லிங் ஃப்ரிட்ஜிலுள்ள அத்தனை ஆரஞ்சுப் பழங்களையும் நீங்களே தின்றுவிட்டீர்களா? நான் அனைவருக்குமாக வாங்கி

வைத்திருந்தேன். நீங்கள் ஒருவரே அனைத்தையும் விழுங்கிவிட்டீர்கள்" என்று கடிந்துகொள்ளும் நேரங்களைப்போல.

சிங் ஆன்டி ஒரு குவளை நீரை அம்மாவிற்கு அருந்தத் தருகிறார். அம்மா அவரிடம் "அவனை மருத்துவமனைக்கு அழைத்துச் செல்வதற்குக் காவலரைக் கூப்பிட்டது தவறா சிங்? சத்தியமாக அவர்கள் விலங்கிடுவார்கள் என்பது எனக்குத் தெரியாது" என்று கேட்டார்.

"இல்லை லா. நீ தவறேதும் செய்யவில்லை. உன்னால் முடிந்ததைச் செய்தாய். காவலர்களும் தவறு செய்யவில்லை. அவர்கள் தங்களின் விதிமுறைகளின்படி தங்கள் பணியைச் செய்தனர். யாரும் தவறேதும் செய்யவில்லை. அது யாருடைய தவறுமில்லை. சில சமயங்களில் வாழ்க்கை அப்படித்தான். மக்கள் தாங்கள் நினைத்தபடி எப்படி வேண்டுமானாலும் பேசிக் கொள்ளட்டும். அவர்களைப்பற்றி நீ கவலைப்படாதே!" என்றார்.

"ஆனால் செங்க்தான் கஷ்டப்படப் போகிறான். இப்போது தினமும் அவர்களுடைய ஜாடை பேச்சுகளை அவன் எதிர்கொள்ள நேரிடும். ஏற்கெனவே அவர்கள் பயத்துடனும் நட்பற்றும் இருந்தனர். இப்போதோஅது இன்னும் மோசமாக ஆகிவிடப் போகிறது" என்றார் அம்மா.

சில நாட்களில் அந்த மக்கள் மறந்துவிடுவார் என்று சிங் ஆன்டி கூறுகிறார். அம்மாவிடம் வுட்பிரிட்ஜ் மருத்துவமனைச் செலவிற்கு ஏதாவ்து உதவி வேண்டுமா என்று கேட்கிறார். அம்மா அவரிடம் தன் அம்மாவும் சகோதரனும் மருத்துவமனைச் செலவிற்குப் போதிய சேமிப்பை வைத்திருப்பதாகக் கூறுகிறார்.

சிறிது நேரம் கழித்துத் தான் செல்ல வேண்டும் என்று சிங் ஆன்டி கூறுகிறார். அம்மாவிடம் "குழந்தைகளை நான் அழைத்துச் செல்கிறேன். அவர்கள் எங்கள் வீட்டில் இருக்கட்டும்." என்கிறார்

சே–யும் நானும் சிங் ஆன்டியுடன் கிளம்பினோம்.

மருத்துவமனையிலிருந்து மறுநாள் அம்மா வந்துவிட்டார். ஆனால் ஆ–கூ ஒரு வாரம் கழித்துதான் வீட்டிற்கு வந்தார். எப்படி இருந்தாலும் உலகம் இப்போது 'பளிச்' சென்று இருக்கிறது. சீனப் புத்தாண்டு அதன் ஆட்டம் பாட்டங்களோடு நெருங்கிவிட்டது. அப்பா சீக்கிரமே வீட்டிற்கு வந்து புதுவருடப் பாடல்களைத் தன் ஹைஃபை இல் ஒலிக்கவிடுகிறார்.

சீனப் புத்தாண்டான 'சுஜீ'க்கு முதல்நாள் அம்மா பானை பானையாக உணவு தயாரிக்கிறார். புது வருடத்தில் மட்டுமே கிடைக்கக்கூடிய 'தூதுதொர் திங்' என்ற பன்றி வயிறு சூப் ஒன்றிருக்கிறது. அதே போல் கோழி கறியும், 'ஞ்யியோ ஹியாங்' மற்றும் பொரிக்கப்பட்ட தின்பண்டங்களும் உள்ளன. எப்பவும் போல் ஆ–மாவும் ஆ–கூவும் ஒன்றுகூடும் விருந்தில் எங்களோடு சேர்ந்துகொள்வார்கள்.

ஐந்து மணி அளவில் வாயில் மணி ஒலித்தது. ஆ–மாவும் ஆ–கூவும் வீட்டினுள் நுழையும்போது அப்பா கேலி செய்கிறார். "வாஹ் செங்க் இன்றைக்கு பார்ப்பதற்கு மிகவும் அழகாய் இருக்கிறாய்."

ஆ–கூ பச்சைநிற போலோ டி–சர்ட் ஒன்றை அணிந்திருக்கிறார். பூரிப்பாகவும் அதே சமயம் சங்கடத்துடனும் இருக்கிறார். ஆ–மா அவர் எப்போதும் அணியும் பாரம்பரிய உடையான 'நீலச்சட்டையும் கருப்புக் கால் சட்டையுமான 'சாம்ஃபூ'வை அணிந்திருக்கிறார்; ஆவர் தான் அ–கூவிற்கு சட்டை வாங்கித் தந்திருக்க வேண்டும்.

சீன புத்தாண்டுப் பாடல் ஹைஃபைலில் ஒலிக்கும்போது அப்பா தன் பின்பக்கங்களை ஆட்டிக்கொண்டே அந்த தாளத்திற்கு நடனமாடத் துவங்குகிறார்.

மெய் டியாஓ தா கூஜீ கூயாஓ கூஜீயாங்
மெய் கி ரென் தி சுய் லீ
ஜீயான் மியான் தியி ஜீ ஹீஆ
ஜீயு ஷீ கோங்க் ஜீ கோங் ஜி

கோங்க்ஜி கோங்க் ஜி கோங்க் ஜி நியா.
கோங்க் ஜி கோங்ஜி கோங்க்ஜி நீ!

உணவிற்குப்பின் ஆ–கூ சோஃபாவில் அமர்ந்து சீன செய்தித் தாள்களை வாசித்துக்கொண்டிருக்கிறார். அவர் அதிகம் வாசிப்பராக இருக்க வேண்டும், அல்லது அதிகம் பேசுவதை விரும்பாதவராக இருக்க வேண்டும். ஏனெனில், ஒன்றுகூடும் விருந்திற்குக் கூட செய்தித்தாள்களை எடுத்துக்கொண்டு வந்திருக்கிறாரே!

அவர் வாசிப்பதைக் காணும்போது, ஸ்கீசோஃபெர்னியா என்ன மாதிரியான ஒரு விசித்திரமான நோய் என்று எண்ணுகிறேன். இரண்டு வாரங்களுக்கு முன் 'பைத்தியம்' என முத்திரை குத்தப்பட்டு, விலங்கு அணிவிக்கப்பட்டு, மருத்துவமனைக்கு அழைத்துச்செல்லப்பட்டார். இப்போதோ ஒரு சாதாரண மனிதனைப்போல, சோஃபாவில் அமர்ந்து செய்தித்தாள் வாசித்துக்கொண்டிருக்கிறார். அவரைப்பற்றி அக்கம் பக்கத்தினர் இன்னும் கிசுகிசுத்துக்கொண்டு இருக்கிறார்களோ என்று நினைக்கிறேன். அவரை 'பைத்தியம்' என்று கூப்பிடுகிறாரோ, என்னவோ?

எனக்கு நானே கூறிக்கொள்கிறேன், ஒருநாள் அவர்களிடம் நான் நிச்சயம் கூறத்தான் போகிறேன். அவரைப் பைத்தியம் என்று கூறாதீர்கள், ஸ்கீசேஃபெர்னியா உள்ள எவரையும் பைத்தியம் என்று கூறாதீர்கள். ஏனெனில் ஒரு மனநலம் குன்றியவர் சோஃபாவில் அமர்ந்து செய்தித் தாள்கள் படித்துக்கொண்டு இருக்கமாட்டார்.

12

கிறிஸ்துமஸ், சீனப் புத்தாண்டு, காவலர்களின் விலங்கு மாட்டுதல், வாந்தி எரிமலை, கடைத்தெருவில் நான் காணாமல் போனது, நண்டு வீட்டிற்குள் தப்பித்தது போன்ற பரப்பரப்பான நிகழ்வுகளுக்குப் பின், வாழ்க்கை தினப்படி இரைச்சலுக்குள் அமுங்கிவிட்டது. அப்பா தினம் வேலைக்குச் செல்கிறார். அம்மா எங்கள் இருவரையும் பள்ளிக்கு அழைத்துச்சென்று அழைத்துவருகிறார். ஆ–கூ போலிஸ் அகாடெமிக்கு தனியாகச் சென்றுவருகிறார். ஆ–மா வீட்டில் தனியாக இருக்கிறார்.

வாழ்க்கை ஒரு சமயம் மிகவும் சுவாரசியமாகவும் சில சமயங்களில் உப்புச்சப்பற்றுமிருப்பது வேடிக்கையாக உள்ளது. பள்ளி விடுமுறை தொடங்கியபோது, எங்கு வேண்டுமானாலும் தப்பி செல்லத் தயார் என்பது போன்ற மனநிலையில் இருந்தேன். அப்பா மலேஷியாவிலுள்ள 'ஜென்டிங் ஹைலாண்ட்' என்ற மலைக்குச் செல்லலாம் என்று கூறுகிறார். அங்கு குளிர்ச்சியாகவும் பனி பொழிந்தபடியும் இருக்கும், மேகங்களினூடாக படகு செலுத்தலாம். எனக்கு அதை மாய உலகம் போல் நினைக்கத் தோன்றியது.

பெட்டியின் மேல் ஏறி அமர்ந்து என் 20 கிலோ எடையை உபயோகப்படுத்தி அனைத்தையும் அதனுள் திணிக்க முயற்சி செய்கிறேன். ஈ–ஆ சே–யும் வேகமாக மூச்சு வாங்கத் துவங்குகிறார்கள். ஏனெனில் அவளும் தன் பங்கிற்கு அழுத்துகிறாள். இறுதியில் 15 நிமிடங்களின் அழுத்தலும் மூச்சுவாங்குதலும், வெளியே எடுத்தலும் திரும்பி வைத்தலுக்கும் பிறகு, 'க்ளிக்' என்ற ஓசை சங்கீதம் போல் காதில் விழுகிறது. நாங்கள் இப்போது தயார். மாய உலகம் காத்துக்கொண்டிருக்கிறது.

அம்மா அப்பாவின் அறைக்குள் ஓடிச்சென்று கட்டிலில் அமர்ந்து, 'அம்மா! 'பூ' பெட்டியில் அடுக்குதல் நாங்கள் நினைத்ததைவிட கஷ்டம்.' என்கிறோம்

அப்பா தன் துணி அலமாரியில் ஏதோ தேடிக்கொண்டு இருக்கிறார். "டார்லிங் போன வாரம் நான் வாங்கிய ஸ்வெட்டர் எங்கே?" என்று அம்மாவிடம் கேட்கிறார் "இங்கு காணவில்லை!"

ஆ! என்ன வேடிக்கை! நேற்றுதானே நான் அங்கு பார்த்தேன்! அலமாரி முழுவதும் அம்மா தேடத்தொடங்குகிறார். முகத்தைச் சுருக்கியபடி அந்த மர்மத்தைக் கண்டுபிடிக்க முயன்றார்.

அம்மா தேடுவதை அப்பா வேடிக்கை பார்க்கிறார். அவர் உதட்டின் விளிம்புகள் லேசாக விரிகின்றன. சிரிப்பை அடக்க முயற்சி செய்கிறார். இறுதியில் அடக்க முடியாமல் சிரிப்பு வெடிக்கிறது.

“கிடைத்துவிட்டது” என்று கூறியபடியே ஸ்வெட்டரைத் தலையணையின் கீழிலிருந்து சிரித்துக்கொண்டே எடுக்கிறார்.

“ஐயோ! உங்களுக்கு வேறு வேலையே இல்லையா?” என்றபடி அம்மா அவரை எரிச்சலுடன் பார்க்கிறார். ஸ்வெட்டரை அவர் முகத்தில் வீசி எறிகிறார். இதுதான் அப்பா. எப்போதும் ஏதாவது வம்பு செய்துகொண்டும் சிரிப்பதற்குத் தயாராக இருப்பதுமாக. அவரின் வலையில் விழாமல் இருப்பதற்கு அம்மாவிற்குத் தெரிய வேண்டும். ஆனால் எப்போதும் எப்படியாவது அப்பா வென்றுவிடுவார்.

“கடினமாக இருக்காதே லா! நாம் வாங்கிய திண்பண்டங்களை எடுத்துவைக்க மறந்துவிடாதே!” என்று வளரும் தன் தொந்தியைத் தடவிக்கொண்டே கூறுகிறார். “சரி. சாப்பிடும் நேரமாகிவிட்டது. யாருக்கு கென்ட்டுக்கி பொறித்த கோழி வேண்டும்? நாளை காலை கிளம்புவதற்கு அனைவருக்கும் சக்தி வேண்டும்.”

சே–யும் நானும் உற்சாகத்தில் குதிக்கிறோம். அம்மா புன்னகைக்கிறார். நாங்கள் எங்களுடைய பிரியமான நேஷனல் ஸ்டேடியத்தின் அருகிலுள்ள கே.எஃப்.சி. கடைக்குச் செல்ல கல்லாங் செல்கிறோம். வாளிவாளியாக ருசியான கென்ட்டுக்கி பொறித்த கோழி உண்பதற்கு.

நடு இரவில் தொலைபேசி ஒலிக்கிறது. இது எப்போதும் நிகழ்வதுதான். இதற்குப் பின் அம்மா தன் பைஜாமாவை மாற்றிக்கொண்டு ஆ–மாவின் வீட்டிற்குச் சென்று ஆ–கூவை வுட்ப்ரிட்ஜ் மருத்துவமனைக்கு அழைத்துச்செல்வார். அப்பாவும், சேவும் நானும் உறங்கச் சென்றுவிடுவோம். ஆனால் இன்றிரவு வித்தியாசமானது. படுக்கையில் சே–யும் நானும் எழுந்து அமருகிறோம். தூக்கக்கலக்கத்தில் கடிகாரத்தை நோக்குகிறோம். பின் ஒருவரையெருவர் பார்த்துக் கொள்கிறோம். நான் நினைப்பதையே தான் சே நினைக்கிறாளோ என்று யோசிக்கிறேன். ஏனெனில் மணி நான்கு ஆகிறது. இன்னும் இரண்டு மணி நேரத்தில் நாங்கள் ஜென்ட்டிங் ஹைலாண்ட்க்குப் புறப்பட வேண்டும். சுற்றுலா அமைப்பாளரிடமிருந்து வரும் வாகனம் எங்களுக்காகக் காத்திருக்காது. அப்படியென்றால் மின்னல் வேகத்தில் அம்மா ஆ–மாவின் வீட்டிற்குச் சென்று அங்கிருந்து மிக விரைவில் ஆ–கூவை இயோ சூ காங்–கிற்கு அழைத்துச்சென்று பின் மிகக் குறைந்த நேரத்தில் வீட்டிற்கு ஓடிவர வேண்டும். ஆனால் அது நிகழவில்லை என்றால் என்ன நடக்கும்?

அவர்கள் அறையிலிருந்து அம்மா அப்பா இருவருடைய குரல்களும் கேட்கின்றன. வலுக்கின்றன. “இன்றைக்குத்தானா இப்படி ஆக வேண்டும்?” என்று அப்பா கத்துகிறார்.

“நான் நேராகப் பேருந்திற்கே வந்துவிடுகிறேன். உங்களையும் குழந்தைகளையும் அங்கு சந்திக்கிறேன்” என்கிறார் அம்மா.

“உன்னால் வர முடியாவிட்டால் என்ன செய்வது?”

அம்மா சிறிது நேரம் அமைதியாக இருந்துவிட்டு, “அப்படியானால் குழந்தைகளுடன் நீங்கள் செல்லுங்கள்” என்கிறார்.

“என்ன மாதிரியான குடும்பச் சுற்றுலா இது?” என்று அப்பா கோபத்துடன் கேட்கிறார்.

பின் எப்படி? எனக்குப் போக ஆசை இல்லை என்று நினைக்கிறீர்களா? எனக்கு வேறு வழியில்லை என்று உங்களுக்குத் தெரியும். இப்போது விரைவாகச் சென்றால் சீக்கிரம் திரும்பி வந்துவிடலாம்.

அம்மா உடைமாற்றிக்கொண்டு ஐந்து நிமிடத்தில் வீட்டைவிட்டு வெளியேறுகிறார். அப்பா கழிவறைக்குச் சென்றுவிட்டுப் பின் படுக்கையில் புரண்டு உரக்கப் புலம்புகிறார். பின் அவர் கூடத்திற்குச் சென்று விளக்கைப் போட்டுக்கொண்டு, பொருட்களை அங்குமிங்குமாய் மாற்றி வைக்கிறார். இது சுமார் காலை நான்கு மணி நான் புரண்டுபுரண்டு படுக்கிறேன், சே–யும் புரண்டுபுரண்டு படுக்கிறாள். எனக்குக் கடுப்பை விடப் பயமாக இருக்கிறது சே–யிடம் அம்மாவால் பேருந்தைப் பிடிக்க முடியவில்லை என்றால் என்ன செய்வது எனக் கேட்கிறேன் சே–யிடம் பதில் இல்லையென்று நினைக்கிறேன். அவள் தோள்களைக் குலுக்கிவிட்டுப் பார்வையை மாற்றுகிறாள்.

மேலும் இரண்டு மணி நேரத்தில் ஓண்டர்லாண்ட் செல்லும் வாகனத்தில் நாங்கள் அருகருகே அமர்ந்திருக்கும்போதுகூட அவளிடம் அதற்கான விடை இல்லை. வாயிலுக்கு அருகே அப்பா நின்றுகொண்டு தனக்குத் தெரிந்த அரைகுறை ‘ஹொக்கின்’ மொழியிலும், சைகை மொழியிலும், ஓட்டுநருடன் பேசிக்கொண்டிருக்கிறார். ஓட்டுநர் ‘ஹொக்கின்’ மொழியிலும் உடைந்த ஆங்கிலத்திலும் பேசிக்கொண்டு தலையை ஆட்டி மறுக்கிறார்.

நான் சே–யிடம் அம்மா எங்கே? அம்மா எங்கே? அவர் வருவார் தானே? ஏங்கே அவர்? ஏன்று கேட்டுக்கொண்டே இருக்கிறேன். ஒரு கட்டத்தில் சே என்னைக் கண்டுகொள்ளாமல் அப்பா இருக்கும் இடத்திற்குச் செல்கிறாள் அவளை நான் குறைகூற முடியாது. ஏனெனில் எரிச்சலூட்டும் ஓர் இளைய சகோதரி இவ்வாறு தொந்தரவு செய்தால் நானும் இப்படித்தான் நடந்துகொள்வேன்.

ஓட்டுநர் மேலும் 10 நிமிடங்கள் காத்திருக்கிறார். பேருந்திலுள்ள மற்ற பிரயாணிகள் பொறுமையிழந்து தங்கள் கடிகாரங்களை நோக்கி விட்டு, எப்போது பேருந்து கிளம்பும் எனக் கேட்கத் தொடங்குகிறார்கள். இறுதியில்

ஓட்டுநர் அப்பாவை நோக்கி "போ பியான், புஆய் சாய் தாங் வியாஓ" என்கிறார். மற்ற பிராயணிகளின் நிம்மதிப் பெருமூச்சுகளுக்கு நடுவில் பேருந்தைக் கிளப்பினார். என் கண்கள் எரியத்தொடங்கின. ஜன்னலின் வழியாக அம்மா பேருந்தை நோக்கி ஓடி வரமாட்டாரா, பேருந்தை நிறுத்தச் சொல்லும் அவர் குரல் கேட்காதா என்று மிகுந்த எதிர்பார்ப்புடன் பார்க்கத் தொடங்கினேன். ஆனால் நான் கண்டதென்னவோ எங்களுக்குத் தெரியாத, நாங்கள் அம்மாவை வீட்டிலேயே விட்டுவிட்டோம் என்பதை அறியாத மக்களைத்தான் நான் கேட்டது. என் நம்பிக்கைத் துளிகளை அங்கேயே விட்டுவிட்டு விலகிச்செல்லும் என்ஜினின் ஒலியைத்தான்.

வொண்டர் (மாய) லாண்ட் வேறுவிதமான மாயத்தால் நிரம்பலாம் என்பது உங்களுக்குத் தெரியுமா? அல்லது அது வாண்டர் (சுற்றும்) லாண்ட் ஆக மாறினாலும் கேட்பதற்க முன்பைப் போலவே இருக்கும் என்பதும் உங்களுக்குத் தெரியுமா?

நாள் முழுவதும் அம்மா இல்லாமல் இங்கு நான் என்ன செய்கிறேன் என்று வியக்கிறேன். இங்கு நாங்கள் ஏன் இருக்கிறோம் என்று நினைக்கிறேன். தன் இரண்டு பெண் குழந்தைகளை வைத்துக்கொண்டு, என்ன செய்வது என்று அப்பாவும் யோசித்துக்கொண்டு இருக்க வேண்டும். அவர் இதைச் செய்யலாமா? அதைச் செய்யலாமா என்று கேட்டுக்கொண்டே இருந்தார். நாங்களும் இது வேண்டாம், அது வேண்டாம் என்று கூறிக்கொண்டே இருந்தோம். சிறிது நேரம் கழித்து அவர் பொறுமையை இழந்துவிட்டார். அப்போதுதான் நான் நினைத்தேன். "நான் நினைப்பதைப் போலவே அப்பாவும் நினைக்கிறாரோ என்று முதலில் இங்கு நாம் என்ன செய்துகொண்டிருக்கிறோம்?"

அதன் பின் அது வாண்டர் (சுற்றும்) லாண்ட் ஆகிவிட்டது. ஏனெனில் நாங்கள் அங்கும் இங்கும் செயவதறியாது சுற்றினோம். பலமுறை உதட்டைப் பிதுக்கிக்கொண்டிருந்தேன். முகத்தைத் தூக்கி வைத்துக்கொண்டும், உற்சாகமற்றிருந்தேன். அது அப்பாவிற்கு எரிச்சலூட்டி அவருக்குக் கோபத்தை வரவழைக்கும் என்று தெரிந்தும் என்னால் தவிர்க்க முடிய வில்லை. காலால் இயக்கும் படகிலேறி ஏரியில் பயணித்தோம். ஆனால் ஒரு சமயத்தில் இருவர் மட்டுமே படகில் அமரமுடியும். அதனால் சே–வும் நானும் படகில் அப்பாவுடன் ஒருவர் செல்லும்போது மற்றொருவர் தனியாக ஏரிக்கரையில் அமரவேண்டியிருந்தது.

அன்றிரவு நானும் சே–யும் உறங்கிவிட்டோம் என்று நினைத்துக்கொண்டு அப்பா தன் பர்ஸ்ஸிலிருந்து பணத்தை எடுத்துக்கொண்டு அறையைவிட்டு வெளியேறினார். இந்தப் பிரயாணத்திற்கு முன்பே குழந்தைகளை அனுமதிக்காத கேசினோ இங்கிருப்பதாக அம்மா கூறியிருக்கிறார். அது பெரியவர்களின் மாய உலகம் போலும். அங்குதான் அப்பா சென்றிருக்க வேண்டும். அந்த இடத்தோடு அவருக்கு ஒட்டுதல் ஏற்பட்டு இருக்க வேண்டும். ஏனெனில் அடுத்த நாள் இரவும் அவர் அங்கேயே செல்கிறார்.

இரண்டு நீண்ட நாட்களை மாய உலகில் கழித்தபிறகு வீட்டிற்குத் திரும்புகிறோம். அம்மாவைக் காண மிகவும் மகிழ்ச்சியாக உள்ளது. அவர் பேருந்தைப் பிடிக்க விரைந்து வந்ததாகவும் ஆனால் அதற்குள் அது சென்றுவிட்டதாகவும் கூறினார். எங்கள் பயணத்தைப்பற்றி அம்மாவிடம் கூறுகிறேன். ஆனால் அப்பாவின் மாய உலகம் பற்றிக் கூறவில்லை. ஆனால் அன்றிரவு அவரே அதைக் கண்டுபிடித்திருக்க வேண்டும் ஏனெனில் அவ்விரவு அவ்விருவருக்கும் பெரிய சண்டை. அது பணத்தைப் பற்றியதுபோல. ஏனெனில் *1000* டாலர்கள் கேசினோ, சுயக்கட்டுப்பாடு, உழைத்துச் சம்பாதித்த பணம் போன்ற வார்த்தைகள் கோபத்தில் பறந்தன.

அடுத்த மூன்று நாட்களுக்கு இருவரும் பேசிக்கொள்ளவில்லை. “சாப்பாடு தயார் என்று அப்பாவிடம் கூறு என்று சே–யிடம் அம்மா கூறுகிறார்.” “நாளை இரவு உணவிற்கு வரமாட்டேன் என்று அம்மாவிடம் கூறு” என்று அப்பா என்னிடம் கூறுகிறார்; இவை அனைத்தும் மிகவும் குழப்புகின்றன. எப்படி இப்படி மாறுதல் ஏற்பட முடியும் என்று வியக்கிறேன், வாழ்க்கை மிக விரைவில் தவறாகமாறிப் பின் மிக மெதுவாகத்தான் சரியாகிறது.

ஆ–கூ வுட்பிரிட்ஜ் மருத்துவமனையில் இரண்டு வாரங்கள் தங்குகிறார். முளை பயிரை ஆய்ந்து கொண்டு அம்மாவுடன் சமையலறையில் இருக்கும்போது அம்மா என்னிடம் ஆ–கூ நம் விடுமுறையைக் கெடுக்க நினைக்கவில்லை என்றும், நடந்ததிற்கு அவர் மிகவும் வருந்துகிறார் என்றும் கூறினார். இதை ஏன் என்னிடம் கூறுகிறார் என்று எண்ணுகிறேன். நான் ஆ–கூவின் மேல், எல்லாம் அவரால்தான் தவறாகிப் போய்விட்டது எனக் கோபமாய் இருக்கிறேன் என்று எப்படி அம்மாவிற்குத் தெரியும்?

ஆ–கூ தன் வேலையைப் பார்த்துக்கொண்டிருந்தார். அவர் துடைப்பத்தை போலிஸ் அகாடெமியிலிருந்த சேமிப்பறையில் எடுக்கச் சென்றபோது சில புதிதாய் சேர்ந்த தொழிலாளர்கள் அவரை “ஜியோ லாங்க ஜியொ லாங்க்” என்று தொடர்ந்து அழைத்திருக்கின்றனர். “மக்கள் உன்னை பைத்தியம் எனக் கூப்பிட்டால் எவ்வளவு கஷ்டம் தெரியுமா?” என்றார்.

அது எப்படியிருக்கும் என்று தெரிந்தது போல் நடிக்கத் தெரியவில்லை, அதனால் அவரை வெறித்து நோக்கிக்கொண்டிருக்கிறேன். பெருமூச்சு விட்டுக்கொண்டே அவர் தொடர்கிறார். “அன்று மதியம் வேலையில் இருக்கும்போது நோய் திரும்பவந்துவிட்டது. தன் துடைப்பத்தை போட்டுவிட்டு நடந்து போய்விட்டான். ஆ–கூவிற்கு நடக்கப் பிடிக்கும் என்று உனக்குத் தெரியும்தானே. அவனுக்கு உடல்நலம் நன்றாக இருந்தால் நடப்பான், உடல்நலம் சரியில்லாவிட்டாலும் நடப்பான். அன்று அவன் போலிஸ் அகாடெமியிலிருந்து வெளியே வெகுதூரம் நடந்துவிட்டான். வீட்டிற்கு வரும்போது மாலைநேரம் ஆகிவிட்டது. ஆ–மா என்னைக் கூப்பிட வேண்டாம் என்றுதான் நினைத்தார். ஆனால் அவன் பொருட்களைத் தூக்கி எறிந்து, வினோதமான செய்கைகளைச்

செய்ய ஆரம்பித்தவுடன், அப்போது நோய் மீண்டும் வந்துவிட்டது எனத் தெரிந்துவிட்டது.

முளைப்பயிரை ஆய்ந்துகொண்டே நான் நினைக்கிறேன். அப்படி என்றால் ஆ–கூவை நான் குறைகூறக் கூடாது. சரி முயற்சி செய்கிறேன்.

திடீரென்று அம்மா கூறியது எனக்கு உறைத்தது ஆ–கூ ஆபத்தான ஒரு விஷயத்தைச் செய்துவிட்டார் என்று தோன்றியது. நான் அம்மாவிடம் “தன் துடைப்பத்தை போட்டுவிட்டு அவர் சென்றுவிட்டதால் அவர் வேலை போய்விடுமா?”

இப்போது அம்மா முளைப்பயிரை ஆய்ந்துகொண்டே சிந்திக்கிறார். சில நிமிடங்கள் கழித்து “எனக்குத் தெரியவில்லை லின்” தெரியவில்லை என்கிறார்.

“உரத்த குரலில் பேசும் அந்த நல்ல மனிதர்தானே அவருடைய மேற்பார்வையாளர்? அவர் ஆ–கூவிற்கு உதவுவார் தானே?”

“நீ திரு. ரத்னத்தைத் தானே கூறுகிறாய்? அவர் இருந்திருந்தால் நன்றாக இருக்கும். ஆனால் சில மாதங்களுக்கு முன் அவர் வேறு இடத்திற்கு மாற்றல் ஆகிவிட்டார். இந்தப் புது மேற்பார்வையாளரிடம் நான் கெஞ்சினேன். இவர் ஓர் இளைஞர், இந்தமுறை ஒரு சந்தர்ப்பம் தருவதாகக் கூறியிருக்கிறார். ஆனால் . . . அம்மா பேசுவதை நிறுத்தி ஜன்னலுக்கு வெளியே நோக்கிக்கொண்டே, ஆனால் “அவர் வேலை என்றால் வேலை, இப்படி மீண்டும் நடக்கக்கூடாது என்று கூறியிருக்கிறார்” என்றார்.

முளைகட்டிய பயிரின் வேர்களை அம்மா சிறிது நேரம் வெறித்து நோக்கிக்கொண்டு நிற்கிறார். பின் எழுந்து பூண்டை வாணலியில் இடுகிறார். அதிக கோபத்துடன் பூண்டை வாணலிக்குள் எறிவதைப் பார்க்கிறேன்.

“ஷ . . . ஷ . . .” என்று வாணலியில் வறுபடுகிறது பூண்டு. முளைகட்டிய பயிறை அதன்மேல் கொட்டி, மீண்டும் அதிக சக்தியுடன் கிளறுகிறார். அந்தப் பயிரின் மீது நிஜமாகவே அதிக கோபம் உள்ளவர் போலவும். அவற்றைச் சூடான எண்ணெயில் இட்டுச் சமைக்க வேண்டும் என்பது போலவும். அவற்றிலிருந்து அனைத்தையும் பிழிந்து எடுத்துவிட வேண்டும் என்பது போலவும், முடிந்தால் அவற்றை எரித்துவிடலாம் என்பது போலவும்.

‘ஷ . . . ஷ . . .’ என்று பயிறு வாணலிக்குள் விழுகிறது. வேர்வை அவரின் முகத்திலிருந்து கழுத்தில் வழிகிறது. விரைவிலேயே அவர் மேல்சட்டை ஈரமாகிவிட்டது. இருப்பினும் அவர் வறுத்துக்கொண்டேயிருக்கிறார் பயிறு சத்தத்துடன் பொரிந்தது.

பயிறு அதிகமாக வெந்து சுருங்குகிறது என்று அவரிடம் கூற விரும்புகிறேன். ஆனால் கூற எனக்குத் தைரியம் வரவில்லை ஏனெனில் நிஜமாகவே வெறுத்துப்போய் காணப்பட்டார் அவர். ஆம் வெறுப்புதான்

‘ஷ’ இன் ஒலி ❋ 81 ❋

சரியான வார்த்தை. 'பைத்தியம்' என்ற வார்த்தையை உபயோகிக்கக்கூடாது என்று எனக்கு நானே ஞாபகப்படுத்திக்கொள்ள வேண்டும்.

ஒரு வாரம் கழித்து ஆ—கூ வுட்பிரிட்ஜ் மருத்துவமனையிலிருந்து வெளியே வந்த பிறகு ஒரு நாள் மாலை ஆறு மணிக்கு வாயில் மணி ஒலிக்கிறது. அப்பா கதவருகே சென்று யாரென்று நோக்கிவிட்டுப் புருவங்களை ஆச்சரியத்துடன் உயர்த்துகிறார். சே–யும் நானும் ஓடிச்சென்று கதவைத் திறக்கிறோம். தனக்கு பிடித்த பச்சை போலோ டி–சர்ட் அணிந்தபடி ஆ–கூ நிற்கிறார்; கையில் ஒரு பையில் ஏதோ வைத்திருக்கிறார். எங்கள் அனைவருக்கும் வியப்பாக இருக்கிறது. ஏனெனில் ஆ–கூ சீனப் புத்தாண்டுக்கோ, அல்லது அவர் உடலை நிலை சரியில்லாமல் இருக்கும்போது எங்காவது வழி தவறி, எப்படியாவது அம்மாவைத் தேடி வருவதைத் தவிர வேறு பொழுதுகளில் எங்களை வந்து பார்த்தில்லை. இன்றோ அவர் ஆரோக்கியத்துடன் காணப்படுகிறார். மருத்துவமனையிலிருந்து இப்போதுதான் வெளியே வந்திருக்கிறார்.

அப்பா செங்க் என்கிறார். ஆ–கூ "ஆலிம்" என்கிறார்.

இருவரும் ஒருவரையொருவர் பார்த்தபடி நிற்கின்றனர். அவர்களிடையே மிகவும் சங்கடமான ஒரு மௌனம் நிலவுகிறது. ஆ—கூ காலை மாற்றி நின்று தரையை நோக்குகிறார். பின் மிகுந்த பிரயாசத்துடன் அப்பாவைப் பார்க்கிறார். தன் தலையை சொறிந்துகொண்டு, ஒரு சிரிப்புடன் கையிலுள்ள பையை அப்பாவிடம் தருகிறார். "இது உங்களுக்கும் கிம்மிற்கும் குழந்தைகளுக்கும்" என்று கூறுகிறார். அதன்பின் அவர் வெளியேறுகிறார்.

எங்கள் விடுமுறையைச் சரியாகக் கழிக்க முடியாமல் போனதைப்பற்றி அவர் வருந்துகிறார் என்று அம்மா கூறியது நினைவிலிருந்தது. இதற்கும் அதற்கும் ஏதாவது சம்மந்தம் இருக்குமா? அப்பா கதவை மூடிவிட்டு மேஜையில் வைத்துப் பையைப் பிரிக்கிறார். அதில் முயல் ப்ராண்ட் இனிப்புகளும் பத்து சாத்தே குச்சிகளும், கருப்பு சோயா குழம்பில் சமைக்கப்பட்ட பன்றிக் கால்களும் இருந்தன.

13

நீங்கள் கவனித்திருக்கிறீர்களா? ஏதாவது கேள்வி கேட்கும்போது, அதற்குரிய விடை மிகவும் காலம் கடந்தேதான் கிட்டும்.

'முளைகட்டிய பயறு' நிகழ்ச்சிக்குப் பிறகு அம்மா என்னிடம் கேட்ட "உன்னை யாராவது பைத்தியமெனக் எனக்கூப்பிட்டால் அது எத்தனை கஷ்டமாக இருக்கும் தெரியுமா?" என்ற கேள்வியைப் பற்றி அதிகம் சிந்திக்கவில்லை. வகுப்பில் என் எதிரிக்குழு என்னைப் பைத்தியம் என்று கூப்பிடுவதைக் கற்பனை செய்து பார்க்க முயற்சி செய்தேன். அவர்கள் எனனை ஏற்கனவே 'ஆடும் பின்னல்' என்று கூப்பிட்டுக்கொண்டிருக்கிறார்கள். அது, ஏன் என்று தெரியவில்லை, மிகவும் காயப்படுத்தியது. நிஜம்தான் 'ஆடும் பின்னல்' என்னிடமிருந்ததுதான். நடக்கும்போது பின்னால் அப்படியும் இப்படியும் ஆடாதா என்ன? அதனால் வார்த்தைகள் பொருட்டல்ல, ஆனால் அவை காழ்ப்போடு உச்சரிக்கப்படுவதுதான் காயப்படுத்துகிறது. ஒரு பெண்கள் குழு என்னைப் பைத்தியம் என்று அழைப்பதை கற்பனை செய்து பார்க்கிறேன். ஏனோ அது வேலைக்கு ஆகவில்லை. உண்மையைக் கூறினால் அவ்வளவுதான் கற்பனை செய்ய முடியும் போலிருக்கிறது. அதைப்பற்றி நான் மறந்தே போனேன்.

ஒரு வருடம் கழித்து, ஒரு காட்சி என் கண்முன் நிகழும் போது, அந்தக் கேள்வி. என் மனதில் மீண்டும் பறந்து வந்தமர்ந்தது.

ஹாக்கர் சென்டரில் அம்மாவுடன் உணவருந்திக் கொண்டிருக்கிறேன். அப்பா வேலைக்குச் சென்றிருக்கிறார். சே இன்னும் பள்ளியிலிருந்து வரவில்லை. அவள் இப்போது மேல்நிலைப்பள்ளியில் இருக்கிறாள் – வீடு திரும்ப மதியத்திற்கு மேல் ஆகிறது. ஆகையினால் அம்மாவும் நானும் மட்டும்தான், அம்மா எனக்கு மிகவும் பிடித்த உணவான மீன் உருண்டை இட்ட தட்டையும் நூடுல்ஸ் மீ–போக்கையும் வரவழைக்கிறார். ஒரு நடுவயதுப் பெண்மணியால் நூடுல்ஸ் சமைக்கப்பட்டு, கிண்ணங்களை ஒரு தட்டில் வைத்து நடுவயது மனிதர்

பரிமாறுகிறார். நாங்கள் அமர்ந்திருக்கும் இடத்தில் சிறிது சலசலப்பு ஏற்படும்வரை அவரை அதிகம் கவனிக்கவில்லை. கடையைச் சேர்ந்த மற்றொரு பருமனான, உரத்த குரலில் பேசிக்கொண்டிருந்த ஒரு மனிதன் இவர்மேல் கோபமுடன் இருப்பது போல் தெரிந்தது. அவர் ஹைக்கியன் மொழியில் கோபத்துடன் "என்மேல் ஏன் இடிக்கிறாய் வேண்டுமென்று தானே செய்தாய்?" என்று கத்திக்கொண்டிருந்தார்.

"மன்னிக்கனும் லா' தெரியாமல் நடந்துவிட்டது" என்று மீ–போக் ஆசாமி பதிலளிக்கிறார். அவர் அந்தப் பருமனானவரைப் பார்க்கவில்லை. அவர் யாரையும் பார்க்கவில்லை. மெதுவாக நடந்து தன்னிடத்திற்குச் செல்கிறார். அந்த பருமனான மனிதன், வெறுப்புடன் அவரை நோக்கி திரும்பி, தன் விரல்களை மீ–போக் மனிதனின் திசையை நோக்கிச் சுட்டி உரக்க "ஜியோ லாங்க்" என்கிறார். தன் பகுதிக்கு அருகிலமர்ந்திருக்கும் மனிதர்களிடம் "கவனமாக இருங்கள் அவன் அருகில் சென்றுவிடாதீர்கள். அவன் ஒரு பைத்தியம்" என்றார்.

எங்கள் அருகிலுள்ளோர். ஒருவருக்கொருவர் கிசுகிசுத்துக் கொண்டு, குரைக்கும் நாயைப் பயந்து நோக்கும் குழந்தைகளைப் போல அவர்மேல் பார்வையைச் செலுத்துகின்றனர். ஆனால் அந்த மீ–போக் மனிதன் குரைக்கும் நாயைப்போல இல்லை. தன் வேலையைப் பார்த்துக்கொண்டு தன் மனைவிக்கோ சகோதரிக்கோ உதவி செய்துகொண்டிருக்கிறார். அந்த பருத்தப் மனிதன் கூறியதை அவர் கேட்டிருக்க வேண்டும். ஏனெனில் அவர் யாரையும் நோக்குவதற்குத் துணியவில்லை. அவர் தங்கள் அருகே வரும்போது மக்கள் ஒருவருக்கொருவர் சைகை செய்து கொண்டு தாழ்ந்த குரலில் பேசிக்கொள்கின்றனர். சிலர் வேகவேகமாகச் சாப்பிடுகின்றனர். இந்த நேரத்தில் யாரும் மீன் உருண்டையிட்ட நூடுல்ஸ் வேண்டும் என்று கேட்கவில்லை.

அம்மாவின் முகத்தில் கடுஞ்சினம் தெரிகிறது. தங்கள் மேசையில் அமர்ந்திருக்கும் வயதான தம்பதியரிடம் "பயப்படத் தேவையில்லை அவருக்கு நரம்புத்தளர்ச்சி என்று கேள்விப்பட்டிருக்கிறேன். என் சொந்த சகோதரனுக்கும் நீண்ட நாட்களுக்கு மனமுறிவு முன்பு நிகழ்ந்தது ஆனால் அவர் யாரையும் தாக்கியதில்லை" என்கிறார். தாங்கள் உணவருந்திய தட்டுகளையும், கிண்ணங்களையும் மேஜையிலேயே வைத்துவிட்டுச் செல்வதுதான் அங்கு வழக்கம். ஆனால் நாங்கள் உணவருந்திய பின் அம்மா அவற்றை மீ–போக் மனிதனிடமும், அந்த பெண்மணியிடமும் திருப்பித் தரச் செல்கிறார். அந்த பெண்மணிப் அம்மாவிற்கு நன்றி கூறுகிறார். மீ–போக் மனிதரும்தான். ஆனால் அவர் அம்மாவை பார்க்காமல் தரையை நோக்கிக்கொண்டு நிற்கிறார்.

அந்த உணவகத்திலிருந்து வெளியேறும்போது நான் 'ஆடும் பின்னல்' என்று அழைக்கப்பட்ட தருணங்களை நினைத்துப் பார்க்கிறேன். நானும் அவ்வாறு கீழேதான் பார்த்திருப்பேனா? யோசித்துப் பார்த்தால் ஆம் அப்படித்தானென நினைக்கிறேன். ஆடும் பின்னல் இருக்கும்போது 'ஆடும் பின்னல்' என்று கூப்பிடப்படுவதே கஷ்டமாக இருக்கிறதென்றால்,

சிறிது மனநிலை பாதிப்பு இருக்கும்போது 'ஜியாங் லாங்க்' என்று அழைக்கப்படுவதும் மிகவும் கொடூரமாகத்தான் இருக்கும்.

அம்மா பேருந்தில் என்னை தா பயோ நகராட்சிக் கட்டடத்திற்கு அழைத்துச் செல்கிறார். அங்கிருக்கும் NTUC அங்காடியில் அவருக்கு ஏதோ வாங்கவேண்டுமாயிருந்தது. பேருந்து நிறுத்தத்தை நோக்கி நாங்கள் நடக்கும்போது, "மனநிலம் குன்றியவர்களைக் கண்டால் மக்களுக்கு ஏன் இத்தனை பயம்?" என்று கேட்கிறேன். "அவர்களுக்கு வெறி பிடித்துவிடும் என்று பயப்படுகின்றனர்" என்றார்.

"ஆம் சிலர் வெறித்தனமாய் நடந்துகொள்வார்கள் தான். ஆனால் அனைவரும் அப்படியில்லை. சாதாரண மனிதர்களே சில சமயம் வெறிபிடித்தாற் போலத்தானே இருக்கின்றனர். உனக்கு தெரியாதவர்கள், அப்படி இருப்பார்களோ என்று தெரியாதபோது அவர்களிடமிருந்து விலகி இருப்பது நலம்தான். ஆனால் அவர்களைப் பட்டப் பெயர் சொல்லி அழைக்கக்கூடாது. அவர்கள் உனக்குத் தெரிந்தவர்களாகவோ அல்லது மீ–போக் மனிதரைப்போலக் கடையில் வேலை பார்த்துக்கொண்டு எப்போதும் வெறிப்பிடிக்காமல் தவறயிருந்தால் அதாவது உன் ஆ–கூவைப் போல, அவர்களை இப்படி நடத்த எந்த காரணமும் கிடையாது. அது அவர்களுக்கு வலிக்கும்."

ஆ.கூவும் அந்த மீ–போக் மனிதரைப் போல் நடத்தப்படுவாரா?

அப்படித்தான் நினைக்கிறேன். அதனால்தான் அவர் எந்த காபிக் கடையிலேயோ மற்ற கடைகளிலேயோ உண்பதில்லை. அவர் வெளியே சென்றால் நடந்துசென்று, வேண்டிய உணவை வாங்கிக்கொண்டு வீட்டிற்குச் சென்றுவிடுவார்."

"அப்படியிருந்தால் தனிமை அவரை வாட்டாதா? நண்பர்களே இல்லாமல்?" நிச்சயமாய் அவருக்கு மிகவும் தனிமையான வாழ்க்கைதான்.

விரைவில் நாங்கள் தோ பயோ நகராட்சியை அடைந்துவிடுகிறோம். எப்போதும் போல வானிலை வெப்பமாக இருக்கிறது. ஒரு ஓரத்தில் தள்ளுவண்டியில் ஐஸ்கீரிம் விற்றுக்கொண்டிருக்கும் ஒருவரைக் கண்டதும் உற்சாகமடைகிறேன். அவர் அம்மாவைப் பார்த்து சூ என்று விளிக்கிறார்.

அம்மா புன்னகைத்தபடியே அவருக்கு முகமன் கூறுகிறார். அப்படியானால் இருவருக்கும் ஒருவரையொருவர் தெரியும் போலிருக்கிறது. அது மேலும் நல்லது. ஏனெனில் எனக்கு காசில்லாமல் ஐஸ்கீரீம் கிடைக்கும்.

ஐஸ்கீரீமைச் சுவைத்தபடி நான் நின்றிருக்கும்போது அம்மாவும் அவரும் பேசிக்கொண்டிருக்கின்றனர். அவர்கள் இருவரும் நீண்ட நாட்களாக ஒருவரையெருவர் அறிந்தவர்கள் போலும்.

"செங்க் எப்படி இருக்கிறான்?"

"எப்போதும் போலத்தான்" என்று அம்மா கூறுகிறார். அவருடைய மனைவி குழந்தைகளைப் பற்றி அம்மா விசாரிக்கிறார். அவர்கள்

அனைவரும் நன்றாக இருப்பதாகவும், அவரின் குழந்தைகள் இப்போது ஆரம்பப் பள்ளியில் இருப்பதாகவும் கூறினார்.

"ஆ! அதற்குள் பெரியவர்களாகிவிட்டார்களே!" என்கிறார் அம்மா.

அவர் சிரிக்கிறார் "ஆமாம் நான் அதிகம் உழைக்க வேண்டும் ஐஸ்க்ரீம் விற்று சம்பாதிப்பது போதவில்லை" என்கிறார்.

நாங்கள் கிளம்பும்போது அம்மா அவர் கையில் ஒரு டாலர் நோட்டைத் தருகிறார். அவர் வேண்டாம், வேண்டாம் என்று மறுக்க மறுக்க அவர் கையில் நோட்டைத் திணித்துவிட்டு வேகமாக நடக்கிறார்.

"அம்மா யார் அது?"

"அவரையும் அவர் சகோதரரையும் எங்கள் சிறிய வயதிலிருந்தே தெரியும். நான் குழந்தையாக இருக்கும்போது இவரின் பெற்றோர்கள்தான் என்னை வளர்த்தனர். என்னை அவர்களின் ஞானக் குழந்தையாகத் தத்து எடுத்துக்கொண்டனர். அவர் என் ஞானச் சகோதரன் என்று கூறலாம்" என்றார் அம்மா.

அங்காடியின் வாயிலில் ஒரு கூடையை எடுத்துக்கொண்டே தொடர்ந்தார். "அவருக்கும் உன் ஆ-கூவிற்கு ஆன சமயத்தில் மனநலம் பாதிக்கப்பட்டது. ஆனால் அவருக்கு விரைவாகச் சிகிச்சை அளிக்கப் பட்டது. மின்சார சிகிச்சை வுட்பிரிட்ஜ்ஜில் எடுத்துக்கொண்டார். அதனால் அவர் சரியாகிவிட்டார். நோய் அவரை மீண்டும் தாக்கவில்லை. இப்போது அவருக்கென்று ஒரு குடும்பமாவது இருக்கிறது. சாதாரண மனிதர்களைப்போல வாழக்கை நடத்துகிறார்" என்றார். ஆனால் மனநோய்க்கு உடல் கூறின் ஒழுங்கின்மையே காரணம் என்பது மக்களுக்குப் புரியவில்லை. மூளையின் ரசாயன ஏற்றத்தாழ்வுகளால், நரம்பு மண்டலத்தில் சிக்கல் உண்டாகிறது.

இப்போது அவர் ஏதோ புரியாத பாஷையில் பேசிக்கொண்டிருக்கிறார் அவர் பேசுவது என்னவென்றே எனக்குப் புரியவில்லை.

ரசாயன ஏற்றத்தாழ்வு என்றால் என்ன? உடல்கூறு என்றால்? எதன் அருகில் எது இருக்கிறது?

"நரம்பு சம்மந்தப்பட்ட" என்றால், சரி அதைவிடு, இப்படி நினைத்துக்கொள். உன் கண்ணில் ஏதாவது பிரச்சனை என்றால் நீ கண் மருத்துவரை பார்க்க வேண்டும். உன் கண்ணில் கட்டி வந்தபோது சென்றோமே அதுபோல. உன் முதுகெலும்பில் பிரச்சனை என்றால் எலும்பு மருத்துவரைக் காண வேண்டும். சே அவளின் முதுகெலும்பு வளைந்திருப்பதற்காக ஒரு எலும்பு நல மருத்துவரை பார்த்ததைப்போல உன் மூளையில் பிரச்சனை என்றால் நீ மூளை மருத்துவரைக் காண வேண்டும் புரிகிறதா?

"சரி"

இத்தனை கேள்விகள் கேட்பதை நிறுத்துகிறாயா, எனக்கு தலை வலிக்கிறது.

சரி

"ஆனால் ஏன் ஆ–கூ எந்தப் புகாரும் கூறுவதில்லை? அவருடைய நோயைப் பற்றி, தனிமையில் இருப்பதைப்பற்றி, குடும்பமும் நட்பும் இல்லாததைப்பற்றி, தான் ஒரு பேராசிரியராக இருக்க வேண்டிய நிலையில், நித்தம் இலைகளைப் பெருக்கிக்கொண்டிருப்பதைப்பற்றி?" அம்மா என் கேள்விகளுக்கு பதில் கூறவில்லை. கூடையில் பொருட்களை எடுத்து போட்டுக்கொண்டபடியே இருக்கிறார். நீண்ட நேரத்திற்குப் பிறகு கூறுகிறார். ஆம் அவன் புகார் செய்வதே இல்லை.

அவர் அளவுக்கு அதிகமாய் சிகரெட் பிடிப்பதும் நடப்பதும் அதிசயமில்லை என்றுதான் நினைக்கிறேன். மனைவி இல்லை, குழந்தைகள் இல்லை அதிர்ஷ்டவசமாய் ஆ மாவும அம்மாவும் இருக்கின்றனர்; ஆம் அவருக்கு வேலையும் உள்ளது.

அந்த விசித்தரமான 'மாயஉலக' நிகழ்விற்குப் பிறகு நாங்கள் எந்த சுற்றுலாவிற்கும் செல்லவில்லை. அதே போல் ஏதாவது நடந்துவிடும் என்று அம்மா பயப்படுகிறார் போலும் அல்லது சூதாட்டத்தில் அப்பா பணத்தை இழந்துவிடுவாரோ என்று பயப்படுகிறாரோ. எனக்குத் தெரியவில்லை, ஆனால் ஒரு வருடம் கழித்து இப்போது நாங்கள் அனைவரும் சில நாட்களுக்கு எங்காவது செல்லலாம் என்று அப்பா கூறுகிறார். ஏன் பினாங்க் என்று தெரியவில்லை? இனி 'மாயஉலகம்' அப்பாவிற்கு கிடையாது என்று அம்மா தீர்மானித்து விட்டாரோ என்னவோ!

நாங்கள் கிளம்புவதற்கு முதல் நாள் ஆ கூவையும் ஆ மாவையும் அம்மாவுடன் சென்று பார்க்கிறேன். காபிக்கடையில் உணவு வாங்க காத்திருக்கும்போது எங்கள் அடுக்கத்தின் அருகே வசிக்கும் ஒருவர் அம்மாவைக் கண்டு முகமன் கூறுகிறார். அதே கடையில் அவரும் உணவிற்காகக் காத்துதிருக்கிறார்.

அந்த மனிதர் அம்மாவிடம் "இங்கு உணவு நன்றாக இருக்கும் இல்லையா? பி.ஏ. விலிருந்து நண்பர்களுடன் இங்கு அடிக்கடி வருவேன். அவ்வப்போது கடின உழைப்பிற்கும் சேவைக்கும் பிறகு நமக்குநாமே, நல்ல உணவைப் பரிசளித்துக் கொள்ள வேண்டும் அல்லவா? என்று கேட்கிறார்.

நான் மெதுவாக "அம்மா இவர் பி.ஏ.வில் பணிபுரிகிறார். அங்கு தானே ஆ–கூவும் வேலை செய்கிறார்?" என்கிறேன்.

நான் அவரிடம் பேசவில்லை என்றாலும். அவர், "ஏ . . . ஏ . . .' உன் மாமாவும் பி.ஏ.வில் வேலை செய்கிறாரா? அருமை. பீப்பிள் ஆசோஸியேஷனில் வேலை செய்யும் அடிமட்ட தலைவர்களாகிய எங்களுக்கு நம் நாட்டை உருவாக்கும் முக்கியமான பங்கு உள்ளது தெரியுமா?" என்கிறார்.

அம்மா அவரிடம் "இல்லை என் சகோதரன் போலிஸ் அகாடெமியில்" வேலை செய்கிறான்" என்று விளக்குகிறார்.

அவர் "ஆ அவர் காவலதிகாரியா? அதுவும் முக்கியமான வேலைதான். இந்த நாடு எங்களைப்போல மக்களைப் பெற்றிருப்பது அதிர்ஷ்டம்தான்" என்றார்.

"இல்லை அவர் போலிஸ் அகாடெமியில் துப்புரவாளர்" என்கிறார் அம்மா.

"ஹா? ஓ! சரி" என்று கூறிவிட்டு விசிலடிக்கத் தொடங்குகிறார். அதற்குப் பிறகு எங்களுடன் பேச அவருக்கு விருப்பம் இல்லை போல் தோன்றுகிறது,

"அப்பா ஓர் ஆசிரியர் என்று நீங்கள் அவரிடம் கூறியிருக்க வேண்டும்' என் அம்மாவிடம் கூறத் துடிக்கிறேன். ஆனால் அவர் மனவருத்தமடைந்தது போல காணப்பட்டதால் நான் அமைதியாகி விடுகிறேன்.

ஆ–மாவின் வீட்டை நோக்கிச் செல்கிறோம். அம்மா மிகவும் கவலையில் இருப்பது போல் தோன்றுகிறது. என்னிடம் எதுவும் பேசவில்லை. அவர் இல்லாதபோது ஏதாவது நிகழந்துவிடுமோ என்று கவலைப்படுகிறார் போலியிருக்கிறது. அவர் இல்லாதபோது ஆ–கூவிற்கு மறுபடி நோய் வந்துவிட்டால் என்ன செய்வது? இத்தனை வருடங்கள் அவர்தான் ஆ–கூவைக் கவனித்துக்கொண்டுடிருக்கிறார். அவருக்கு உடம்பு முடியாமல் போனால் ஆ–மா யாரிடம் உதவி கேட்பார்? யார் அவரை மருத்துவமனைக்கு அழைத்துச் செல்வார்கள்?

எங்கள் கணக்கு ஆசிரியர் தரும் மிகக் கடினமான கணக்கைப் போல, உங்கள் கேள்விகளுக்கு விடை கிடைக்கவில்லை என்றால் மிகவும் கஷ்டம்தான். அம்மா தன் பிரச்சனைகளுக்கு விடையைக் கண்டுபிடிக்கவேண்டும் என்று நினைக்கிறேன்.

ஆ–கூவையும் ஆ–மாவையும் காண மிகவும் மகிழ்ச்சியாக இருக்கிறது. நான் நடையிலிருந்தே கூவுகிறேன் ஆ–மா ஆ கூ உங்களுக்கு 'ஹார்ஃபன்' வாங்கி வந்திருக்கிறோம்!

ஆ–மாவும் ஆ–கூவும் மகிழ்ச்சியாக காணப்படுகிறார்கள். அவர்கள் புன்னகைக்கிறார்கள். ஆ –கூவின் பற்கள் முன்பைவிட மேலும் கோணலாக இருப்பதைக் காண்கிறேன்.

ஆ–கூ அரிசி நூடுல்லை உண்கிறார். அம்மா ஆ–மாவுடன் கதை பேசுகிறார். அவர் உண்பதைக் காணும்போது அது மிகவும் சுவையாக இருக்க வேண்டும் எனத் தோன்றுகிறது. ஆ–மா அமமாவிடம் "உங்கள் விடுமுறைக்கு செல்லுங்கள் எங்களைப்பற்றி கவலைப்பட வேண்டாம்". என்கிறார்

பினாங்க் செல்லத் தயாராகிவிட்டோம் என்று நினைத்துக்கொள்கிறேன்.

இம்முறை பினாங்கில் எங்கள் விடுமுறை அருமையாகக் கழிந்தது. வொண்டர் லாண்ட் போல இல்லை என்றாலும், நாங்கள் மகிழச்சியுடன் சுற்றினோம். அப்பாவும் தனியாக எங்கும் செல்லவில்லை. அம்மாவின்

முகத்தில் அவ்வப்போது கவலை தோன்றியது. அது எங்கள் விமானப் பணிப்பெண் "விருந்தினர்கள் அனைவரையும் சிங்கப்பூருக்கு வருக என வரவேற்கிறோம், சிங்கப்பூரை சேர்ந்தவர்களே! தாய்நாட்டிற்கு வருக!" என்று அறிவிக்கும்வரை இருந்தது.

தாய்நாட்டிற்குக் கம்பளம் விரித்து, மலர்களோடு வரவேற்பது மிகவும் மகிழ்ச்சி அளித்தது. அப்பாவிடம் நான் "நம் புது விமான நிலையம் மிகவும் அழகாக உள்ளது" என்றேன். "ஆம்! நன்றாக இருக்கிறது அல்லவா? சில ஆண்டுகளுக்கு முன்தான் திறப்பட்டது" என்றார்.

வாடகை வண்டி விமான நிலையத்தை விட்டுச் செல்கையில் அச்சாலையின் இருபுறங்களும் மலர்களாலும் அழகிய மரங்களாலும் நிறைந்திருப்பதைக் கண்டேன். அது நீண்ட பாதை, நாங்கள் வீட்டிற்குச் செல்லும் 'பான் ஐலாண்ட் எக்ஸ்பரஸ்' (PIE)ஐ விட நீளமானது. வண்டி அரைமணி நேரம் கழித்து 'தா பயோ' வை அடைவதற்குள் நாங்கள் மிகவும் களைப்படைந்திருந்தோம். ஆனால் அம்மாதான் போய் ஆ–மாவையும் ஆ–கூடாவையும் பார்த்து அனைத்தும் சரியாக இருக்கிறதா எனப் பார்க்க வேண்டும் என்று கூறினார். அவர் வண்டியிலிருந்து தா பயோ லோராங்கில் இறங்கிவிட்டார். நாங்கள் வீட்டிற்குச் சென்றோம்.

ஒரு மணிநேரம் சென்று, நான் படுத்திருக்கையில் அம்மா வரும் ஓசை கேட்கிறது. அவர் உறங்குவதற்கு முன் குளிப்பார். ஆகவே ஆ–மாவிடமும் ஆ–கூவிடமும் எந்த பிரச்சனையும் இல்லை என்று நான் யூகித்தேன்.

14

ஆ–கூ காணாமல் போய்விட்டார்.

ஒரு நாள் மதிய வேளையில், போலிஸ் அகாடெமியிலிருந்து ஆ–கூவின் மேற்பார்வையாளர் தொலைபேசியில் அழைத்தார். அம்மா தலையை ஆட்டிக்கொண்டு சரி, சரி என்று கூறியவாறு மன்னிப்புக் கேட்டுக்கொண்டிருந்தார். "மன்னித்துவிடுங்கள். அவன் அவ்வாறு செய்திருக்கக்கூடாது எனக்குத் தெரியும்... ஆம்... ஆம்... அப்படி துடைப்பத்தை எறிந்துவிட்டு, அவன் வெளியேறக் கூடாது. அது உங்களுக்கு மிகவும் கஷ்டத்தைக் கொடுக்கும் என்று எனக்குத் தெரியும் மன்னியுங்கள். அவனை நான் காணும்போது கூறுகிறேன். நாளை காலை முதல் வேலையாக உங்களை வந்து காண்கிறேன். தயவுசெய்து நீங்கள்... ம்ம்... மீண்டும் ஒரு சந்தர்ப்பம் அவனுக்குத் தர இயலுமா?"

தொலைபேசி வாங்கியைக் வைக்கும்போது அவர் முகம் வெளிறியிருக்கிறது. நான் கடிகாரத்தைப் பார்க்கிறேன். ஏறக்குறைய ஆறு மணி, அவர் மீண்டும் தொலைபேசியில் ஆ–மாவுடன் பேசுகிறார். "அம்மா! செங்க் வீட்டிற்கு வந்துவிட்டானா இல்லையா? அவனுடைய அதிகாரி அழைத்தார். அவன் துடைப்பத்தைக் கீழே போட்டுவிட்டு மீண்டும் வெளியே சென்றுவிட்டான். என்ன? இன்னும் வரவில்லையா? வந்தவுடன் என்னைக் கூப்பிடுங்கள்" என்று பேசினார்.

முகத்தைச் சுருக்கிக்கொண்டு தொலைபேசியை வெறித்தவாறே அமர்ந்திருக்கிறார்.

"அம்மா! ஆ–கூ காணாமல் போய்விட்டாரா?" என்று கேட்கிறேன்.

"போயிருக்கக் கூடாது" என்கிறார். அவர் ஒரு நடை வெளியில் சென்றிருக்கிறார், சீக்கிரம் திரும்பிவிடுவார்.

"நீயும் சேயும் போய்ச் சாப்பிடுங்கள்" என்றார். நாங்கள் உணவருந்தினோம், ஆ–கூவின் நிலப்பரப்பு எதுவாக இருக்கக் கூடும் என யோசிக்கிறேன். அவருடைய பரப்பிலேயே

என்னைப் போல் அவரும் காணாமல் போய்விட்டாரா? என்னைப்போலவே அவரும் பயந்துபோய் இருக்கிறாரா என்று எண்ணுகிறேன். அம்மாவிடம் தன் உரத்த குரலை உபயோகித்து அவரைக் கண்டுபிடிக்கும்படி கூற நினைத்தேன். ஆனால் தொலைபேசி ஒலிக்கிறது. அம்மா விரைந்து அதன் அருகில் செல்கிறார்.

"அம்மா! என்ன? ஹம் இன்னும் வரவில்லையா?" அவர் தொலைபேசியைப் பொருத்திவிட்டு உடைமாற்றுகிறார். ஏழு மணிக்கு மேல் ஆகிவிட்டது. அப்பாவிடம் அவன் எப்போதும் சிறிது நேரம் நடப்பான் இருட்டுவதற்கு முன் வீடு சேர்ந்துவிடுவான். அவன் வெகுதூரம் செல்லமாட்டான். தாம்ஸன் மற்றும் தோ பயோவில் தான் இருப்பான். இம்முறையும் வழியைத் தவற விட்டுவிட்டானோ தெரியவில்லை என்றார்.

சில கரண்டி சோற்றை எடுத்து அருந்திவிட்டு அப்பாவிடம் "நான் அம்மா வீட்டிற்குச் செல்கிறேன் நீங்கள் குழந்தைகளை ஜகா செய்யுங்கள்" என்று அம்மா கூறினார்.

அவர் உடை மாற்றிவிட்டு அப்பாவை எங்களை ஜகா செய்ய, விட்டுச் செல்கிறார். அப்படி என்றால் எங்களைப் பார்த்துக்கொள்ளுங்கள் என்று பொருள். ஆதனால் அப்பா குளிர்பதனப் பெட்டியிலிருந்து ஒரு பெரிய ஐஸ்கீரிம் டப்பாவை எடுக்கிறார். அலமாரியிலிருந்து கெரோ பாக்கை எடுக்கிறார். நாங்கள் அனைவரும் ஐஸ்கீரிமும். கெரோ பாக்கும் உண்டபடியே 'மைண்ட் யுவர் லாங்வெஜ்' என்ற ஒலி ஒளி நாடாவைக் காண்கிறோம்.

தூங்கும் நேரம் ஆகிவிட்டது. அம்மாவை இன்னும் காணவில்லை, நான் உறங்கத் தொடங்குகிறேன். தொலைபேசி ஒலிக்கிறது. அப்பா எடுத்து பதிலளிக்கிறார். ஆனால் மிகவும் களைப்பாக இருப்பதால் அம்மாவிற்காக காத்துக்கொண்டு இருக்க வேண்டாம் என முடிவு செய்கிறேன்.

மறுநாள் பன்றி வறுவலுக்காகப் பிஸ்கட் துண்டுகளை உடைத்து அவருக்கு உதவி செய்துகொண்டிருந்தபோது மிகவும் களைப்பாக இருக்கும் அம்மாவிடம், நேற்றிரவு ஆ–கூவிற்கு என்ன ஆயிற்று என்று கேட்கிறேன்.

அம்மா கூறியது என்னவென்றால்,

ஆ–மாவின் வீட்டிற்கு செல்லும்போது ஏறக்குறைய இரவு ஒன்பது மணி இருக்கும். பாவம் ஆ–மா. வயதான, தலையெல்லாம் நரைத்த பெண்மணி, நடைபாதையில் நின்றுகொண்டு எம்பி, கைப்பிடிச் சுவரின் மேல் பார்ப்பதற்காக முயற்சி செய்துகொண்டிருந்தார். அவர் உயரமே கைப்பிடிச் சுவர் அளவில் தான் இருந்தது? அவர் கஷ்டப்பட்டுக்கொண்டு ஆ–கூ எங்காவது தெரிகிறாரா என்று பார்த்துக்கொண்டிருந்தார். அவ்வப்போது தன் கண்களைக் கைக்குட்டையால் ஒற்றி எடுத்துக்கொண்டிருந்தார்.

"சூ! அம்மாவை அவர் பார்த்துவிட்டார். அம்மா ஆ மாவின் கைகளைப் பிடித்து வீட்டினுள் அழைத்து வந்தார். ஆ மாவைச் சமாதானப் படுத்தவே முடியவில்லை. விடாமல் அவர் "சூ அவனுக்கு ஏதாவது ஆகிவிட்டால் என்ன செய்வது?" என்று கேட்டுக்கொண்டே இருந்தார்.

“அவன் தாமதமாகவே வரமாட்டான். எங்கே அவன்? எங்கே அவன்?” எனப் புலம்பிக்கொண்டிருந்தார்.

ஆ–மாவுடன் அம்மா வீட்டிற்குள்ளேயே தங்கியிருந்தார். ஒவ்வொரு முறை ஏதாவது காலடி ஓசை கேட்டால், கதவை நோக்கி ஓடியபடியும், பின் மனதுடைந்து திரும்புவதாகவும் இருந்தனர். சிறிது நேரம் பொறுத்து ஆ–மா கதவிற்கருகில் செல்வதை நிறுத்திவிட்டார் ஏனெனில் இதயம் மேலும் கீழுமாக ஒரு யோ–யோவை குதித்தது. ஒரு காலகட்டத்தில் துடிப்பு மேலெழும்பவில்லை. ஏனெனில் அவர் வயது அப்படி. ஒரு வயதான மூதாட்டிக்கு இந்தப் படபடப்பு அதிகம்.

பின் கதவை யாரோ தட்டுவது கேட்டது.

ஒரு மனிதனின் குரல் “ஹலோ! இங்குதானே செங்க் வசிக்கிறார்?” என்று கேட்டது.

அம்மாவும் ஆ–மாவும் கதவிற்கு ஓடினர். அம்மா “ஆம் . . . ஆம் . . ., நீங்கள் யார்?” என்றார்.

நான் ஆ–தான் வாடகை வண்டி ஒட்டுநர். அவர் அம்மாவிடம் ஆ–கூவின் அடையாள அட்டையைக் காட்டி, “இவர் உங்களுக்கு என்ன வேண்டும்?” என்று கேட்டார்.

“என் சகோதரர்!” என்றார் அம்மா.!

“ஓ! உங்கள் சகோதரரா? அவர் கீழே என் வண்டியில் அமர்ந்திருக்கிறார். ஓ! என்னால் ‘பிரேக்’ போட முடிந்தது அதிர்ஷ்டம் தான் தெரியுமா? இல்லை என்றால் என்ன ஆயிருக்குமோ? பிரயாணிகளை அழைக்க சாங்கி விமான நிலையத்திற்குச் சென்றுகொண்டிருந்தேன். இரவில் நிறைய பிரயாணிகள் வருவார்கள், அவர்களுக்கு வண்டி தேவைப்படும். நல்லவேளையாக நீண்ட வரிசை அங்கிருந்ததால் நான் மெதுவாகச் சென்றுகொண்டிருந்தேன். திடீரென்று உங்கள் சகோதரன் என் வண்டியின் முன் வந்துவிழுந்தார். ஐயோ! எவ்வளவு அதிர்ச்சி ஆனேன் தெரியுமா? பிரேக்கை வேகமாக அழுத்தினேன். இந்த மனிதன் இறக்க நினைக்கிறானா? நல்லவேளையாகத் துரிதமாய் வண்டியை நிறுத்தினேன். வண்டியை விட்டுக் கீழே இறங்கி அவனைப் பார்த்துச் சத்தம் போட்டேன். “ஓய்! எதற்காக இப்படி வண்டி முன் வந்து விழுகிறாய்? செத்துவிடுவாய் தெரியுமா?” என்று ஆனால் அவன் பதில் சொல்லவில்லை. அங்கு நின்றபடி தரையையே பார்த்துக்கொண்டிருந்தான். இந்த மனிதனைப் பார்த்தால் சரியாக இருப்பதுபொன்று தெரியவில்லையே என யோசித்தேன். மிகவும் குழப்பத்துடனும் காணாமல் போனவன் போலவும் இருக்கிறானே என்று யோசித்தேன். நீ சரியாகத்தானே இருக்கிறாய்? எங்கே போக வேண்டும்? எனக் கேட்டேன். ஆனாலும் அவன் பதில் கூறவில்லை. மேடம் உங்கள் சகோதரர் எல்லோரையம்போல சாதாரணமானவர் இல்லைதானே?”

“ஆம் அவருக்கு ஸ்கீசோஃபெர்னியா.”

“ஹா என்ன அது?”

“அது ஒரு மனநோய்.”

“ஆ தான்’ னின் கண்கள் அச்சம் தரக்கூடிய எதையோ கண்டது போல விரிந்தன. அவர் “ஓஹ்” என்றார். இருந்தாலும் உங்கள் சகோதரர் தன் சிறிய பணப்பையைத் திறந்து என்னிடம் கொடுத்துவிட்டு என்னிடம் என் வீட்டிற்கு அழைத்துச் செல்ல முடியுமா என்று மட்டும்தான் கேட்டார். அதற்குள் பார்த்தேன், அதில் பணமேதும் இல்லை! புகைப்படத்துடன் கூடிய அடையாள அட்டைதான் இருந்தது. என்ன செய்வது? அவர் மேல் பரிதாபப்பட்டு இங்கு அழைத்து வந்தேன்.”

“மிக்க நன்றி! மிக்க நன்றி! உங்களுக்கு நான் பணத்தைத் தந்துவிடுகிறேன்” என்றார் அம்மா. ஆ–மாவும் “கும் ஸியா, கும் ஸியா ஹை!” என்றார்.

அம்மா ஆ –மாவிடம் ஆ–கூவை நேராக வுட்பிரிட்ஜ் மருத்துவமனைக்கு அழைத்துச் சென்று விடுவதாகக் கூறிவிட்டு ஆ–தானுடன் கீழே ஆ–கூவைக் காணச் சென்றார். அவர்கள் நடைபாதையில் செல்லும்போது, அம்மா ஆ–தான் அவர்களிடம் ஆ–கூ போலிஸ் அகாடெமியிலிருந்து அன்று மதியம் நடந்து சென்றதாகக் குறிப்பிட்டார். “அங்கிருந்து சாங்கி விமான நிலையம் வரை நடந்தா வந்தார்? அலாமக்!” என்றார் ஆ தான்.

ஆ தானின் வண்டிவரை நடந்து செல்லும்போது அம்மாவிற்கு நிம்மதியாக இருந்தது. இறுதியாக ஆ–கூவைக் கண்டுபிடித்தாயிற்று அவர் பத்திரமாக இருக்கிறார். ஆனால் வண்டியை நெருங்கியதும் அந்த யோயோ கயிறு அறுந்துவிட்டது. அவர் இதயம் தரையில் வீழ்ந்து சிதறியது.

வாடகைக் காரின் கதவு திறந்திருந்தது. ஆ–கூவை எங்கும் காணவில்லை.

திரு. ஆ–தான் தன் தலையில் கையை வைத்துக்கொண்டு ‘அலாமக்’ என்றார். அம்மா “அவர் வெகுதூரம் சென்றிருக்க முடியாது. எனக்கு உதவ முடியுமா? உங்கள் காரில் அழைத்துக்சென்று அவரைக் கண்டுபிடிக்க உதவுங்கள் என்றார்.

அவர்கள் பதைபதைப்புடன் நம்பிக்கையற்றுத் தங்கள் தேடலை ஆரம்பித்தனர். லோரோங் 2 வழியாகச் சென்றனர் – காணவில்லை லொரோங் 2 – ஒரு தடம்கூட இல்லை. பின். லோரோங்க் 8 க்கு மீன் அங்காடி வழியாக, எங்கள் வீட்டைத் தாண்டி, மாக் ரிட்சியையும், ப்ராட்டெல் ஆரம்பப் பள்ளியைத் தாண்டியும் சென்றனர்.

திடீரென வண்டி நின்றது. அம்மா குதித்திறங்கி வேகமாக ஓடினார். அவரைக் கண்டுபிடித்துவிட்டார். தன் பச்சைநிற போலோ மேல் சட்டையில் இருந்த அவரைக் கண்டுபிடித்துவிட்டார். தலையெல்லாம் கலைந்துபோய், தோள்கள் ஒரு பக்கம் சரிந்து, மொத்த உடலுமே ஒரு பக்கமாய்ச் சாய்ந்தபடி அவர் அடிமேல் அடியாக எடுத்தபடி நடந்து கொண்டிருந்தார். அம்மா “செங் செங்க்” என்று அழைத்தார். அவர் திரும்பி அம்மாவைத் தேடினர். அம்மா அவர் அருகில் சென்று அவர் கையைப் பிடித்துத் தாங்கினார். அவர் களைத்துப்போய் அம்மாவை ஒன்றும் புரியாமல் விழித்து நோக்கினார். இருப்பினும் சூ உன்னைத் தேடித்தான் இங்கு வந்தேன்” என்பதைக் கூற மட்டும் அவருக்கு முடிந்தது.

அம்மா அவரை ஆ–தானின் வண்டியிலேயே வுட்பிரிட்ஜ்ஜிற்கு அழைத்துச்சென்றார்.

ஆக இதுதான் நடந்தது. நான் இதைக் கேட்டுக்கொண்டிருக்கும் போதே, என் இதயமும் ஏதோ ஒரு காரணத்தினால் யோ–யோவைப்போல மேலும் கீழும் குதித்துக்கொண்டிருந்தது.

ஆ–கூ ஏன் சாங்கி விமான நிலையம் வரை நடந்துசென்றார் என்பதை என்னால் புரிந்துகொள்ள முடியவில்லை அதனால் நான் அம்மாவிடம் “ஆ–கூ ஏன் சாங்கி விமான நிலையம் வரை நடந்தே சென்றார்? நீங்கள் அவரைக் கேட்டீர்களா?” என விசாரித்தேன்.

அவர் தலையை ஆட்டியபடியே கூறினார்:

“அவர் தன் துடைப்பத்தை எடுக்கச் செல்லும்போது உடன் பணிபுரிபவர்களில் ஒருவர் வேகமாய் விலகிச் சென்றாராம். அவர் மற்றவர்களிடம் ஆ–கூ ஒரு “ஜியோ லாங்” என்று கூறிக்கொண்டே இருந்திருக்கிறார். சில நிமிடங்களில் அனைவரும் ஆ–கூவைப் பார்த்தபடி தாழ்ந்த குரலில் பேசிக்கொண்டு இருந்திருக்கிறார்கள். அதனால் அவர் வீட்டிற்குத் திரும்பிவிடலாம் என்று எண்ணியிருக்கிறார். போலிஸ் அகாடெமியில் இருந்து *PIE* வழியாக நடந்தால் தோ பயோவை அடைந்து விடலாம் என்று அவருக்கு நினைவிலிருந்திருக்கிறது. அதனால் நடந்து கொண்டே இருந்தால் ‘தோ பயோ’ வந்துவிடும் என நினைத்திருக்கிறார்;. நீண்ட நேரம் நடந்தபின் அவர் ஒரு இடத்தை அடைந்திருக்கிறார். அது ‘தோ பயோ’ என அவர் நினைத்தார். ஆனால் உண்மையில் அது பேடோக். என்ன செய்வது என்று அவருக்குத் தெரியவில்லை. அதனால் சாலையோரம் ஓய்வெடுக்க அமர்ந்தார். அப்போது ஒரு காவலர் உந்தி கடந்து சென்றது. அதைக் கை காட்டி நிறுத்தி, தன்னை வீட்டிற்கு அழைத்துச் செல்லுமாறு வேண்டியிருக்கிறார். அவர்கள் அப்படிச் செய்ய இயலாது என்றும், அவர் குற்றவாளி இல்லாததால் காவலர் ஊர்தியில் அமரக்கூடாது என்று கூறிவிட்டுச் சென்றுவிட்டனர். என்ன செய்வது? அதனால் தொடர்ந்து நடந்திருக்கிறார்.

அம்மா அரிசியைக் களைந்து கொண்டிருக்கிறார். களைந்த அரிசியைச் சோறு சமைக்கும் பாத்திரத்தில் இட்டு கிளறிக்கொண்டே இருக்கிறார். சுழற்றிச் சுழற்றிக் கிளறுகிறார். கேட்ட எனக்கே கஷ்டமாக இருக்கிறது, அம்மாவிற்கும் மிகவும் துக்கமாக இருக்க வேண்டும். மேலும் துக்கமாக இருக்கும்போது துரிதமாக வேலைகளைச் செய்வது கடினமாக இருக்கும்.

உன் ஆ–கூவிற்கு நோய் திரும்பிய நேரத்தில்கூட பான் ஐலாண்ட் எக்ஸ்பிரஸ் சாலை வழியாகச் சென்றால் வீட்டிற்குச் சென்றுவிடலாம் என்று சரியாக நினைவிலிருந்திருக்கிறது. ஆனால் தோ பயோவை நோக்கிச் செல்வதற்குப் பதில் அவர் சாங்கி விமான நிலையத்தை நோக்கி நடந்துவிட்டார். அவர் கையில் பணம் ஏதும் இல்லை, அதனால்

தொலைந்து போய்விட்டோம் என்பது புரிந்தாலும்கூட, தொடர்ந்து நடப்பதை மட்டும்தான் தன்னால் செய்ய இயலும் என்று நினைத்திருக்கிறார்.

இப்போது புரிகிறது என்று நினைக்கிறேன். பிரச்சனை என்னவென்றால் அவர் தவறான திசையில் நடந்திருக்கிறார்.

"பின் வாடகை வண்டி சரியான இடத்திற்கு அழைத்து வந்த பிறகும் ஏன் அவர் இறங்கி நடந்து சென்றார்?" எனக் கேட்டேன்.

"அவன் என்னைக் கண்டுபிடிக்க வேண்டி இறங்கி விட்டான்" என்றார் அம்மா.

என் சொந்த நிலப்பரப்பிலேயே, அங்காடியில் தொலைந்துபோன கணத்தை நினைத்துக்கொள்கிறேன். காணாமல் போய்விட்டோம் என்ற உணர்வு அச்சம் தரக்கூடியது, எனினும் நான் குழந்தைகள்தான் காணாமல் போவார்கள் என இதுவரை எண்ணினேன். பெரியவர்களும் காணாமல் போகலாம் என நினைத்ததே இல்லை. ஆ–கூவிற்கு மிகுந்த பயத்தை உருவாக்கிய அனுபவம் அல்லவா அது?

பின், இரவு உணவு வேளையில், போலிஸ் அகாடெமிக்குச் சென்று ஆ–கூ வின் மேற்பார்வையாளருடன் பேசினார்கள் என்று சே அம்மாவிடம் கேட்டாள். அம்மா தலையை அசைத்தபடியே "ம்... ம்... அவர் தன் மேலதிகாரியுடன் இதைப்பற்றி விவாதித்துவிட்டு என்னை அழைப்பதாகக் கூறியிருக்கிறார்" என்றார்.

அம்மா மிகவும் களைப்புடனும் கவலையுடனும் காணப்பட்டதால் நாங்கள் மேலும் எதுவும் விசாரிக்கவில்லை. ஆ–கூவின் தந்தை தொலைந்துபோன போது தேடியதையும். நான் தொலைந்து போனபோது தேடியதையும். ஆ–கூ தொலைந்துபோனபோது தேடியதையும் நினைத்துக்கொள்கிறேன். அவர் களைத்துப்போயிருப்பதில் ஆச்சரியமே இல்லை!

'வுட்பிரிட்ஜ்' மருத்துவமனையிலிருந்து ஆ–கூ வெளிவந்த அந்த வார இறுதியில், அம்மாவுடன் அவரைக் காண ஆ–மாவின் வீட்டிற்குச் செல்கிறேன். அம்மா எப்போதும் போலில்லாமல் மிகுந்த அமைதியாக இருக்கிறார். சிறிது நேரம் கழித்து என்னை ஆ–மாவின் அறைக்குச் செல்லுமாறு கூறுகிறார். ஆ–மா சோபாவிலேயே அமர்ந்திருக்கிறார். அம்மா ஒரு சின்ன முக்காலியை எடுத்துக்கொண்டு ஆ–கூ அமர்ந்திருக்கும் சமையலறைக்குள் செல்கிறார். நான் ஆ–மாவின் படுக்கை விளிம்பில் அமர்ந்துகொள்கிறேன், வீடு சிறியது. மேலும் கதவை மூடிக்கொள் என்று அம்மா கூறாததாலும், அவர்கள் பேசியது எனக்குக் கேட்டது.

"செங்க்" என்று அழைத்தபடியே அவரருகே சென்று சிமெண்ட் தரையில் முக்காலியைப் போட்டு அமர்ந்தார்.

ஆ–கூ 'ஹாங்?' என்கிறார்.

ஆனால் சில நிமிஷங்களுக்கு எதுவும் பேசவில்லை. மீண்டும் "செங்க்" என்கிறார். 'ம்ம்ம்' என்கிறார் ஆ–கூ அதன்பின் மீண்டும் அமைதி.

வார்த்தைகள் கிடைக்காமல் அம்மா தவிப்பது எப்போதும் நிகழக் கூடியது இல்லை. அவருக்கு ஏதோ கூற வேண்டும் போல் இருக்கிறது. வார்த்தைகள் வெளிவரவில்லை. இன்று காலை எனக்கு ஏற்பட்ட மலச்சிக்கலைப்போல அது மிகக்கொடிய நிலை என்று நான் கூறுவதை நீங்கள் நிச்சயம் புரிந்துகொள்வீர்கள்.

"செங்க் நீ பி.ஏ. வில் 15 வருடத்திற்கு மேல் வேலை செய்து கொண்டிருக்கிறாய் அல்லவா?"

"ம்ம்ம்"

"நீயும் நானும் இன்னும் இளைஞர்கள் இல்லை. வெயிலில் இலைகளைப் பெருக்குவது மிகவும் களைப்பைத் தரும் விஷயம்."

அவர் குரல் குறுகுகிறது, மீண்டும் மௌனம். அவர் அமர்ந்திருந்த இடத்திலிருந்து ஆ–மா கூறுகிறார் "நம்மிடம் போதிய சேமிப்பு உள்ளது. தினம் போய், இலைகளைப் பெருக்கத் தேவையில்லை."

"பி.ஏ.விடமிருந்து அழைப்பு வந்தது செங்க். இந்த வேலை மிகவும் களைப்பை ஏற்படுத்தும். உனக்குத் தெரியும்தானே லா! நீ மிகவும் களைப்பாகிவிடுகிறாய். நமக்கு வயதாகிறது. அதனால் அவர்கள் நீ ஓய்வு பெற்றுக்கொள்கிறாயா எனக் கேட்கின்றனர். நீ ஓய்வெடுக்கலாம், அம்மா சொல்வது போல், உன்னிடம் போதிய சேமிப்பு உள்ளது" என்றார் அம்மா.

"ஆம்! லா! செங்க்! பரவாயில்லை. வேலைக்குப் போக வேண்டாம். பரவாயில்லை" என்கிறார் ஆ–மா.

மீண்டும் அமைதி!

இறுதியாக ஆ–கூ "இனி பி.ஏ.விற்கு நான் வேலைக்கு செல்ல வேண்டாமா?" எனக் கேட்கிறார்.

"ஆம் போக வேண்டாம் லா!" என்கிறார் ஆ–மா.

சிறிது நேரம் கழித்துச் சமையலறையிலிருந்து கதவை நோக்கி ஆ–கூ செல்வதைக் காண்கிறேன். அவர் தன் பழுப்புநிறச் செருப்புகளை அணிந்துகொண்டு "அம்மா! சூ, நான் கொஞ்சம் நடந்துவிட்டு வருகிறேன்" என்கிறார்.

இப்போது அறையிலிருந்து நான் வெளியே வந்தால் தவறில்லை என நினைக்கிறேன். அம்மா இன்னும் சமையலறையில் முழங்கைகளை, முழுங்காலில் வைத்துக்கொண்டு அதேபோல் அமர்ந்திருக்கிறார். தன் கண்ணிலிருந்து வந்த கண்ணீரை விரல்களால் துடைத்துக் கொள்கிறார். ஆ–மாவும் தன் கைக்குட்டையால் கண்களைத் துடைத்துக் கொள்கிறார்.

நான் கதவருகே சென்று நடைகூடத்தை எட்டிப் பார்க்கிறேன். ஆ–கூ நடந்து செல்வதைக் காணும்போது அவருடைய தோல் கறுத்துப் போயிருப்பதைக் கவனிக்கிறேன். அம்மா கூறியபடி, இத்தனை வருடங்கள்

சூரிய ஒளியின் வேலை செய்ததின் பலன். நொண்டியபடியேதான் நடக்கிறார். தோள்கள் கூனி, ஒரு பக்கம் சாய்ந்த படியும், களைப்பான நடையில் முன்னேறும்போது அவருடைய நரைத்த, கலைந்த முடிகள் உடைய அவர் தலை – (வெளியே செல்வதற்கு முன் அவர் தலையைச் சீவிக் கொள்வதில்லை) மேலும் கீழும் ஆடுகிறது. அவருடைய செருப்புகள், சிமெண்ட் தரையில், மெதுவாக இழுத்துக்கொண்டு செல்வதற்குக் காரணம் ஏதோ ஒரு கனம் இருக்க வேண்டும். இலைகளைப் பெருக்கும் ஓசையான 'ஷ்... ஷ்"ஷைப்போல அதே ஓசை ஏற்படுத்திக்கொண்ட படியே!

அம்மா சோபாவில் ஆ–மாவிற்கு அருகில் அமர்கிறார். நான் என்ன செய்ய வேண்டும் என்று எனக்குத் தெரியவில்லை. அதனால் நானும் அவர் பக்கத்தில் சென்று அமர்கிறேன்.

"அவன் சரியாக இருப்பானா? தொலைந்துவிடுவானா?" என்று ஆ–மா கேட்கிறார்.

"கவலைப்படாதீர்கள் மா! அவனுக்கு சிறிது தனிமை தேவை" என்கிறார் அம்மா.

"ஆமாம் லா! என் மகன் எப்போதும் இப்படித்தான். பேசப் பிடிக்காது. அனைத்தையும் அவன் உள்ளேயே வைத்துக்கொள்வான். அதனால்தான் லா, அவனுக்கு இந்த நோயே வந்தது."

"என்ன செய்வது மா! அவன் குணம் அப்படிப்பட்டது. அவன் புகார் ஏதும் கூறாமல், கோபப்படாமல், கசப்புணர்வுடன் இல்லாமல் இருப்பதற்கு நாம் நன்றியுள்ளவர்களாக இருக்க வேண்டும்."

'பி ஏ' விலிருந்து எப்போது அழைப்பு வந்தது?

"இரண்டு நாட்களுக்கு முன்"

'நம்பிக்கையே இல்லையா? ஏதும் வாய்ப்பே இல்லையா". அவன் வேலையைத் தக்க வைக்க?"

"இல்லை. இதுவரை பல சந்தர்ப்பங்கள் தந்துவிட்டதாகக் கூறுகின்றனர்."

"ஆனால் அவன் கடினமாக உழைத்தானே! உடல் நலமில்லாத நேரம் தவிர மற்ற எல்லா நாட்களும் வேலைக்குச் செல்வானே!"

"என்ன செய்வது மா? இத்தனை வருடங்கள் அவன் வேலையில் இருந்ததே புண்ணியம்தான். அவன் முதலில் வேலைக்குச் சென்றது ஞாபகம் இருக்கிறதா? அவன் நீண்ட நாட்கள் வேலையில் இருக்க மாட்டான் என்றுதானே நினைத்தோம்?"

"ஆம்! ஆனால் இனி ஒவ்வொரு நாளும் அவன் என்ன செய்யப்போகிறான்? மனைவி இல்லை, குழந்தைகள் இல்லை, நண்பர்கள் இல்லை, இப்போது வேலையும் இல்லை. நான் இறந்துவிட்டால் என்ன ஆகும்? நீ மட்டும்தான் இருப்பாய். சூ செங்க்கும் நானும் நீண்ட நாட்களாக உனக்கு பாரமாக இருக்கிறோம்."

“அப்படி சொல்லாதீர்கள் லா! மா!” அம்மாவும் ஆ–மாவும் ஏதும் பேசிக்கொள்ளவில்லை. நாங்கள் அதற்குப்பின் வீட்டிற்குப் புறப்படுகிறோம். வழியிலும் அம்மா ஏதும் பேசவில்லை பேருந்தின் ஜன்னல் வழியே வெளியே பார்த்துக்கொண்டிருக்கிறார். *ஆ–கூ தன் வேலையை தொலைத்ததை நினைத்துக்கொண்டிருக்கிறார் போலும் அவரை நான் பார்க்கிறேன்” அலாமக்! அவர் தலையில் எப்படி இத்தனை நரைமுடிகள் இருக்கின்றன? சில வாரங்களுக்கு முன்புதானே சே–யும் நானும் அவர் தலையில் இருந்த வெள்ளை முடிகள் அனைத்தையும் பிடுங்க உதவி செய்தோம். அடுத்தமுறை எங்களை உதவிக்கு அழைத்தால் பிடுங்குவதற்கு நிறைய வெள்ளை முடிகள் இருக்கும். அவற்றைத் தனித்துக் காண நிறைய பவுடர் உபயோகப்படுத்த வேண்டும். இல்லையென்றால் நாங்கள் கருப்பு முடியையும் சேர்த்துப் பிடுங்கிவிடுவோம். அவரும் ‘ஆவ் என்று கத்துவார்”* என்று நினைத்துக்கொண்டிருந்தேன். வீட்டை அடைந்ததும், அம்மா தன் மருந்துகள் இருக்கும் இழுப்பறையிலிருந்து சில மாத்திரைகளை எடுத்து வாயில் இட்டுக்கொள்கிறார். இரவு உணவைத் தயாரிக்க ஆரம்பிக்கிறார். நான் என் மேசையிலமர்ந்து வீட்டுப் பாடங்களைப் படிக்க ஆரம்பிக்கிறேன். வாணலியில் வறுபடும் பூண்டு மற்றும் மற்ற பொருட்களின் “ஷ்… ஷ்…” என்ற ஓசை கேட்கிறது.

15

தொடர்ந்து வந்த மாதங்களில், ஆ–கூ மற்றைய நேரங்களில் இல்லாத மாதிரி நடக்க ஆரம்பித்தார்.

அடிக்கடி காலை ஐந்து மணிக்கே எழுந்து, பல வருடங்கள் அவர் செய்தது போலவே, உடை மாற்றிக்கொண்டு, வீட்டை விட்டுப் புறப்பட்டு விடுவார். அங்கிருந்து தாமஸ் சாலை வரை நடந்து செல்வார். போலிஸ் அகாடெமியின் வாயிலைச் சென்றடைந்த பின்தான், தான் அங்கு வேலை செய்யவில்லை என்றும், அங்கிருக்கும் துடைப்பத்தை எடுத்து இலைகளைப் பெருக்குவதற்கு, அவர்களுக்கு அவர் தேவையில்லை என்பதும் ஞாபகம் வரும். என்ன செய்வது என்று புரியாமல், 'தோ பயோ'விற்கு அவர் திரும்பி வருவார் அல்லது 'தோ பயோ'வைச் சுற்றி வருவார்.

அவர் நடக்காத பொழுதுகளில், வீட்டில் புகை பிடிக்கபடியோ அல்லது செய்தித்தாளை வாசித்தபடியோ வீட்டிலிருப்பார். வேலையில்லாமல் மனைவியில்லாமல், குழந்தையில்லாமல், நண்பர்களில்லாமல் இருக்கும்போது, அருகில் சென்றால் 'ஜியோ லாங்க்' என்று அழைக்கும் மக்கள் நடுவே இதை மட்டும்தான் செய்ய முடியும். ஒரு முறை நான் படிப்பதுடனும், தேர்வுகளுடனும் போராடிக் கொண்டிருந்தபோது ஆ–கூவின் வாழ்க்கைப்போல வாழ்ந்தால் பரவாயில்லை என்று கூறினேன். நான் என்ன கூறுகிறேன் என்று எனக்குத் தெரியவில்லை என்று அம்மா கண்டித்தார்.

நான் என்ன கூற விரும்பினேன் என்றால், சுற்றிச் சுற்றி நடக்கவும், தினம் செய்தித்தாள் படிப்பதையும்தான் குறிப்பிட்டேன் எனவும், புகைப்பிடிப்பதையும். 'ஸ்கீசோஃப்ரெனியா'வையும் நண்பர்களற்று இருப்பதையும், 'ஜியோ லாங்க்' ஆக இருப்பதையும் குறிப்பிடவில்லை எனக் கூற முயன்றேன். ஆனால் அதை விளக்குவது மிகவும் கடினமானதாய் இருந்தது. இருப்பினும் அவர் உன் தேர்வுகளில் கவனம் செலுத்து என்றுதான் கூறியிருப்பார். எனவே ஏதும் கூறாமலிருப்பதே சிறந்தது.

அடிக்கடி அம்மா அவரைத் தேட வேண்டிவரும். ஆ–மா தொலைபேசியில் அழைத்துக் காலையிலேயே அவர்

வீட்டைவிட்டுச் சென்றுவிட்டதாகவும் இதுவரை திரும்பவில்லை எனவும் கூறுவர். இப்போதெல்லாம் நானே தனியாகப் பள்ளிக்குச் சென்று வருவது நல்லதாகப் போயிற்று – உண்மையில் நானே பல இடங்களுக்குச் செல்ல எனக்குக் கிடைத்த இந்தப் புதிய சுதந்திரம் அருமையாக இருந்தது. ஏனெனில் ஆ கூவைத் தேடி அம்மா நீண்டநேரம் செலவழிக்க வேண்டியிருந்தது. தன் இளவயதில் ஆ காங்க்கை தேடியது அவருக்கு எளிதாக இருந்திருக்கலாம். ஏனெனில் அவர் காணாமல் போய்விட்டால் தன் உரத்த குரலில் அம்மாவின் பெயரைச் சொல்லி அழைப்பார். அவர் எங்கிருக்கிறார் என்ற விபரமாவது அவருக்குத் தெரியும். ஆ–கூவிற்கு உரத்த குரலும் இல்லை. அதே சமயம், அவ்வளவு உரக்க ஒலிக்காத குரலையும் அவர் அதிகம் உபயோகப்படுத்துவதில்லை. கொஞ்சம்கொஞ்சமாய் அவருக்கு எங்கெல்லாம் நடக்கப் பிடிக்கும், எந்த வழியில் அவர் செல்வார், எப்படிச் சென்றால் அவரை எளிதில் கண்டுபிடிக்கலாம் என்பதை அம்மா தெரிந்துகொண்டார். சில சமயங்களில் ஆ கூவை நல்லபடியாக அவர் நடந்துகொண்டு இருக்கும்போதும் கண்டுபிடித்துவிடுவார். சில சமயத்தில் நோய் மீண்டும் தாக்குதலுக்கு தயாராக இருக்கும் நிலையில் நடந்து நடந்து காணாமல் போய்விடுவார். எப்போதும் யாரையாவது தேடிக்கொண்டோ, யாரையாவது கவனித்துப் பார்த்துக்கொண்டோ இருப்பது மிகக் கடினம். எல்லா நேரமும் களைப்புடன் காணப்படுவார். அவருக்கு வயதாவதும் ஒரு காரணமாக இருக்கலாம். ஏறக்குறைய நாற்பது வயதாகிறது அவருக்கு. மேலும் அப்பா தன் நண்பர்களுடன் மதுவருந்தச் சென்று நள்ளிரவுவரை திரும்பாத போதும் அல்லது அவரின் கடன் அட்டைக்கான ரசீது வரும்போது, அவர் சூதாடச் செல்வது பற்றியும், சண்டை ஏற்படுவது பற்றியும் அவர் கவலைப்பட வேண்டியிருந்தது. போக்குவரத்து காவலர்கள் அவரின் காரை நிறுத்தி அவரின் மூச்சைச் சோதனை செய்தால் அவர் வேலையை அவர் இழந்துவிடுவார் என்று அப்பாவிடம் கூறுகிறார். “குடும்பத்தைப் பற்றி சிறிதுகூட நினைக்கமாட்டீர்களா, குழந்தைகளைப் பற்றிய சிந்தனையே இல்லையா?” எனக் கேட்பார் “அதைத்தானே தினம் செய்துகொண்டிருக்கிறேன்? குடும்பத்திற்காக உழைக்கிறேன்; மிகவும் தொந்திரவு நிரம்பிய பின்புலத்திலிருந்து வந்து, படிப்பைப் பற்றி அதிகம் கவலைப்படாத மாணவர்களுக்கு ஒரே மொழியில் பாடம் கற்பிப்பது எத்தனை சிரமம் என்று உனக்குத் தெரியுமா? ஆசிரியர்களுக்கு அதிக சம்பளம் இல்லை என்பது என் தவறா என்ன?” என அப்பா கேட்பார்.

சில சமயங்களில் இரவில் சிறுநீர் கழிக்க எழுந்திருக்கும் போது, படுக்கையில் அமைதியாக அம்மா அழுதுகொண்டிருப்பதைக் கண்டிருக்கிறேன். சில சமயங்களில் ஜன்னல் அருகே நின்றுகொண்டு, கீழே கார்கள் நிறுத்துமிடத்தைப் பார்த்துக்கொண்டிருப்பார். அதற்குள் நுழையும் ஒவ்வொரு காரையும் கண்களை இடுக்கிக்கொண்டு பார்ப்பார். அது ரோமியோவிற்காக ஜீலியட் காத்துக்கொண்டிருந்ததை எனக்கு நினைவுப் படுத்தியது. ஓ ரோமியோ, ஓ ரோமியோ! நீ எங்கே ரோமியோ? ஆனால் அம்மாவின் ரோமியோ, மஞ்சள் நிற ரோமியோ என்று நினைக்கிறேன், ஏனெனில் எங்கள் மஞ்சள்நிற சுசுகி கார் நிறுத்துமிடத்தில் நுழைந்ததும், அவர் காத்துக்கொண்டிருப்பதை நிறுத்திவிடுவார்.

இப்போதும் அவருடன் நான் அங்காடிக்குச் செல்வதுண்டு. வரிசை வரிசையான கடைகளுக்கும் மக்களுக்கும் நடுவே, வழுக்கும் தரையில் பொருட்களை வாங்கச் செல்வோம். இப்போதெல்லாம் அவர் தன் பணத்தில் 'ஞ்யியாலூ' ஆக இருக்கிறார் என்பதைக் கண்ணுறுகிறேன் 'ஞ்யியாலூ' அப்படி என்றால், பொருட்களைப் பற்றித் தீர்மானமாக இருப்பது என்று பொருள். அப்பா மாதத்திற்கு எண்ணூறு டாலர்கள் உணவிற்காகவும், வீட்டுச் செலவிற்காகவும் தருகிறார்; அது போதவில்லை என்றும் கூறுகிறார். ஒவ்வொரு கடையிலும் மனக்கணக்குப் போட்டுப் பணத்தாள்களைக் கவனமுடன் எண்ணுகிறார். மீன் விற்பவர் "சூ! நல்ல மீன் இன்று உள்ளது. உனக்கு வேண்டுமா, வேண்டாமா?" என்று அழைத்தால் அடுத்த முறை என்று கூறுகிறார். பழக்கடையில் உள்ள பெண்மணியிடம், "ஒரேயொரு பப்பாளி, சில ஆப்பிள்கள் மற்றும் ஆரஞ்சுகள்" "இதற்காக 10 டாலர்? எப்படி 10 டாலர் லா" என பேரம் பேசுகிறார். ஆதற்கு அந்த பெண்மணி, "ஹையோ! ஏன் இத்தனை "ஞ் யியாலூ" ஆக இருக்கிறாய், வெள்ளம், நல்ல அறுவடை இல்லை.' நாங்கள் என்ன செய்ய?" என்கிறார்.

அன்று வீட்டை அடைந்தது, அம்மா காய்கறிகள் வறுத்து வாட்டுகிறாள். இம்முறை அது "ச்யே சிம்" (ஒரு வகைக்கீரை), முளைக்கட்டிய பயறு அல்ல"

ஒரு நாள் நான் பள்ளியிலிருந்து திரும்பிவரும்போது அம்மா துணிகளை இஸ்திரி போட்டுக் கொண்டிருக்கிறார். அவர் கண்கள் வீங்கியிருக்கின்றன, அவர் முடியைச் சீவவில்லை. இஸ்திரி போடும் துணியைக் கூட அவர் பார்க்கவில்லை. களைத்த வெற்றுப் பார்வையால் வெற்றிடத்தை வெறிக்கிறார்.

சில நாட்களுக்கு முன் ஆ கூவிற்கு நோய் திரும்ப வந்துவிட்டது. அவரை நீண்ட நேரம் தேடினார். அவரை மருத்துவமனைக்கு அனுப்பிவிட்டு வந்தபோதே கால்களில் சில பிளாஸ்திரிகளை இட்டுக்கொண்டிருந்தார். கொப்புளம் என்றார். நேற்று, அப்பாவுடன் பணத்திற்காக என்று நினைக்கிறேன் – சண்டை போட்டுக்கொண்டிருந்தார். அதனாலும் மிகவும் களைப்பாக இருக்கலாம்.

அப்பா திரும்பி வந்தபோது அவருடைய களைத்த, வெற்றுப் பார்வை கோபமாக மாறியது. இஸ்திரி பெட்டியைப் அணைத்துவிட்டு, தன் அறைக்குள் வேகமாகச் சென்று ஒரு தாளை எடுத்துக்கொண்டு வருகிறார்.

சே இன்னும் பள்ளியிலிருந்து வரவில்லை. அவள் இங்கிருந்தால் நன்றாக இருக்கும் என்று தோன்றுகிறது. ஏனெனில் நான் தனியாக இருக்கிறேன். அம்மாவும் அப்பாவும் சத்தம் போட ஆரம்பித்துவிட்டனர்.

"இங்கே வீட்டுச் செலவையும் சாப்பாட்டையும் கட்டுப்படுத்திக் கொண்டிருக்கிறேன், ஆனால் நீங்கள் வங்கியில் மீண்டும் கடன் வாங்கி இருக்கிறீர்கள்!"

“அப்படிக் கடன் வாங்க எனக்கு ஆசையா? இதைப்பற்றி எத்தனை முறை பேசுவது? பலமுறை உனக்குக் கூறியிருக்கிறேன். 800 டாலர் என் சம்பளத்தில் பெரிய தொகை. அதற்கு மேலும் நான் பணம் கட்ட வேண்டும். குழந்தைகள் படிப்பிற்கு பணம் கட்ட வேண்டும். சங்கீத வகுப்பிற்கு, முழுக் குடும்பத்திற்கான காப்பீட்டிற்கு, இப்படியாக எத்தனை எத்தனை!

“உங்கள் நண்பர்களின் குடிச் செலவிற்குப் பணம் தருவதையும், அந்த முட்டாள்தனமான சூதாட்டத்தில் பணம் போடுவதையும் சேர்க்க மறந்துவிட்டீர்கள்.”

“எனக்கு நண்பர்கள் இருக்கக் கூடாதா? சில சமயங்களில் அவர்கள் பணம் தருவார்கள் சரியா? சரி வங்கிப் பணத்தை நான் கட்டிவிடுகிறேன்.”

“எப்படிக் கட்டப்போகிறீர்கள்? செலவழிக்கவே இங்கு பணமில்லை.”

“ஏதாவது வழி கண்டுபிடிப்பேன் லா!”

அவர்கள் தொடர்ந்து வாதிப்பதை ஏதும் செய்ய இயலாத வண்ணம் பார்த்துக்கொண்டிருந்தேன். திடீரென்று அம்மா தன் கைகளைத் தலைமேல் வைத்துக்கொள்கிறார். அவ்வாறு அவர் செய்து நான் பார்த்ததே இல்லை! அவர் தலை வெடித்துவிடப்போவது போலவும், அதை அவர் அங்கேயே தக்கவைத்துக்கொள்ள முயல்வது போலவும். அவர் கண்கள் வேறு வழி ஏதும் தெரியாமல் இருப்பது போலவும் தோற்றமளிக்கின்றன! “இல்லை! ஆ–கூவைப் போல இவருக்கும் நரம்புத் தளர்ச்சி ஏற்படப்போகிறதோ” உரக்கக் கத்திவிடுபவரைப்போல் தோற்றமளித்தார். ஆனால் என்னைப் பார்த்ததும் உரக்கக் கத்தவில்லை, பின் தன் அறைக்குச் சென்று பையில் சில துணிகளைத் திணித்துக்கொண்டு, கைப்பையையும் எடுத்துக்கொண்டு, அப்பாவிடம் “போதும்! எனக்குப் போதும்! குழந்தைகளை நீங்கள் பார்த்துக்கொள்ளுங்கள்” என்றுகூறி அறையைவிட்டு வெளியேறினார்.

அடுத்து, வீட்டைவிட்டு வெளியேறினால் என்ன செய்வது என்றுகூடத் தெரியாமல் அங்கு நின்றுகொண்டிருந்தேன். என் அம்மா வீட்டைவிட்டுப் போய்விட்டாரா? எங்களை விட்டுப் போகிறாரா? போய்விட்டாரா? திரும்பி வரமாட்டாரா? எங்களை விலக்கி வைத்துவிட்டாரா?

இந்த எண்ணங்கள் மெதுவாக என் தலைக்குள் இறங்கின. அவை கண்ணீரை வெளியேற்றின ‘அம்மா! அம்மா! எப்படி எங்களுக்கு இதை’ செய்யலாம்? எங்களைவிட்டு எப்படி விலகலாம்? என்னை விட்டு இப்படி எப்படிப் போகலாம்? வாழ்க்கையில் முதல்முறையாக நம்பிக்கையற்று நிராதரவாய் உணர்ந்தேன். இல்லை அது நிராதரவாய் நம்பிக்கையின்றியா? எப்படி இருந்தாலும். அதன் தாக்கம் கருணையற்றிருந்தது. அது என்னை உள்ளிலிருந்து எரித்தது.

நான் என் அப்பாவிடம் “உங்களை வெறுக்கிறேன்!” என்று கத்தினேன்.

அவருக்குக் கோபம் வந்தது. “பைத்தியகாரத்தனமாய் இருக்காதே!” என்றார்.

ஆனால் நான் கவலைப்படவில்லை. எனக்கு என் அம்மா திரும்பி வந்தால் போதும். என் அறையில் நான் அழுகிறேன் சே சீக்கிரம் வந்தால் சரியாக இருக்கும். அவள் வந்தால் என்ன செய்ய வேண்டுமென்று கூறுவாள். 'அம்மா சீக்கிரம் வந்துவிடலாம், நிச்சயமாக நம்மை விட்டுப் போகமாட்டார் அல்லது திரும்பிவந்து என்னை அழைத்துச் சென்றாலும் செல்லலாம். அதனால் நான் காத்துக்கொண்டிருக்கிறேன் … காத்துக்கொண்டிருக்கிறேன்.

ஆனால் அம்மா திரும்பி வரவில்லை. அரைமணி நேரத்திற்குப் பிறகு அங்கு அமர்ந்திருக்க இயலாது என்று முடிவு செய்கிறேன். அவரைத் தேடிச் செல்லப்போகிறேன்.

வீதியில் தன்னந்தனியே நடந்துசெல்லும்போது, உலகம் ஆபத்தானதாகவும் நட்பற்றதாகவும் ஆகிவிடுவது விசித்திரமாகனதாக இல்லை? இப்படித்தான் அம்மாவும் உணர்கிறாரா? தன்னந்தனியாக சாங்கி விமான நிலையத்திற்கு நடந்து சென்றபோது இப்படித்தான் ஆ–கூவும் உணர்ந்தாரா? தன்னந்தனியாக?

அப்பாவிடம் கூட 'வெளியே செல்கிறேன்' என்று கூறாமல் வீட்டை விட்டு வெளியேறினேன்.

தனியாகத் தெருக்களில் செல்வது இதுதான் முதல்முறை – இதுவரை பள்ளிக்கு தனியாக செல்ல மட்டுமே எனக்கு அனுமதி – ஆனால் அப்பா கவலைப்படுவாரே என்று எனக்கு அக்கறை இல்லை. ஏனெனில் அம்மாவை வீட்டை விட்டு அனுப்பியதில் அவர்மேல் மிகுந்த வெறியுடன் இருக்கிறேன்.

வெறி என்ற வார்த்தையை உபயோகித்தது எனக்குத் தெரியும், ஆனால் இப்போது அம்மாவை கண்டுபிடிப்பதைத் தவிர வேறு எதைப்பற்றியும் எனக்குக் கவலை இல்லை.

அங்காடியின் அருகே சென்று கீழ்தளத்தில் 'கோப்பி–சி' அருந்துகிறாரா என்று பார்த்தேன். இல்லை லொராங்–8 சாலையில் நடந்து கொண்டிருக்கிறாரோ என்னவோ? ஆ–கூவைக் கண்டுபிடிப்பதைப்போல நானும் கண்டுபிடித்துவிடுவேன்.

ஆ–மாவின் வீட்டிற்குச் சென்றுவிட்டாரோ என்னவோ? அங்கு தான் இருக்க வேண்டும். வேறு எங்கு செல்வார்? இல்லையா? நம்பிக்கை ஒரு அற்புதமானவொரு விஷயம் அது உங்களைச் சுறுசுறுப்பாக்குகிறது. வேகமாக நடக்க வைக்கிறது. நிராதரவாய் நம்பிக்கையற்றிருக்கும் உணர்வு சிறிது குறைகிறது. உண்மையாக ஆ–மாவின் வீட்டை அடைந்து, லிஃப்டில் ஏறும்போது நிராதரவாய் நம்பிக்கையுடன் இருந்தேன் என்று கூறலாமா? "இதோ வந்துவிட்டேன் அம்மா. இதோ வந்துவிட்டேன் ஹா … உங்களைத் தேடி இங்கு வருவேன் என்று நீங்கள் எதிர்பார்த்து இருக்கமாட்டீர்கள் அல்லவா? இப்போதே தயவுசெய்து என்னுடன் வீட்டிற்கு வந்துவிடுங்கள்.

நடையில் ஏறக்குறைய ஓடுகிறேன். கதவைத் தட்டிக்கொண்டே ஆ–மா, ஆ–மா! என்று உரக்கக் கூவுகிறேன்.

"ஹா? யாரது 'லின்'னா?"

அவர் கதவைத் திறக்கிறார். நான் வேகமாக உள்ளே பார்வையைச் செலுத்துகிறேன். அங்கு சோஃபாவில் அம்மா அமர்ந்திருப்பார் என்ற சிறிய நம்பிக்கையுடன். அம்மாவின் அறிகுறியே இல்லை. கழிவறையில் இருப்பாரோ? சமையலறைக்கும் கழிவறைக்கும் சென்று பார்க்கிறேன். கதவு திறந்து இருக்கிறது. உள்ளே எவரும் இல்லை. ஆ–கூ இன்னும் மருத்துவமனையில்தான் இருக்கிறார். ஆ–மா வீட்டில் தனியாக இருக்கிறார்.

"லின் – உனக்குக் கழிவறைக்குச் செல்ல வேண்டுமா?" என ஆ–மா கேட்கிறார். இல்லை என்று தலையை ஆட்டுகிறேன். "இங்கு ஏன் வந்தாய்? அம்மா எங்கே?"

"எனக்கு அழ வேண்டும் போல் உள்ளது. ஏனெனில் அந்தக் கேள்விதான் என்னை கொல்கிறது" அம்மா எங்கே?" ஆனால் ஆ–மாவிற்கு எதுவும் தெரியாது என்றும், வயதானவரை வீணாகக் கவலைப்படுத்தக் கூடாது என்பது மட்டும் எனக்குப் புரிகிறது.

'அம்மா! ம் ம் வெளியே சென்றிருக்கிறார்.' "அப்புறம் ஏன் வந்தாய்?"

அவருக்குக் குழப்பமாக இருக்கிறது. ஆனால் என்னைக் கண்டது அவருக்கு மிக்க மகிழ்ச்சியாக இருந்திருக்க வேண்டும். அதனால் நான் "ஒன்றுமில்லை லா! உங்களைக் காணத்தான் வந்தேன்" என்றேன். என் கைகளைப் பிடித்துக்கொண்டு "நல்ல பெண், ஆ–மாவிற்கு மிகவும் மகிழ்ச்சி" என்கிறார். எனக்கு என்ன சொல்வது என்று தெரியவில்லை. அவருடன் சோஃபாவில் அமர்ந்துகொள்கிறேன்.

"லின், நீ நல்ல பெண். உன் அம்மாவை நன்கு பார்த்துக்கொள். உன் அம்மாவிற்குக் கஷ்டமான வாழ்க்கை, என்னையும் ஆ–கூ–வையும் பார்த்துக்கொள்ள வேண்டும். ஆ–மாவிற்கு இப்பவே வயதாகிவிட்டது, கூடிய சீக்கிரம் இறந்துவிடுவேன்."

"ஆ–மா அப்படிச் சொல்லாதீர்கள் லா!"

அதற்குப் பிறகு, நாங்கள் அமைதியாகச் சிறிது நேரம் அமர்ந்திருந்தோம். ஏனெனில் என்ன பேசுவது என்று எனக்குத் தெரியவில்லை. அவரிடம் நான் வீட்டிற்குச் சென்று வீட்டுப்பாடம் செய்ய வேண்டும் என்று கூறிவிட்டு அவரின் கன்னங்களில் முத்தமிட்டபடி கிளம்புகிறேன்.

இப்போது நிஜமாகவே என்ன செய்வது என்று தெரியவில்லை. வேறு எங்கு சென்று அம்மாவைத் தேடுவது என்று தெரியவில்லை. ஒருவரைத் தேடுவதுதான் எத்தனை கடினமான செயல்! எந்தக் குறிக்கோளுமற்று லொராங் 2 சாலை வழியாக நடக்கிறேன். தோ பயோ சென்ட்ரல் கண்ணில் படும்போது என் கால்கள் வலிக்கத் தொடங்கிவிட்டன.

ஒரு முச்சந்தியை அடைகிறேன். நேராகப் போக வேண்டுமா? இல்லை இடதுபுறம் திரும்ப வேண்டுமா?

இனி மினி மைனிமோ
ஹௌ டு நோ விச்வேடுகோ
கெட் லாஸ்ட் ஹௌ? வில் மம்மி நோ?
இனி மினி மைனி மோ!

சரி இடதுபுறம் திரும்பலாம். நான் நடக்கிறேன். விரைவில் எங்கள் தேவாலயம் கண்ணில்படுகிறது. ஒவ்வொரு ஞாயிறன்றும் நாங்கள் செல்லும் ஆலயம். ஹம்ம் ஒரு வேளை கடவுள் எனக்கு உதவலாம். நான் உள்ளே நுழைந்து படிகளில் ஏறுகிறேன். மிகவும் அசதியாக இருக்கிறது. ஒருவர் சோகம் நிறைந்த மனிதர் மண்டியிட்டு பிரார்த்தித்துக் கொண்டு இருக்கிறார். நடுவிலுள்ள இருக்கையைத் தேர்வு செய்து, மண்டியிட்டு அமர்கிறேன். கண்ணீர் நிறைகிறது. நல்லவேளையாகப் பொதுவிடத்தில் நான் அழுவதைக் காண யாருமில்லை. நிராதரவான எந்த உதவியுமற்று ஒருவர் உதவி கேட்பதைப்போல மண்டியிடுகிறேன். கடவுளிடம் என்ன கூறுவது என்று தெரியவில்லை. அம்மாவை வீட்டிற்கு வரவழைத்துவிடு என்று மட்டும்தான் கூறமுடிகிறது.

என் கண்கள் சிவந்தும் வீங்கியும் இல்லை என்று எனக்குத் திருப்தி ஏற்பட்டதும் வீட்டை நோக்கி நடக்கிறேன். வேறு எங்கு செல்ல இயலும்? மேலும் கடவுள் அம்மாவை வீட்டிற்குச் செல்ல வைத்திருக்கலாம் அல்லவா?

வீட்டை அடைந்ததும் சே வந்திருந்ததைக் கண்டேன். ஆனால் அம்மா வரவில்லை. இப்படி வெளியே சென்றதற்கு அப்பா கடிந்துகொண்டு என்னை மீண்டும் அழவைத்தார். என் கண்கள் அத்தனை அழுகையினால் வலிக்கிறது. என் வயிறும் பொருமுகிறது. இப்போது ஆறு மணிக்குமேல் ஆகிவிட்டது. எங்களுக்கு இப்போது ஒரு நடைமுறைப் பிரச்சனை உள்ளது. அம்மா முன்பே தயார் செய்த கோழிக்குழம்பு உள்ளது. ஆனால் சோறு இல்லை. நாங்கள் என்ன செய்வது? அம்மாதான் எப்போதும் சமைப்பார். அப்பாவிற்கு சமைக்கத் தெரியாது.

சேயும் நானும் சமையலறையில் அனைத்து இழுப்பறைகளையும் திறந்து அரிசியைத் தேடினோம். கண்டுபிடித்துவிட்டோம். அடுத்து ஒரு தடங்கல் எத்தனை அரிசி எவ்வளவு தண்ணீர்? சே–யிடம் அம்மா அரிசியை நிறைய நீர் விட்டுக் கழுவுவதைப் பார்த்திருக்கிறேன் என்று கூறுகிறேன். ஆதனால் நாங்கள் ஆளுக்கு ஒன்று என மூன்று கோப்பை அரிசியையும் நிறைய நீரும் ஊற்றி குக்கரில் வைக்கிறோம். அரிசி வேக ஏன் இத்தனை நேரம் என்று யோசித்தபடியே காத்துக்கொண்டிருந்தோம்.

மிகவும் வெந்துபோன சோறும் கோழிக்குழம்பும்தான் அன்றிரவு உணவு. நொதித்த சோறு நிறைய மீந்துவிட்டது. ஆனால் அதுபற்றி யாரும் கவலைப்படவில்லை. வயிறு நிரம்பிவிட்டது. எங்கள் மனதில் வேறு விஷயங்கள் இருந்தன. இப்பொழுது கடிகாரத்தில் எட்டு மணி. அம்மா வரவில்லை. 8.30 ஆயிற்று; நான் மீண்டும் அழத் தொடங்குகிறேன்.

9 மணி ஆகிவிட்டது. பின் 9.30 அம்மா நிஜமாகவே திரும்பி வரப்போவதில்லையா? இப்போது சே–யும் அழத் தொடங்கிவிட்டாள். பின் 10 மணிக்கு முன்பு வாயிற் கதவு திறக்கிறது. என் இதயம் பின்பால்

கருவியில் சிக்கிக்கொண்ட பந்தைப்போலத் துடிக்கிறது. என் எண்ணமோ ‘கடவுள் என் பிரார்த்தனைக்குச் செவிசாய்த்துவிட்டாரா? கடவுளால் அம்மாவை வீட்டிற்குள் வரவழைக்க இயலுமா? எங்கள் படுக்கையிலிருந்து தடுமாறி எழுந்து கூடத்திற்கு விரைகிறோம்.

ஆம்! அம்மாதான்.

பின் அம்மா எங்களிடம் இரவு வணக்கம் கூறும்போது “அம்மா எது உங்களைத் திரும்பி வரவழைத்தது?” எனக் கேட்டேன்.

அவர் சிறிது நேரம் அமைதியாக இருந்தார். பின் என் நீண்ட முடியைத் தடவியவாறே “எது என்னை வரவழைத்ததா? ஒரு எண்ணம் தான் . . .”

நான் அவரிடம் கேட்டிருக்கக் கூடாது. ஏனெனில் அவர் வாக்கியத்தை நிறுத்தி மீண்டும் கவலையுற்றவராகத் தோற்றமளிக்கிறார்.

இறுதியாக அவர் கூறுகிறார் “நான் திரும்பவில்லை என்றால் நாளை பள்ளிக்குச் செல்ல உனக்கு யார் தலை சீவுவார்கள் என்ற எண்ணம் தான்” என்றார்.

நடக்கும்போது ஆடும் சடைகள் இருப்பது அப்படி ஒன்றும் வேண்டாததல்ல போலும். ஏனெனில் அதுதான் வீட்டைவிட்டு போகும் எண்ணத்தை அம்மாவிற்கு மாற்றியது. இனி பள்ளியில் பெண்கள் என்னைக் கேலிசெய்தால் நான் வருத்தப்படப் போவதே இல்லை.

16

எங்கள் அம்மாவை ஏறக்குறைய தொலைத்த பிறகு எல்லாம் சகஜ நிலைக்கு மெதுவாகத் திரும்பியது. நான் அங் மோ கியோ–வில் உள்ள நிகோலஸ் பள்ளியில் சேருவதற்காக PSLE தேர்வு எழுத வேண்டும். நாங்கள் குழந்தைகளாய் இருந்த நாட்களிலிருந்தே சே எங்கு சென்றாலும் நானும் தொடருவேன். அதனால் எங்கள் இருவரையும் அங் மோ கியோ–விலுள்ள பள்ளிக்கே அனுப்பினர்.

அம்மா அதிக வருமானத்திற்காக, சில பகுதி நேர வேலையையும் தற்காலிக வேலைகளுக்கும் சென்று வந்தார். எங்கள் வீட்டிற்கு வரும் மாணவர்களுக்குத் தனிப்பட்ட விதத்தில் ஆங்கிலப் பாடம் சொல்லிக் கொடுத்தார். ஆங்கிலம் சொல்லித் தருவதில் அவர் வித்தகராய் இருக்க வேண்டும். ஏனெனில் அவரின் மாணாக்கர்கள், ‘சிவப்பு மை’ சரித்திரத்துடன் வருவார்கள். அவர்களை எல்லாம் எப்படியாவது ‘நீல மை’க்குக் கொண்டு சென்று விடுவார். ஒவ்வொரு வருடமும் ஆசிரியர் தினத்தன்று அவருக்கு அனைத்து வண்ணங்களிலும் வாழ்த்து அட்டைகள் மாணவர்களிடமிருந்து வரும்.

வார இறுதி நாட்களில் ஒரு நகலகத்தில் பகுதிநேர வேலையிலிருந்தார். சில சமயம் நானும் அவர் கூடச் சென்று நகல் எடுக்கவும் அதைச் சேர்த்து, பின் அடிக்கவும் செல்வேன். சுற்றிலும் தாள்கள் இருக்கும். நகல் எடுக்கும் இயந்திரத்தின் மாறாத ஒலி. புதிதாய் அச்சடிக்கப்பட்ட தாள்களின் மணம்.

அம்மாவும் அப்பாவும் இன்னும் சண்டைபோட்டுக் கொண்டுதான் இருக்கின்றனர். அவர், “அனைத்தையும் குழந்தைகளுக்காகத்தான் பொறுத்துக்கொள்கிறேன்” எனக் கூறுவதைக் கேட்கிறேன். அவர் தன் தோழிகளுடன் ‘மாஜோங்’ விளையாடி, வாழ்க்கையின் பாரத்தை இலகுவாக்கிக் கொள்கிறார். அவருக்கு இன்னும் ஒற்றைத் தலைவலி வருகிறது. அப்போதெல்லாம் வலி மாத்திரைகளை வாயில் போட்டுக்கொள்கிறார். ஆனால் எத்தனை மாத்திரைகள் என்ற கணக்கு வைத்துக்கொள்ள முடியவில்லை. ஏனெனில் அவை அதிகமாகவும் பல வர்ணங்களிலும் உள்ளன. மேலும் நான் அதிக நேரத்தை என் தோழிகளுடன் பள்ளியில் செலவழிக்கிறேன். அம்மாவுடன் சிறிது நேரமே கழிக்கிறேன்.

நடுநிலைப் பள்ளியில் என் வாழ்க்கை பொறுத்துக்கொள்ளும் அளவிற்கு இருக்கிறது. இங்கு யாரும் என்னை 'ஆடும் பின்னல்' என்று அழைப்பதில்லை. காலையில் நானே பின்னிக்கொள்ள வேண்டியிருப்பது சிரமமாய் இருந்தாலும், என் ஜடைகளைப் போட்டுக்கொள்கிறேன். உண்மையில் அதற்கு வேறு ஒரு காரணமும் உண்டு. உங்களுக்கு என்னைப் போல் 13, 14 வயதாயிருந்து, பைகளை எல்லாம் எடுத்துக்கொண்டு வீட்டைவிட்டுச் சென்ற அம்மா, திரும்பி வரக் காரணம் என் தலையில் இருக்கும் முடிகளைக் கொத்தாக ஒரு ரப்பர் பேண்டில் கட்டுவதற்குத்தான். ஏனெனில் அவர் அதைச் செய்யாவிட்டால் வேறு யாரும் அதைச் செய்ய மாட்டார்கள் என்பதாலும்தான். அதற்குப் பிறகு என் முடியைப் பின்னிக் கொள்ள நான் கற்றுக்கொண்டேன். சில நேரத்தில் திரும்பி வருவதற்கான காரணங்களில் ஒன்றை அம்மா இழந்துவிட்டாரோ என்று கூட நினைத்திருக்கிறேன். ஆனால் அவர் வீட்டில்தான் இருந்தார். ஆக, அவர் திரும்ப வந்ததன் காரணம் என் முடி மட்டும் இல்லை. ஆம்! பல வருடங்களுக்கு முன்பு ஒருமுறை அவர் என்னிடம் கூறியிருக்கிறாரே, அவர் 'ஆ கூ'வைக் கவனித்துக்கொள்ளவில்லையென்றால், வேறு யாரும் கவனித்துக்கொள்ளமாட்டார்கள் என்று.

ஆ–கூவிற்கு இப்போதெல்லாம் நோய் அடிக்கடி தாக்குகிறது. அவர் உடல்நலம் சரியாக இருக்கும்போதே மறுபரிசீலனைக்காக வுட்பிரிட்ஜ் மருத்துவமனைக்கு அம்மா அழைத்துச் செல்கிறார். ஆ–மாவிற்கு உடல்நலம் சரியாக இல்லை. எண்பது வயதுக்குமேல் ஆகிவிட்டது அவருக்கு. அவருடைய கீல்வாதம் மிகவும் மோசமாக உள்ளது. அவருடைய சிறிய உடல் மேலும் கூனி முன்பைவிடச் சுருங்கிவிட்டது. நான் நடுநிலைப் பள்ளியில் படிப்பதால், நானே அடிக்கடி ஆ–மாவையும் ஆ கூ–வையும் சென்று பார்த்து வருவேன். ஒவ்வொரு மாதமும் அவர்கள் வீட்டிற்குப் பேருந்தில் செல்வேன். ஏன் என்று தெரியாது. அவர்களுக்கு எப்போதும் ஹார்ஃபன் வாங்கிச் செல்வேன். அதை அவர்கள் விரும்பி உண்கிறார்கள் என்பது ஒரு காரணமாக இருக்கலாம் அல்லது வேறு ஏதாவது வாங்க எனக்குத் தெரியாததாலும் இருக்கலாம்.

அவர்களைக் காணச் செல்லும்போதெல்லாம், அவர்களின் வீடு எவ்வாறு பாழடைந்துவிட்டதென எனக்குத் தோன்றும். சிமெண்ட் தரையை மூடிக்கொண்டிருக்கும் பழுப்புநிற விரிப்பு பல இடங்களில் கருப்பாகவும், ஓரங்கள் பிய்ந்தும் உள்ளது. உலோக ஜன்னல்கள் பழசாகிவிட்டன. கீழ்முனை துருவேறியுள்ளது. அதனால் ஜன்னல்களைப் பாதியளவே திறக்க முடிகிறது. முன்னால் வலை பொருத்தப்பட்ட பழைய மரச் சமையலறைப் பெட்டி ஒரு பக்கம் சாய்ந்துள்ளது. அதனால் 'ஆ மா' அதன் கீழ் சாயாதிருக்கத் தாளை மடித்துப் பொருத்தியிருக்கிறார். சில சமயங்களில் சுவரோரங்களிலும் அலமாரியிலும் ஒட்டடை படிந்துள்ளது. ஆ–மாவிற்கு அதைக் கண்டுபிடிக்க முடியாதபடி வயதாகிவிட்டது போலிருக்கிறது.

சில சமயம் தரையைப் பெருக்க ஆ–மாவிற்கு உதவுவேன். பெருக்க ஏதும் இல்லைதான், பின்னரும் ஒன்றும் வித்தியாசம் தெரியப் போவதில்லை. அதனால் நான் ஏதாவது உணவு வாங்கிக்கொண்டு செல்வேன். ஆ மா–

வுடன் கொஞ்ச நேரம் கதை பேசுவேன். அவர் என் பள்ளியைப் பற்றி விசாரிப்பார். பின் நான் வீட்டிற்குக் கிளம்பிவிடுவேன்.

வார இறுதியில் அம்மாவுடன் தோ பயோ சென்டருக்குச் சென்றேன். NTVC அங்காடிக்கு நடந்துகொண்டிருந்தபோது ஐஸ்க்ரீம் விற்பவரை அவரது வண்டியுடன் கண்டோம். அம்மா புன்னகை புரிந்து கையை ஆட்டினார். அவரை நோக்கி நடந்தோம்.

இப்போது நான் பதின்மவயது அமைதியான பெண். அதிகமாக குழந்தைத்தனமான ஆவலை ஐஸ்க்ரீம் போன்ற விஷயங்களில் வெளி காண்பிக்கக் கூடாது. அதனால் மரியாதையுடன் 'வேண்டாம்' பரவாயில்லை என மறுக்கிறேன். ஆனால் அவர் வற்புறுத்துகிறார். "பரவாயில்லை வாங்கிக்கொள் லா. பை–சே வேண்டாம்" என்கிறார். அம்மா என்னிடம், "வாங்கிக்கொள் லா" என்கிறார். அதனால் நான் குச்சிஐஸை வாங்கிக்கொண்டு 32டிகிரி வெப்பத்தில், அதன் குளுமையை அனுபவிக்கத் தொடங்கினேன். அவர்கள் வற்புறுத்துவதால், கொஞ்சம் குளிர்ச்சியை அனுபவிப்பதில் என் அமைதித்தன்மைக்குப் பங்கம் வந்துவிடாது.

இப்பொழுது பக்கத்து இருக்கையிலிருந்து ஒருவர் எழுந்து எங்களை நோக்கி வருகிறார். சூ என்றழைக்கிறார். அம்மா சிறிது நேரம் வியப்புடன் இருக்கிறார். பின் மலர்ந்து புன்னகை புரிகிறார். "ஆ ஹியா!" என்று அழைக்கிறார். எனக்குத் தெரிந்த குறைந்த அளவு ஹொக்கியன் மொழியில் 'ஆ ஹியா' என்றால் மூத்த சகோதரன். அதனால் வியப்புடன் அவர் யாராக இருக்கக்கூடும் என்ற கேள்வியோடு நோக்குகிறேன். அவர் குள்ளமாகப் புஷ்டியாகப், பெரிய நெற்றியுடன், உற்சாகமான தந்தையொருவரைப் போன்ற தோற்றத்தில் இருந்தார். ஆனால், என் கவனத்தை ஈர்த்தது என்னவென்றால் அவருடைய கறுத்த தோல்தான். ஆ–கூவைப் போல், ஆனால் அதை விடக் கறுப்பாக.

அவர் ஹெக்கியன் மொழியில் பேசினார். "சூ எப்படி இருக்கிறாய்?"

அம்மா, "பரவாயில்லை லா! எப்போதும் போலத்தான்" என்று பதிலுரைக்கிறார்.

அவர் என்னைப் பார்த்துப் புன்னகை செய்தபடியே, "உன் மகளா? நன்கு வளர்ந்துவிட்டாளே!" என்கிறார்.

"ஆம், என் மகள்தான்" என்கிறார் அம்மா. நான் புன்னகைத்து, "ஹலோ அங்கிள்" என்கிறேன்.

"இவர்தான் ஐஸ்க்ரீம் விற்பவரின் மூத்த சகோதரர். இவர்களின் பெற்றோர்தான் என் இளவயதில் என்னைக் கவனித்துக்கொண்டனர். என்மேல் கருணையோடு இருந்தனர். என்னைத் தங்களின் ஞானக் குழந்தையாக ஏற்றுக்கொண்டனர். இவர்கள் என் ஞானச் சகோதரர்கள்" என்றார் அம்மா.

நான், "ஓ" என்கிறேன். என் ஞான – மாமாக்கள் சங்கடத்துடன் புன்னகைக்கின்றனர்.

"ஆ ஹியா, உங்கள் மகன் எப்படி இருக்கிறார்?" என்று கேட்கிறார்.

என் மூத்த ஞான-மாமா கீழே நோக்குகிறார். புன்னகை அவர் முகத்திலிருந்து அறைகிறது. ஹை என்று பெருமூச்சு விடுகிறார். "என் மகன், எனக்கு என்ன சொல்வதென்று தெரியவில்லை. வேலை செய்ய விருப்பமில்லை, அவன் என்ன செய்தான் தெரியுமா? என்னை அடித்து வீட்டை விட்டுத் துரத்திவிட்டான். இப்போது தம்பியுடன் இருக்கிறேன். அது எனக்கு மிகவும் வருத்தமாயிருக்கிறது. ஏனெனில் அவன் குடும்பமே ஓர் அறையுள்ள அடுக்ககத்தில் கஷ்டப்பட்டுக் கொண்டிருக்கிறது. ஆனால் என்ன செய்வது?"

"ஐயோ!! ஏன் அப்படி?" என்று அம்மா கேட்டார்.

"ஆம்! நம்பிக்கை இல்லை லா! என் மகன், சொந்த தந்தையையே அடித்து, என் வீட்டிலிருந்து என்னை விரட்டிவிட்டான். வாடகைக்கு அறை பார்க்க வேண்டும். ஆனால், அதற்குப் பணம் வேண்டுமே!"

"ஐயோ" என்கிறார் அம்மா மீண்டும். என்ன செய்வது என்று எனக்குத் தெரியவில்லை.

"சூ, குறைந்த வாடகைக்கு ஏதாவது இடம் தெரியுமா?"

அம்மா சிறிது நேரம் யோசிக்கிறார். உண்மையில் நீண்டநேரம் யோசிக்கிறார். சில குழந்தைகள் ஐஸ்க்ரீம் வாங்க வருகின்றனர். அதனால் என் இரு ஞான மாமாக்களும் அம்மா யோசிக்கும் நேரம், வேலையில் மூழ்கி விடுகின்றனர்.

இறுதியாக, "ஆ ஹியா நான் அம்மாவிடமும் செங்கிடமும் இதைப் பற்றிப் பேசுகிறேன். ஆனால் சிறிது காலம் நீங்கள் அவர்களுடன் தங்கலாம். ம்ம்... ஆனால் கூடத்தில் படுத்துக்கொள்வதை நீங்கள் பொருட்படுத்தக் கூடாது. இரண்டு அறைகளுள்ள வீட்டில் அவர்கள் இருவர் தான் உள்ளனர். எனவே இடம் இருக்கும்" என்றார்.

"இல்லை லா! வேண்டாம் லா! எப்படி? நான் கஷ்டமாக உணர்வேன்."

"பரவாயில்லை, நான் முதலில் அவர்களைக் கேட்கிறேன். நிச்சயம் அவர்களுக்கு ஆட்சேபனை இருக்காது. நீங்கள் எங்கள் குடும்பத்தைச் சேர்ந்தவர். உங்கள் பெற்றோர் எங்கள் குடும்பத்தின்மீது காட்டிய கருணைக்குக் கைமாறு என்று எடுத்துக்கொள்ளுங்கள். அந்தக் கருணைக்கு ஈடாய் ஏதும் செய்யவில்லையே என்று எனக்கும் உறுத்தலாய் இருந்தது."

"அப்படியா?"

"இருந்தாலும் நான் அம்மாவிடமும் செங்கிடமும் கேட்கிறேன். நாளை இங்கு வந்து உங்களிடம் செய்தியைக் கூறுகிறேன்."

"சரி லா! முடியவில்லை என்றால் பரவாயில்லை. நீ வந்துகூடச் சொல்ல வேண்டாம்! பரவாயில்லை."

"கவலைப்படாதீர்கள். நாளை வந்து உங்களைப் பார்க்கிறேன்."

அத்துடன் நாங்கள் இடத்தைவிட்டு நகர்ந்தோம். அம்மா ஆழ்ந்த யோசனையில் இருக்கிறார். நான் அவரிடம், "அம்மா! அவர் தோல் ஏன் அத்தனை கறுப்பாய் இருக்கிறது? நிஜமாகவே அவர் ஆ—மாவுடனும், ஆ—கூவுடனும் வாழப் போகிறாரா?" என்று கேட்டேன்.

"ம்ம்ம்? தோலா? ஓ! அவரின் கறுத்த தோலா? அவர் கூலித் தொழிலாளியாக வேலை செய்கிறார். சூரிய வெளிச்சத்தில் பாரத்தைத் தினமும் சுமந்து செல்வார். அதனால்தான் அவருக்குக் கறுத்த தோல் மற்றும் வலுவான உடல். உங்கள் அப்பா அவரை 'டார்க் மேன் (கறுத்த மனிதன்)' என்றழைப்பார்" என்றார்.

"என்ன 'டக் மேனா (Duck man)'? க்வாக் க்வாக் டக்கா?"

அவர் சிரித்தபடியே, "இல்லை லா! இது டார்க். அவர் தோல் மிகவும் கறுப்பாய் இருப்பதால். அவர் கருணையுள்ள மனிதர். நல்லிதயம் படைத்தவர்."

NTVCஇல் எங்கள் வேலையை முடிக்கிறோம். அதற்குப் பின் அம்மா ஆ—மாவின் வீட்டிற்குச் செல்கிறார். அன்றிரவு, இரவு உணவின்போது அப்பாவிடம் அந்தக் கறுத்த மனிதனின் மகன் அவரை அடித்து வீட்டை விட்டுத் துரத்திவிட்டதைக் கூறுகிறார். அதனால் சில காலம் அவர் ஆ—மா மற்றும் ஆ—கூவுடன் தங்குவார் என்றும் கூறுகிறார்.

அப்பா, "ம்ம். அப்படியானால் அவர் கூடத்தில் உறங்குவாரா?"

சே, "என்ன டக் மேனா? க்வாக் க்வாக் டக்கா? அவர் வாத்துச் சோறு விற்பவரா?"

"ஆம் அவர் கூடத்தில்தான் உறங்குவார். இல்லை டக் அல்ல டார்க்" என்கிறார் அம்மா. "நீங்கள் இருவரும் ஒரே மாதிரிக் கேள்வி கேட்கிறீர்கள். இப்படிப் பெயர்வைத்த உங்கள் அப்பாவைக் கூற வேண்டும்."

சே—யும் நானும் கிளுகிளுத்துச் சிரிக்கிறோம். ஏனென்றால், நாங்கள் வாத்துச்சோறு மற்றும் வாத்து விற்பவர் பற்றிக் கேள்விப்பட்டிருக்கிறோம். ஆனால், ஒரு டக் மனிதனைப் பற்றிக் கேள்விப்பட்டதே இல்லை. அதாவது டார்க் மனிதனைப் பற்றி.

சில நாட்கள் கழித்து, இந்தக் கறுத்த மனிதன் ஆ—மா, மற்றும் ஆ—கூவுடன் தங்குவதற்கு வருகிறார். நல்ல வெயிலில் காலையிலிருந்து மாலைவரை கூலி வேலை பார்க்கிறார். தனக்கான இரவு உணவை வாங்கிக்கொண்டு வந்து விடுவார். ஆ—மாவையே அம்மாவையோ ஏதும் தொல்லைபடுத்துவதில்லை. ஏதாவது வாடகை தருவதாகக் கூறினாலும், அம்மாவும் ஆ—மாவும், 'தேவையில்லை' என்று கூறுகின்றனர். அதனால் அவரும் குடும்பத்தில் ஒருவராக ஏறக்குறைய ஆகிவிட்டார் என்று நினைக்கிறேன். மேலும், ஆ—மா வீட்டில் இன்னொருவர் இருப்பது நல்லதுதான். அவர் பழகுவதற்கு அருமையானதொரு மனிதர். டார்க் மேன் (கறுத்த மனிதன்) என்று நாங்கள் அழைக்கும் ஒருவர் இருண்ட, பழையதொரு

வீட்டிற்குச் சிறிது கலகலப்பைப் புகட்டுகிறார். அவர்களுடைய இருண்ட, தனிமையான இரவுகளில் ஒரு தோழமையையும் கொண்டுவந்திருப்பது விசித்திரம் இல்லையா?

எங்கள் குடும்பத்திலும் எண்ணிக்கை கூடியது. ஆம் ஒருவிதத்தில் எனக் கூறலாம். நடுநிலை 2 ஆம் படிவத்தில், என் வகுப்புத் தோழி இரண்டு பெண் வெள்ளெலிகளைத் தந்தாள். அவளிடம் ஒரு முழுக் குடும்பமே உள்ளது, அவை அளவில்லாமல் பல்கிப் பெருகின. அதனால் அதைத் தருவதற்கு அவள் ஆட்களைத் தேடிக்கொண்டிருந்தாள். ஆக இப்போது எங்கள் குடும்பத்தில், அம்மா, அப்பா, சே–யும் நானும், ஆ–மாவும் ஆ–கூவும், கறுத்த மனிதன் மற்றும் பீச்சஸ்ஸூம் பாட்சஸூம் உள்ளனர். முழுதும் வெள்ளை மற்றும் பழுப்பாய் இருப்பதால் பீச்சஸ்; வெள்ளை, பழுப்பு மற்றும் கறுப்பு நிறம் ஆங்காங்கே தெளித்துள்ளதால் மற்றதற்கு பாட்சஸ் என்று பெயர். அப்பாவிற்கு அவற்றின்மேல் பிரியம், அவற்றைச் சுத்தம் செய்வதும் குளிப்பாட்டுவதும், சாப்பாடு தருவதும், அவற்றுடன் விளையாடுவதுமே அவரைச் சூதாட்டத்திலிருந்து அவை விலக்கிவைத்திருந்தன. அம்மா கேரட்டும், நீண்ட அவரையும் வாங்கிக் கூண்டுக்குள் போடுவார். அதைத் தவிர வளர்ப்புப் பிராணிகளின் மேல் அவருக்குத் தனிப் பிரியம் கிடையாது. வளர்ப்புப் பிராணிகள் தொல்லை பிடித்தது என்பார். சிறு வயதில் ஒரு அல்சேஷன் நாய் கடித்ததிலிருந்து அவருக்கு வளர்ப்புப் பிராணிகளையே பிடிக்காது.

கறுத்த மனிதன் வீட்டில் தங்க ஆரம்பித்த சில நாட்களின்பின் நான் ஆ–மாவையும், ஆ–கூவையும் பார்க்கச் செல்கிறேன். வீடு இப்போது சுத்தமாக இருப்பது தெரிகிறது. ஒட்டடை இல்லை. ஜன்னல்களில் தூசு காணப்படவில்லை. நான் வாங்கிச் சென்றிருந்த ஹார்ஃபன்னை, ஆ–கூவும் ஆ–மாவும் சாப்பிட்டுக்கொண்டிருக்கும்போது, கறுத்த மனிதர் வீட்டிற்கு வருகிறார். அவருடைய சட்டை ஈரமாக இருக்கிறது. ஒருவித வெளுத்த சாம்பல்நிறப் பொடி அவருடைய உடல் முழுவதும் ஒட்டியிருக்கிறது. சங்கடத்துடன் சிரித்தவாறே அவர் குளியலறை நோக்கிச் செல்கிறார். “நான் முதலில் போய் குளித்துவிடுகிறேன். சிமென்ட் பௌடர் லா!”

ஒரு பெரிய மனிதர் இப்படி வெட்கப்பட முடியுமா என நினைத்தவாறே புன்னகை செய்கிறேன். ஒரேயொரு பொட்டலம் ஹார்ஃபன் வாங்கியதற்குச் சங்கடமாக இருக்கிறது. ஆனால், என்னிடம் அதற்கு மட்டும்தான் பணம் இருந்தது. மேலும் எனக்கும் ஒரு பொட்டலம் வாங்கித்தான் பழக்கம். நல்லவேளையாகத் தன்னுடைய உணவைத் தன் கையில் வைத்திருந்த பையில் வாங்கிக்கொண்டு வந்திருந்தார்.

குளித்த பிறகு அவர் தொலைக்காட்சியை உயிர்ப்பித்தார். ஆ–மாவும் ஆ–கூவும், தொலைக்காட்சி பார்ப்பதை நான் கண்டதே இல்லை. வழக்கமான கனமான அமைதியிலிருந்து என்ன ஒரு விடுதலை? அது கனமான அமைதியா? அமைதியான கனமா? தொலைக்காட்சி மிகவும் பழையது. சிறியது. ஆனால், அதைப் பற்றி யாருக்குக் கவலை? சேனல் 8

இல் இருந்து ஓசை வீட்டை நிரப்புவது இனிமையாக இருக்கிறது. கறுத்த மனிதர் தொலைக்காட்சியைப் பார்த்துக்கொண்டிருக்கிறார். ஆ–கூவும் ஆ–மாவும் தொலைக்காட்சியைப் பார்க்கிறார்கள். கறுத்த மனிதர், கூச்ச சுபாவம் உடையவராக இருக்க வேண்டும்தான். ஏனெனில் அவருக்கு இப்போது பசிக்கும். அவருடைய உணவு மேசை மேல் இருக்கிறது. நான் வீட்டிற்குக் கிளம்புகிறேன். அவர் உண்ணட்டும் என்பதற்காகத்தான் கிளம்புகிறேன் என்பதைக் கூறவில்லை.

ஒவ்வொரு சீனப் புத்தாண்டின்போதும், அம்மா அன்னாசிப்பழ டார்ட்டும் அச்சாறும், அதாவது காய்கறி ஊறுகாயும் செய்வார். அதை விற்று அதிலிருந்துவரும் தொகையைப் புத்தாண்டிற்காகப் பொருட்கள் வாங்கவும், அங்கு பௌக்காகவும் செலவழிப்பார். ஒவ்வொரு வருடமும் ஆ–கூவும் ஆ–மாவும் புத்தாண்டில் ஒன்றுகூடும் இரவுணவிற்கு வருவார்கள். இதுவரை அப்படித்தான். கறுத்த மனிதன் அவர்களுடன் வாழத் தொடங்கியவுடன், அவரையும் விருந்திற்கு அழைக்கிறோம்.

சீனப் புத்தாண்டின் முதல் நாளன்று, அப்போது நான் மேல்நிலை மூன்றாவது படிவத்தில் படித்துக்கொண்டிருந்தேன். சே–யும், நானும் அம்மாவிற்கு அன்னாசிப்பழ டார்ட்டும் அச்சாறும் செய்வதற்கு உதவி செய்துகொண்டிருந்தோம். மாவைப் பிய்த்து டார்ட்டின் அடிப்பாகத்தைத் தயார்செய்து நறுக்கிச் சமைத்த அன்னாசிப் பழத்தை அதனுள் வைத்து உருட்டுகிறோம். பின் மாவினால் அதன்மேல் மெல்லிய ரிப்பன் போல் செய்கிறோம். ஆம், உதவி செய்வது என்றால் டார்ட் தயாரானதும் ருசி பார்க்க எங்களுக்கும் கிடைக்கும். நாங்கள் டார்ட்டை வாயில் போட்டுக்கொண்டபடியே இருக்கிறோம். அச்சாறு செய்வதற்கும் நாங்கள் உதவி செய்கிறோம். நறுக்கி ஊறவைத்த கேரட் மற்றும் வெள்ளரியிலிருந்து வினிகரைப் பிழிந்து எடுக்கிறோம். ஆனால், பத்து நிமிடங்களிலேயே எங்கள் கைகள் இழுக்கத் தொடங்கிவிடுகின்றன. காற்றில் அவற்றை ஆட்டிச் சரிசெய்து கொள்கிறோம்.

அப்பா அவருடைய அறைக்கு பேட்சஸைத் தூக்கிச் செல்லும்போது அவளும் நெளிகிறாள். வழக்கம்போல அவர் படுக்கையில் படுத்துக்கொண்டு பேட்சஸை மலைமேல், அதாவது தன் தொந்தியின் மேல் வைக்கிறார். ஒரு துண்டு கேரட்டை அவள் தின்னுவதற்குத் தருகிறார். அவளைத் தடவிக் கொடுக்கிறார். ஓர் இலையினால் அவளுடைய மூக்கையும் பின்பாகத்தையும் கிச்சுகிச்சு மூட்டி அவளை எரிச்சலடையச் செய்கிறார். வெள்ளெலிகள் அமைதியானவை, பொறுமையானவை. இல்லையென்றால் அவர் இப்போது சிரிப்பது போல் சிரிக்க முடியாது. சில நிமிடங்களுக்குப் பிறகு, அவர் சிரிப்பது நின்றுவிட்டது. பேட்சஸ் அறையிலிருந்து ஓடிவந்து கூடத்திலிருந்த சோஃபாவின் கீழ் செல்கிறது. வெள்ளெலிகளுக்கும் நண்டுகளுக்கும் ஒளிந்துகொள்ள சோஃபாவின் அடிதான் அவற்றுக்குப் பிடிக்கிறது என்பது விசித்திரம்தான். ஆனால் வெள்ளெலியை எளிதாகப் பிடித்துவிடலாம். விரைவில் பேட்சஸை அவள் கூண்டிற்குள் விட்டுவிடுகிறோம்.

அப்பாவின் அறைக்குள் எட்டிப்பார்க்கிறோம். அங்கு அவர் குறட்டை விட்டுக்கொண்டு, அவருடைய மலை போன்ற தொந்தி மேலும் கீழும், மேலும் கீழும் அசைந்தவாறே தூங்கிக்கொண்டிருக்கிறார். அவருடைய தொப்புளின் அருகே வெள்ளெலியின் இரண்டு துண்டு எச்சங்கள் ஒட்டிக்கொண்டிருக்கின்றன. ஒவ்வொருமுறை அவர் ஃபியோ, ஃபியோ, ஃபியோ, ஃபியோ என்கிறபோது அவருடைய வயிறு தாழ்கிறது. அந்த எச்சம் அவர் தொப்புளை நோக்கி உருண்டு வருகிறது. அவர் 'கொர்ர்' எனும்போது, அவருடைய வயிறு மேலே ஏறுகிறது. இப்போது அந்த எச்சம் தன்னிடத்திற்குத் திரும்புகிறது. சே–யும் நானும் எங்கள் சிரிப்பை அடக்கிக்கொள்ளக் கையால் வாயைப் பொத்திக்கொள்கிறோம். அவருக்கு நன்றாக வேண்டும். இதுபோன்ற, 'ஷிட் அண்ட் ரன்' செய்ததற்குப் பேட்சஸைப் பாராட்ட வேண்டும். வெள்ளெலியின் பின் பாகத்தைக் கிச்சுகிச்சு மூட்டிக்கொண்டே இருந்தால் ஏதாவது வெளியே வரத்தானே செய்யும்? ஆனால், தன் படுக்கையில் கறுப்பான பொருட்கள் இருப்பது அவருக்குப் பிடிக்காது. அவை தற்போது மேலும் கீழும் ஓடிக்கொண்டிருப்பதைப் பார்த்தால், விரைவில் படுக்கையில் விழுந்துவிடும் போல்தான் இருக்கிறது. கீழே விழும் அல்லது அப்பாவின் தொப்புளிலேயே ஒட்டிக்கொண்டுவிடும். ஈக்க்.

நாங்கள் உரக்கக் கத்துகிறோம். "அப்பா உங்கள் வயிற்றில் என்ன இருக்கிறது என்று பாருங்கள்." அவர் குதித்து எழுகிறார். "ஐய்யோ." வெள்ளெலியின் எச்சம் படுக்கையில் விழுந்து விட்டது. "அந்த பேட்சஸ். இனி அவளை நான் தூக்கிக்கொள்ளவேமாட்டேன்" என்ற அப்பா உறுமுகிறார். அவர் எழுகிறார். சம்பவ இடத்தைச் சுத்தம் செய்வதற்கு வெறும் டிஷ்யூ பேப்பரே போதுமானதாய் இருக்கிறது.

அம்மா நாங்கள் ஒன்றுசேரும் விருந்திற்கு உணவு தயாரிக்கும்போது, 'அங் பௌ' தாளில் புதிய ரூபாய் நோட்டுகளை வைத்துக் கட்டுகிறோம். அப்பா வெள்ளெலிக் கூண்டைச் சுத்தம் செய்கிறார். ஏற்கனவே என்மேல் எச்சமாகத்தான் இருக்கிறது. புது வருடத்தில் சுத்தமான கூண்டில் அவை இருக்கட்டும் என்கிறார்.

ஆறு மணியளவில் ஆ–மாவும் ஆ–கூவும் கறுத்த மனிதரும் வருகிறார்கள். ஆ மா எப்போதும் போல் அவருடைய 'சாம் ஃபூ'–விலும், ஆ–கூ அவருக்குப் பிடித்த, ஆனால் இப்போது சிறிது வெளுத்துப்போய் பழையதாகிவிட்ட பச்சைநிற போலோ டிஷர்ட்டிலும்.

ஆ–மா! என சே யும், நானும் உரக்கக் கத்துகிறோம்.

"ஓய்ய்.!" என்கிறார் அவர்.

ஆ–கூ என அழைக்கிறோம்.

"யா" என்கிறார் அவர்.

"அங்கிள்" என்கிறோம்.

"ஆ ஈ ஈ" என்கிறார் கறுத்த மனிதர் சங்கடமான புன்னகையுடன்.

அவர்கள் அனைவரும் புன்னகைத்துக்கொண்டிருக்கின்றனர். ஆ–மாவும், ஆ–கூவும் 'போ–கே', அதாவது பற்களில்லாமல் வெறும் ஈறுகள் மட்டுந்தான் உள்ளவர்கள் என்பது எனக்குப் புரிகிறது. கறுத்த மனிதருக்கோ அருமையான வெண்மையான வரிசையான பற்கள். அவை கட்டிக்கொண்டவையாகத்தான் இருக்க வேண்டும். ஆ கூவின் பற்களைப் புகையிலை தின்றுவிட்டன. அவருக்கு ஏறக்குறைய 50 வயது இருக்கும். முத்தமிடுவதற்கு மனைவியோ, புன்னகைப்பதற்கு எஜமானனோ இல்லை. ஆகையால் 'போ கே'வாக இருப்பது அவருக்கு ஒன்றும் பெரிதில்லை. ஆ –மாவிற்கு 84 வயதாகிறது. இருப்பினும் அங்கிருந்து அவரால் நடந்துவர முடிகிறது. ஆனால், அமரும்போது மிகவும் களைப்பாகத் தெரிகிறார். கீல்வாத வலியைப் போக்குவதற்காகத் தன் முழங்காலின் மேல் தட்டிக் கொண்டேயிருக்கிறார்.

நாங்கள் அனைவரும் உணவு மேசையில் அமர்ந்துகொள்கிறோம். எனக்கு மிகவும் பிடித்த 'வான் டேன்' இருக்கிறது. ஆ–மாவும் ஆ –கூவும் கடித்து மெல்ல முடியாததால் அதை உண்ணவில்லை. அம்மா அவர்களுக்குக் கொஞ்சம் 'தூ தார் திங்'கை அளிக்கிறார். ஆ–மா பன்றி வயிற்றின் சிறு துண்டைத் தன் ஈறுகளால் சுவைக்கத் தொடங்குகிறார். நான் என்னுடைய ஐந்தாவது 'வான் டேன்'னை முடித்த பிறகும்கூட அவர் அந்தத் துண்டைச் சுவைத்துக்கொண்டே இருக்கிறார். ஆ–கூவிற்கு இவ்வாறு கடிப்பது பிடிக்காது. அவர் தன் உணவை விரைவாக விழுங்குகிறார். நாங்கள் பாதி சாப்பிட்டு முடிக்கும் முன்பே அவர் சாப்பிட்டு முடித்து விடுகிறார். அதற்குப் பின், அவர் சோஃபாவில் அமர்ந்து செய்தித்தாளை வாசிக்க ஆரம்பிக்கிறார். கறுத்த மனிதரும் அதிகமாக உண்ணவில்லை. அவருக்குக் கொஞ்சம் சங்கடமாக இருந்திருக்குமென்று நினைக்கிறேன். ஏனெனில் ஆ–கூ சோஃபாவிற்குச் சென்றபின், இவரும் அவரருகில் சென்று அமர்ந்து தொலைக்காட்சியில் நடந்துகொண்டிருக்கும் ஏதோ ஒரு நிகழ்ச்சியைக் காணத் தொடங்குகிறார்.

சிறிது நேரம் கழித்து, ஆ மா உண்பதை நிறுத்துகிறார். அவர் சில கரண்டி சோறும் ஒரு சிறு துண்டுப் பன்றி இறைச்சியும் மட்டும்தான் சாப்பிட்டிருக்கிறார். அம்மா அவரிடம், "ம்மா, இன்னும் கொஞ்சம் சாப்பிடுங்கள்" என்கிறார். ஆனால் ஆ–மா சாப்பிட முடியவில்லை என்கிறார். அவருக்குத் தண்ணீர் வேண்டும் என்பதால் அவருடன் அம்மா சமையலறைக்குள் செல்கிறார்.

அப்பா ஹை ஃபை–யில் பாட்டு போடுகிறார். 'டாங் டாங் டாங் க்வாங். டாங் டாங் டாங் க்வாங்' என்று அது ஒலிக்கையில் அப்பாவும் சேயும் நானும் நன்றாகச் சாப்பிட்டோம். விரைவில் சே–யிற்கும் எனக்கும் வயிறு நிரம்பிவிடுகிறது. ஆனால், அப்பா இன்னும் சாப்பிட்டுக்கொண்டே இருக்கிறார். "பெரிய வயிறு அதிக உணவு கேட்கும்" என்கிறார்.

நான் உதவி செய்து தயாரான அன்னாசி டார்ட்டை, ஆ–மா சாப்பிட வேண்டுமென்று ஆசைப்படுகிறேன். அதனால் அவற்றை ஒரு தட்டில் வைத்துச் சமையலறைக்குள் எடுத்துச் செல்கிறேன். அங்கு

ஆ–மா ஒரு நாற்காலியில் அமர்ந்திருக்கிறார். அம்மா பாத்திரங்களைக் கழுவிக்கொண்டிருக்கிறார்.

ஆ–மா, அம்மாவிடம், "சூ, செங்கிடம் நான், 'நாம் இருவரும் சூ–விற்குச் சுமையாக இருக்கிறோம். நாம் ஒன்றாக மாடியிலிருந்து குதித்து இறந்து போய்விடுவோம்' என்று கூறினேன். ஆனால், அவன் பயப்படுகிறான். "அப்படி எல்லாம் செய்யக் கூடாது" என்கிறான். "எனக்கோ வயதாகிறது. என்னுடைய நோய் மோசமாகிறது. ஒரு நோயாளியான சகோதரனையும், வயதான நோயாளி அன்னையையும் சூ–வால் எவ்வாறு கவனித்துக் கொள்ளமுடியும்?' என்று அவனிடம் சொன்னேன்" என்றார்.

அம்மா தான் தேய்த்துக்கொண்டிருந்த பாத்திரத்தைக் கீழே வைக்கிறார். அவர் கை முழுவதும் பாத்திரம் தேய்க்கும் சோப்பாக இருக்கிறது. "ம்மா, இப்படி எல்லாம் பேசாதீர்கள் லா! அதிகம் யோசிக்காதீர்கள். சரியா? நாம் ஒரு வழி கண்டுபிடிப்போம்."

"நான் இல்லாவிட்டால் மருந்து சாப்பிடுவதற்கு அவனுக்கு யார் நினைவூட்டுவார்கள்?" என்கிறார் ஆ–மா. இதற்கான விடை அம்மாவிடம் இல்லை என்று நினைக்கிறேன். அதனால் அவர் ஏதும் பதிலளிக்கவில்லை.

ஆ–மாவிடம் சென்று உரக்க, "ஆ–மா, இந்த டார்ட்களை நான் தான் செய்தேன் தெரியுமா? இவற்றை நீங்கள் சாப்பிட வேண்டும்" என்கிறேன்.

ஆ–மாவின் முகம் சிறிது இளகுகிறது. "லின், நீயா இதைச் செய்தாய்? சரி நான் சாப்பிட்டுப் பார்க்கிறேன்" என்கிறார்.

அவரின் ஒரு கையால் என் கையைப் பிடித்துக்கொண்டு, மற்றொன்றால் ஒரு டார்ட்டை எடுக்கிறார். "ம்ம்ம்ம். ஜின் ஹோர் ஜியா. ஜின் ஹோர் ஜியா" என்று கூறிக்கொண்டே புன்னகை புரிகிறார்.

சமையலறைக்குள் சங்கீதம் கேட்கிறது. 'டாங் டாங் டாங் க்வாங். டாங் டாங் டாங் க்வாங்'. ஆ மா இப்போது மகிழ்ச்சியாக இருப்பதால் அம்மாவிடம் அவர் பேசியதை மறந்து போய்விடுவார் என்று நான் நினைக்கிறேன். எனக்கு 15 வயதுதான் ஆகிறது. இருப்பினும் அவருடைய வார்த்தைகள், ஒரு வெப்ப மண்டல நாட்டையே குளிர்விக்கக்கூடியவை என்பது எனக்குப் புரிகிறது.

17

ஆ–மாவின் உடல்நிலை மிகவும் மோசமடையத் தொடங்குகிறது. அவருடைய கீல்வாதம் மிகவும் அதிகமாகி விடியற்காலைகளிலும் இரவு நேரங்களிலும் அவர் வலியால் கத்துகிறார். சில சமயங்களில் அக்கம்பக்கத்தில் உள்ளோர் விடியற்காலையில், 'ஐயோ ஐயோ' என அவர் கத்துவதுபற்றி அம்மாவிடம் புகார் கூறுகின்றனர். "அவரை மருத்துவரிடம் அழைத்துச் செல்லக்கூடாதா அல்லது ஏதாவது மருந்து தரக்கூடாதா?" என்று கேட்கின்றனர். அவர் காலையில் கத்துவது எங்களை எல்லாம் எழுப்பிவிடுகிறது என்கின்றனர்.

அம்மாவிற்கு என்ன செய்வது என்று தெரியவில்லை. அவர் ஆ–மாவை மருத்துவரிடம் அழைத்துச் சென்றார். அவரும் சில வலி மருந்துகளைத் தந்திருக்கிறார். ஆனால் எதுவும் வேலை செய்வது போல் தெரியவில்லை. மருத்துவர் "மன்னிக்கவும், எங்களால் இதுமட்டும்தான் செய்ய இயலும். வலி போக மாத்திரைகள் எழுதித் தரலாம். இவரின் கீல்வாதம் பல ஆண்டுகளாக நீரிலும் சோப்பிலும் அவர் சலவைக்காரராய் புழங்கியதால் வந்தது. இதற்குமேல் எதுவும் செய்வதற்கில்லை" என்றார்.

நடுநிலைப் பள்ளியில் நான்காவது படிவத்தில் இருக்கும் போது ஆ–மா எங்களுடன் தங்கவந்தார். அம்மா அவரைப் பார்த்துக்கொள்ளலாம் என்றோ அல்லது அக்கம்பக்கத்தினரின் புகாரினாலோ அல்லது இவை இரண்டுமே காரணமோ தெரியவில்லை. சே–யும் நானும் பகிர்ந்துகொள்ளும் இரண்டடுக்கு படுக்கையின் கீழடுக்கில் ஆ–மா உறங்குகிறார். நான் மேல் அடுக்கிற்கு மாறிவிட்டேன். சே, அம்மா புதிதாக வாங்கிய திவான் படுக்கையில் தூங்குகிறாள். சில சமயம் நான் மிகவும் களைப்பாக இல்லாமல், தூங்காமலும் இருக்கும்போது, இரவிலும் விடியற்காலையிலும் அவர் வலியில் முனகுவதைக் கேட்கிறேன். பாதி நேரம் அவருக்காகப் பரிதாபப்படுகிறேன். மறுபாதி நேரம் எனக்காகப் பரிதாபப்படுகிறேன். ஏனெனில் நமக்குக் கீழடுக்கில் நம் பாட்டி முனகிக்கொண்டிருக்கும் போது தூங்குவது மிகவும் கடினமாக இருக்கிறது. உதவியற்று இருக்கிறேன். கோபம் வருகிறது. பின் கோபப்பட்டதால் குற்றவுணர்வு தோன்றுகிறது. இதைப்பற்றி நம்மால் எதுவும் செய்ய இயலாது என்பதாலும், அவருடைய வலியைப் போக்க முடியாது என்பதாலும், மேலும் எரிச்சலும் கோபமும்

வருகிறது. நம் கோபத்தை நம்மால் தடுக்க முடியாது. நம் குற்றவுணர்ச்சியை நம்மால் கண்டுகொள்ளாமல் இருக்க முடியாது. இவையெல்லாம் மனதுள் ஓடும் போது யாரால் தூங்க முடியும்?

தன் வீட்டைவிட்டு வெளியேறவும், ஆ-கூவைத் தனியே கறுத்த மனிதனுடன் விடவும் ஆ-மா கடுமையாக மறுத்தார். யாருக்கும் தன் சொந்த வீட்டின் சௌகரியத்தையும் பழக்கத்தையும் விட்டுவிட்டு, அது தன் சொந்த மகளுடனும் பேத்திகளுடனும் என்றாலும் அவ்வாறு தங்கச் செல்வது பிடிக்காதுதான். மேலும் அவர் ஆ-கூவைப் பற்றி மிகவும் கவலையுடன் இருந்தார். "செங்க் எப்படி? யார் அவனைப் பார்த்துக்கொள்வார்கள்?" என்று கேட்டபடியேயிருந்தார். அம்மா, "ஆ-கூ கடையிலிருந்தும், காஃபி ஷாப்பிலிருந்தும் தனக்கான உணவை வாங்கிக்கொள்ள முடியும்" என்றார். அவர் கறுத்த மனிதரிடமும் பேசினார். கறுத்த மனிதர் உதவி செய்வது தனக்கு மகிழ்ச்சி என்று கூறினார். ஆ-கூவிற்கு நோய் திரும்பினால், அம்மாவைக் கூப்பிடுவதாகவும், தினமும் அவருக்காக இரவு உணவை வாங்கித் தருவதாகவும் உறுதியளித்தார். "ஆ ஹியா இருக்கிறார் அல்லவா?" என்று அம்மா கூறியதும், இறுதியாக ஆ மா ஒப்புக்கொண்டார்.

ஆ மா எங்களுடன் தங்கவந்த சில நாட்களில், நான் என் இரண்டு வருட ஜூனியர் கல்லூரியில் படிப்பை ஆரம்பித்தேன். சே அவளுடைய இரண்டு வருடங்களை முடித்துவிட்டாள். அவளுடைய GCE 'A' நிலை முடிவுகளுக்காகக் காத்துக்கொண்டிருக்கும் சமயத்தில், தற்காலிகமாக ஒரு வேலையில் சேர்ந்திருந்தாள்.

ஒவ்வொரு காலையிலும், அம்மாவும் அப்பாவும் மற்றும் நானும் 05:45க்கே எழுந்துவிடுவோம். அம்மா காலை உணவைத் தயாரிப்பார். பின் அப்பா, மேற்கு திசையில் நான் படிக்கும் ஜூனியர் கல்லூரிலிருக்கும் புக்கிட் பட்டோக்–கிற்குக் காரில் அழைத்துச்செல்வார். அதன் பின் வடக்கு திசை, இஷூனிலிருக்கும் தன் பள்ளிக்குச் செல்வார். புக்கிட் பட்டோக்–கிற்குச் செல்ல ஏறக்குறைய அரை மணிநேரம் ஆகும். காரிலேயே நான் தூங்கிவிடுவேன். ஆனால் அப்பாவால் தூங்க இயலாது. ஏனெனில் அவர்தான் காரைச் செலுத்துகிறார். விடியற்காலையில் சிங்கப்பூர் முழுவதுமாகக் காரைச் செலுத்துவது சரியானதொரு செயலாகத் தெரியவில்லை. அதனால் சில நாட்களுக்குப் பிறகு நானே பேருந்தில் பள்ளிக்குச் செல்ல ஆரம்பித்தேன்.

ஒரு ஞாயிறு காலையில், அம்மா கடைத்தெருவிலிருக்கிறார். சே தன் படுக்கையில் செய்தித்தாளை வாசித்துக்கொண்டு இருக்கிறாள். அப்பா உணவு மேசையில் தன் மாணவர்களுடைய ஏடுகளைத் திருத்திக் கொண்டிருக்கிறார். நான் படிக்கும் மேசையில் ஒரு கட்டுத்தாள்களுடன் மனப்பாடம் செய்துகொண்டிருக்கிறேன். சரியானதொரு பாடத்திட்டத்தை தேர்ந்தெடுத்தேனா என்று எண்ணிக்கொண்டிருக்கிறேன். ஏனெனில் உயர் கணக்கு (F MATH) அதன் குழப்பமான, சிறிதும் புரியாத சூத்திரங்களால் என்னைப் பைத்தியமாக்கிக்கொண்டிருந்தது. இன்னும் சிறிது நேரத்தில்

அம்மா திரும்பி வந்துவிடுவார். அதனால் ஆலயத்திற்குச் செல்லத் தயாராக வேண்டும்.

ஆ–மா கழிவறைக்குச் செல்கிறார். நான் செல்கிறார் என்று கூறுகிறேன். ஆனால் உண்மையில் அவர் ஊர்ந்துதான் போகிறார். அவருடைய கீல்வாதம் மிகவும் மோசமாக ஆகிவிட்டதால், அவரால் கழிவறைக்குக் கூட நடந்துசெல்ல முடியவில்லை. அவர் தன்னையே மெதுவாக அங்கு இழுத்துச் செல்ல வேண்டும். தரையில் அமர்ந்தபடி சிறிதுசிறிதாக முன்னேறுவார். ஆக, ஒரு குழந்தை மகிழ்ச்சியுடன் தன் கைகளாலும் முழங்காலாலும் தவழ்வது போல் என்று நாம் நினைக்க முடியாது. இல்லை அது மிகவும் கஷ்டப்பட்டு மெதுவாகத் தன் உடலை முன்னே செலுத்துவது; அதுவும் வெறும் கழிவறைக்குச் செல்ல.

நாங்கள் ஏன் அவருக்கு உதவவில்லை என நீங்கள் நினைக்கலாம். பலமுறை நாங்கள் முயற்சி செய்தும், அவர் எங்கள் உதவியை மறுத்துவிட்டார். எங்களைக் கஷ்டப்படுத்த அவருக்கு விருப்பமில்லாமலிருக்கலாம். அல்லது யாருக்கும் சுமையாக இருப்பதற்கு விரும்பாமலும் இருந்திருக்கலாம். அத்தனை கஷ்டத்துடன் தன்னை இழுத்துக்கொண்டு செல்வதைப் பார்ப்பதைவிட, நாங்கள் மகிழ்ச்சியுடன் அவருக்கு உதவி செய்திருப்போம். அவரைப் பின்னால் சுமந்துகொண்டு எங்கள் முழங்காலில் நகர்ந்து அவரை மெதுவாகத் தரையில்விடுவது வலி குறைவாகத்தான் இருந்திருக்கும்.

அவர் கழிவறைக்குச் சென்று நீண்டநேரம் அங்கிருக்கிறார். எங்களுக்குக் கவலை ஏற்படுகிறது. ஆனால் கழிவறைக் கதவு திறக்கும் சத்தம் கேட்டவுடன் நாங்கள் எங்கள் வேலைகளுக்குத் திரும்புகிறோம். சிறிது நேரத்தில், கேட்க சகிக்காத ஒரு வாந்தி சத்தம் கேட்கிறது. சேயும் நானும் வெளியே வந்து பார்க்கிறோம். நான் பார்ப்பது என்னவென்று எனக்குப் புரியவில்லை. ஏனெனில் தரையில் திட்டுத்திட்டாகப் பச்சைநிறத் திரவம் காணப்படுகிறது. அவை என்னவென்று எனக்குத் தெரியவில்லை. பின் அந்தத் திரவம் எங்கிருந்து வருகிறது என்பதைப் பார்த்தவுடன், சே அதிர்ச்சியாகக் கத்துகிறாள். நானும் உரக்கக் கத்துகிறேன்.

ஆ–மா. அந்தப் பச்சைநிறத் திரவம் அவரின் வயிற்றிலிருந்து வருகிறது. அவர் திட்டுத்திட்டாக வாந்தி எடுக்கிறார்.

அப்பாவும் அதிர்ந்துபோய் நிற்கிறார். அவர் சே–யிடம், "போ. போய் அம்மாவை விரைவில் கண்டுபிடி" என்கிறார். அம்மாவைத் தேடி சே ஓடுகிறாள். அப்பா தொலைபேசியை எடுக்கிறார். "எங்களுக்கு ஒரு மருத்துவ ஊர்தி வேண்டும். என் மாமியார் வயதானவர், ம்ம். சோப்புத் திரவத்தைக் குடித்துவிட்டார்."

தரையிலிருக்கும் ஆ–மாவை நான் பார்க்கிறேன். அவருடைய வயதான தளர்ந்த உடல் அந்தச் சோப்புத் திரவத்தை வெளியேற்ற முயற்சி செய்கிறது. எனக்கு என்ன செய்வது என்று தெரியவில்லை. அவர் பக்கத்தில் மண்டியிட்டு, அவருடைய முதுகைத் தடவிக் கொடுக்கிறேன். வேறென்ன செய்ய முடியும்? என்ன நினைப்பது என்றுகூட எனக்குத் தெரியவில்லை. அவர் ஏன் சோப்புத் திரவத்தைக் குடித்தார்? அதற்கான

விடை என் தலையில் சுற்றிக்கொண்டிருக்கிறது. "வேண்டாம். உன் முகத்தைக் காண்பிக்காதே! சபிக்கப்பட்ட விடையே! ஏனெனில் உன் பெயரின் ஓசையை எவ்வாறு கையாள்வது என்பது எனக்குத் தெரியவில்லை."

அம்மா விரைந்து ஓடிவருகிறார். அவர் முகம் வெளுத்திருக்கிறது. பிளாஸ்டிக் பைகளைத் தரையில் போட்டுவிட்டு, "அம்மா என்னவாயிற்று? ஏன்? ஏன் நீங்கள். . ."

அவர் தரையில் அமர்ந்து, ஆம்புலன்ஸுக்குக் காத்துக்கொண்டிருக்கும் நேரத்தில் ஆ–மாவின் முதுகைத் தடவிக்கொடுக்கிறார். கண்ணீர் பெருகுகிறது. எனக்கும் சே–யிற்கும்தான். ஆ–மா, பத்து நிமிடங்களுக்கு வாந்தி எடுத்துக்கொண்டிருந்திருக்கிறார். அவரிடம் குரலோ சக்தியோ இல்லை. அனைத்தும் வெளியே கொட்டிவிட்டன. சக்தியும் ஓசையும் தரையில் இருக்கும் சோப்புத் திரவத்துடன் வெளியேறிவிட்டன.

அம்மாவைப் பார்க்கிறார்.

மிகவும் குறைந்த ஒலியில், சூ என்கிறார்.

தோ பயோ மருத்துவமனையிலுள்ள மருத்துவர்கள் ஆ–மாவிற்குச் சிகிச்சை அளித்துக்கொண்டிருக்கும்போது, நாங்கள் வெளியே காத்துக்கொண்டிருக்கிறோம். அம்மாவும் அப்பாவும் சேயும் மற்றும் நானும் ஒரே வரிசையில் அமர்ந்திருக்கிறோம். நாங்கள் அதிகம் பேசவில்லை. உங்கள் மனதில் உங்கள் பாட்டி பச்சைநிற சோப்புத் திரவத்தை வாந்தி எடுக்கும் காட்சி ஓடிக்கொண்டிருக்கும்போது, பேசுவதோ ஏதாவது கூறுவதோ மிகவும் கடினம் என்றுதான் நினைக்கிறேன். அதனால்தான் போலும் மருத்துவமனை நாற்காலிகள் எல்லாம் பிரசங்க அரங்கத்தைப் போல வரிசைவரிசையாக இருக்கின்றனவோ என்னவோ? ஏனெனில் உங்கள் முன்னால் கறுத்த அல்லது நரைத்த தலைகளையும், மருத்துவர்கள், தாதிகள், நோயாளிகள், பார்வையாளர்கள், இவர்கள் நடந்து போவதைப் பார்க்கும்போது எதுவும் பேசாமல் இருப்பது எளிதானது. நீங்கள் கழுத்தைத் திருப்பும்வரை உங்களருகில் உங்கள் அம்மா அமர்ந்திருப்பதுகூட மறந்துவிடும்.

நேர அளவை நான் தவற விட்டுவிட்டேன். ஆனால் கடினமான நாற்காலியில் அமர்ந்திருப்பதால், என் பின்புறம் வலிக்கத் தொடங்கியது. இரண்டு அல்லது மூன்று மணி நேரம் தொடர்ந்து வகுப்பில் அமர்ந்திருப்பது போல. ஒரு தாதியும், நடுவயது மருத்துவரும் எங்களை நோக்கி நடந்து வந்தனர்.

"சோப்புத் திரவத்தைக் குடித்த ஆ போ திருமதி லிம்–இன் குடும்பத்தினரா நீங்கள்?"

"ஆம், ஆம்" என்றார் அம்மா. "அவர் நன்றாக இருக்கிறாரா? நன்றாக ஆகிவிடுவாரா?" என்று கேட்டார்.

மருத்துவர், "கவலைப்பட வேண்டாம். கவலைப்பட வேண்டாம். அவர் சரியாக ஆகிவிடுவார். அவர் சக்தியில்லாமல் இருக்கிறார். ஆனால், அவர் நிலைமை ஒரே மாதிரியாகத்தான் உள்ளது. அவர் ஏன் சோப்புத் திரவத்தைக் குடித்தார் என்ற காரணம் தெரியுமா? அவரைப் பதற்றப்பட வைத்த ஏதாவது காரணம் பற்றி உங்களுக்குத் தெரியுமா?"

அவர் எங்களை நோக்குகிறார். நாங்கள் தெரியாது என்று தலையை ஆட்டுகிறோம். அவர் அம்மாவை நோக்குகிறார்.

"எனக்குத் தெரியவில்லை. அவர் வலியில் இருந்தார். அதிகமான வலி. அவருடைய கீல்வாதம், அவரால் நடக்கக்கூட முடியவில்லை. அவர் ஒரு சுமையாக இருக்கக் கூடாது என்பதைப் பற்றியும் பேசியிருக்கிறார். ம்ம். கூறியிருக்கிறார்" என்றார் அம்மா.

மருத்துவர் தலையை ஆட்டிக்கொண்டே கூறுகிறார். "புரிகிறது. அவருக்கு மார்ஃபின் மருந்தை எழுதித் தருகிறேன். கீல்வாதத்தின் வலி மிகவும் அதிகமாகவும் கொடுமையாகவும் இருக்கும். துரதிர்ஷ்டவசமாக நம்மால் எதுவும் செய்ய முடியாது. அதுவும் அவருடைய வயதிற்கு. ஆனால், வலியைக் குறைக்க நாம் முயற்சி செய்யலாம்."

அம்மா தலையை ஆட்டிக்கொண்டே, "நன்றி டாக்டர்" என்கிறார்.

அவர், "நீங்கள் வேண்டுமானால் உள்ளேபோய் அவரைப் பார்க்கலாம்" என்றார்.

மருத்துவரைத் தொடர்ந்து பல காலிப் படுக்கைகளும், சில திரையால் மூடிய படுக்கைகளுமுள்ள ஓர் அறைக்குள் செல்கிறோம். மருத்துவர் திரையை இழுக்கிறார். ஆ மா கண்களை மூடியபடி அங்கு படுத்திருக்கிறார். மருத்துவர் மென்மையாகத் தன் கைகளை அவர் தோளில் வைக்கிறார். ஆ–மா கண்களைத் திறக்கிறார். மருத்துவர், "ஆ போ எப்படி இருக்கிறீர்கள்?" என்று கேட்கிறார்.

ஆ–மா தலையைச் சிறிது ஆட்டுகிறார். மருத்துவர் அவரிடம், "பரவாயில்லை. கவலைப்படாதீர்கள். ஓய்வெடுத்துக் கொள்ளுங்கள். நாங்கள் உங்களைக் கவனித்துக்கொள்கிறோம். உங்களுக்குச் சத்து மிகுந்த மருந்தைத் தருகிறோம். அதனால் வலி இருக்காது. இங்கு பாருங்கள். உங்கள் குடும்பத்தினர் வந்துள்ளனர்" என்றார்.

அம்மா அவரின் கையைத் தன் கைகளுக்குள் எடுத்து "மா" என்கிறார்.

அவர் அம்மாவைப் பார்க்கிறார். பின் எங்களைப் பார்க்கிறார். சிறிது நேரம் கழித்து அம்மாவை நோக்கி, மிகவும் மெலிந்த குரலில், "செங்!" என்கிறார். அம்மா, "நான் போய் அவனை அழைத்துவருகிறேன்" என்கிறார்.

ஆ–மாவை மற்றொரு அறைக்கு மாற்றும்வரை நாங்கள் வெளியே காத்துக்கொண்டிருக்கலாம் என்று கூறுகிறார். அம்மா ஆ–கூவை அழைத்துவரச் செல்கிறார். அப்பா ஏதாவது உண்பதற்காக எங்களை உணவகத்திற்கு அழைத்துச்செல்கிறார்.

ஒரு மணி நேரம் கழித்து, ஆ–மாவை மற்றொரு அறைக்கு மாற்றுகின்றனர். சிறிது நேரம் கழித்து, அம்மா ஆ–கூவோடு திரும்ப வருகிறார். கருத்த மனிதரும் அவருடன் வருகிறார். மேலும் மற்றொரு மனிதர் அவர்களுடன் நடந்து வருகிறார். ஆ, எனக்கு அவரைத் தெரியும். அவர்தான் ஐஸ்க்ரீம் விற்பவர். கறுத்த மனிதரின் சகோதரர்.

ஆ–கூ, அம்மாவைவிட வேகமாக ஆ–மாவை நோக்கி நடக்கிறார். அவர் ஆ–மாவின் அருகில் சென்று, “ம்மா” என்று உரக்க அழைக்கிறார். ஆ மா கண்களைத் திறந்து அவரைப் பார்க்கிறார். ஒரு வார்த்தையும் பேசவில்லை. நீண்ட மௌனத்திற்குப் பிறகு அவரிடம், “உன் மருந்தை எடுத்துக்கொண்டாயா?” என்கிறார் ஆ–மா. “ஆம்” என்கிறார் ஆ–கூ.

ஆ–மாவிடம் அம்மா, “ஆ ஹியா–வும் அவர் சகோதரனும் உங்களைப் பார்க்க வந்திருக்கிறார்கள்” என்று கூறுகிறார். கறுத்த மனிதர் அவரிடம், “இப்போது பரவாயில்லையா?” என்று கேட்கிறார். ஆ–மா தலையை ஆட்டியபடி, “கும் சியா லூ” என்கிறார். அவர், “உங்களுக்கு என் சகோதரனை நினைவிருக்கிறதா? உங்களைப் பார்க்க வந்திருக்கிறான்” என்கிறார்.

ஐஸ்க்ரீம் விற்பவர் அருகில் செல்கிறார். “கும் சியா வரத் தேவையில்லை, எதற்கு வீண் சிரமம்” என்கிறார் ஆ மா.

“பரவாயில்லை எந்தச் சிரமும் இல்லை. நீங்கள் பார்த்துக் கொள்ள வேண்டும்” என்கிறார் அவர்.

ஆ–மாவின் குரல் கரகரப்பாகவும் வெறுமையாகவும் ஒலிக்கிறது. இருந்தாலும் அவர் ஐஸ்க்ரீம் மனிதரைப் பார்த்து, “உன் குழந்தைகள் வளர்ந்துவிட்டார்களா?” எனக் கேட்கிறார். அவர், “ஆம். அவர்கள் இடைநிலைப் பள்ளியில் படிக்கிறார்கள்” என்றார்.

அவரைச் சிறிது நேரம் பார்த்துவிட்டு, பின் ஆ–கூவை நோக்குகிறார். அதன் பின் கண்களை மூடிக்கொள்கிறார்.

வீடு திரும்பும்போது, அப்பா அம்மாவிடம், “அம்மாவிற்கு அந்த ஐஸ்க்ரீம் மனிதனும், செங்க்–கைப் போலவே வெகு நாட்களுக்கு முன்பு ஸ்கீசோஃபெர்னியாவால் பாதிக்கப்பட்டவர் என்பது நினைவில் இருக்குமா?” என்று கேட்டார். “ஆம். என் அப்பா அவருடன் பயங்கரமாக அதற்காகச் சண்டையிட்டார். ஏனெனில் அந்த ஐஸ்க்ரீம் மனிதர் சிகிச்சை பெற்றுச் சரியாகிவிட்டார்.”

“செங்கைப்போல அல்ல” என்றார் அப்பா.

“ஆம். செங்கைப் போல் அல்ல” என்றார் அம்மா.

அடுத்த நாள் மாலை அம்மாவும் நானும், ஆ–மாவுடன் இருக்கும்போது ஒரு இளமையான மருத்துவர் வருகிறார். அவர் அவருடைய ரத்த அழுத்தத்தைப் பார்த்துவிட்டு, அவருடைய மருத்துவத் தாளில் ஏதோ கிறுக்குகிறார்.

"டாக்டர் எனக்குச் சரியாகிவிடுமா?" என ஆ—மா கரகரத்த குரலில் கேட்கிறார். "ஆ போ உங்கள் வியாதியைக் குணப்படுத்த முடியாது. இதற்கு நாட்பட்ட வியாதி என்று பெயர்" என்கிறார் மருத்துவர், ஒரு வியாபாரியைப் போல்.

அம்மாவின் முகம் ஏக்கத்தால் வெளுத்துவிடுகிறது. ஆ—மா வெற்றிடத்தை வெறித்து நோக்குகிறார். ஒரு வயதான பெண்மணியின் ஏற்கெனவே வாழ்வதற்குப் பலமற்ற நம்பிக்கையைத் தேய்த்துவிட்டுப் போகிறோம் என்பதையறியாமல், அந்த இளம் மருத்துவர் வெளியேறுகிறார்.

"அம்மா, அந்த மருத்துவர் கூறுவதை நம்பாதீர்கள். தான் என்ன சொல்கிறோம் என்று அவருக்குத் தெரியவில்லை. நேற்று உங்களைக் கவனித்த மருத்துவர், உங்களைக் கவலைப்பட வேண்டாம் என்றும், உங்கள் வலிக்கு மருந்து தருவதாகவும் கூறியிருக்கிறார் அல்லவா?" என்றார் அம்மா

ஆனால் ஆ—மா எதுவும் கூறவில்லை. அம்மா பேசியதை அவர் கேட்டதாகக்கூடத் தெரியவில்லை. இறுதியாக அவர் பேசும்போது கூறியது என்னவென்றால், "சூ, எனக்கு வீட்டிற்குப் போக வேண்டும்."

சோப்புத் திரவ நிகழ்ச்சி நடந்த சில நாட்களுக்குப் பிறகு, ஆ—மா மருத்துவமனையை விட்டு வெளியேறுகிறார். சீனப் புத்தாண்டிற்குச் சில நாட்களே இருந்தன. நான் அம்மாவிடம், "ஆ—மாவிற்குச் சீனப் புத்தாண்டிற்கு வீட்டிற்கு வர விருப்பம் போலும்" என்றேன்.

அம்மா வீட்டிலுள்ள அத்தனை சோப்புத் திரவத்தையும் ஒளித்து வைக்கிறார். அவர் அந்தப் பாட்டில்களைத் தலைக்கு மேலுள்ள சேமிப்பறையில் ஆ—மா எடுக்க முடியாதபடி ஒளித்து வைக்கிறார். சமையலறையில் உள்ள கத்திகளையும் மேலே வைக்கிறார். குளிர்பதனப்பெட்டி முழுவது உறைந்த கோழியும் பன்றிக் கறியும் மீனும் வாங்கி நிரப்புகிறார். இனி தினம் தினம் கடைத்தெரு செல்லத் தேவையில்லை. கறுத்த மனிதனிடம் ஆ—கூவிற்கு தினம் உணவு வாங்கித் தருமாறு வேண்டிக்கொள்கிறாள். ஏனெனில் அவரால் அடிக்கடி சென்று ஆ—கூவைப் பார்க்க முடியாது. என்னிடமும் சே—யிடமும், ஆ—மாவிடம் அடிக்கடி பேச முயற்சி செய்யுங்கள். அவருடனே இருங்கள். அவரைச் சந்தோஷமாக வைத்துக்கொள்ளுங்கள்" என்றார். சில நாட்களுக்குப் பிறகு, ஒருநாள் காலை என் கடிகாரம் வழக்கம் போல் 05:30 ற்கு ஒலிக்கிறது. ஆ—மா, "ஐயோ ஐயோ" என்று முனகிக் கொண்டிருக்கிறார். படுக்கையிலிருந்து நான் கீழே இறங்குகிறேன். அவர் என்னிடம், "எனக்கு ஒரு குவளை பால் தருகிறாயா?" என்று கேட்டார்.

நான் சமையலறைக்குச் சென்று கோப்பையில் பாலை எடுத்து வந்து ஆ—மாவிடம் தருகிறேன். அவர் அதைக் குடிக்கும்வரை அங்கே நிற்கிறேன். கடிகாரம் ஓசையிடுவது எனக்குக் கேட்கிறது. மணியைப் பார்க்கிறேன். 05:45 ஆகிறது. பேருந்தைத் தவறவிட்டால், வகுப்பிற்கு

நேரம் ஆகிவிடும். ஒரு வாரம் தான் ஆகிறது. பள்ளிக்கு ஒரு மணி நேரம் பிரயாணம் செய்து செல்வது மிகவும் களைப்பாயிருக்கிறது. ஆனால், அம்மா ஆ–மாவிடம் பேசச் சொல்லியிருக்கிறார். அதுவும் இப்படிப்பட்ட வலியில் அவர் வருந்தும் நேரத்திலும், ஒரு கோப்பைப் பால் கேட்கும் நேரத்திலும்தான் என்று நினைக்கிறேன். ஆனால் நான் பாதி தூக்கத்தில் இருக்கிறேன். பள்ளிக்குத் தாமதமாகச் செல்வேனோ என்று கவலைப்பட்டுக்கொண்டிருக்கிறேன். என் வாயைத் திறக்கவே முடியவில்லை. இருந்தாலும் காலை 05:45க்கு ஆ–மாவிடம் என்னதான் பேசுவது? அதனால் அவர் பால் குடித்து முடிக்கும்வரை அங்கேயே நின்றுகொண்டிருக்கிறேன். அவர், “நன்றி” என்கிறார். அப்போதும் நான் எதுவும் கூறவில்லை. கோப்பையை மீண்டும் சமையலறைக்கு எடுத்துச் சென்றுவிட்டு, உடை மாற்றிக்கொண்டு பேருந்து நிலையத்திற்குச் செல்கிறேன். அப்போதுதான் பேருந்தைத் தவறவிடமாட்டேன்.

நிலையத்திற்குள் பேருந்து நுழைவதைக் காண்கிறேன். ஒரு நூறு மீட்டர் நான் ஓட வேண்டியிருந்தது. என் கைக்கடியில் வியர்வை நாற்றமடிக்கத் தொடங்கியது. நாள் ஆரம்பிக்கிறது. ஆனால் முதல் வகுப்பின் பாதியிலேயே, பள்ளி அலுவலகத்திலிருந்து யாரோ வந்து, என் ஆசிரியரிடம் ஏதோ கூறிவிட்டு, ஒரு துண்டுச்சீட்டைத் தருகிறார். என் ஆசிரியர் அதைப் பார்த்து, என் பெயரை அழைக்கிறார். அந்தச் சீட்டை என் கையில் கொடுத்து, “நீ அலுவலகத்துக்குச் சென்று தொலைபேசியை உபயோகித்துக் கொள்” என்கிறார். நான் என் கையிலுள்ள சீட்டைப் பார்க்கிறேன். அதில், ‘உடனடியாக வீட்டிற்குத் தொலைபேசியில் பேசு’ என்று எழுதியிருக்கிறது.

ஆகையால் நான் பள்ளியின் அலுவலகத்திற்குச் சென்று, வீட்டிற்குப் பேசுகிறேன். அம்மாவின் குரல் கேட்கிறது. இதுவரை நான் கேட்டேயிராதபடி அவர் தேம்பிக்கொண்டிருக்கிறார். அவர், “லின் வீட்டிற்கு வா. ஆ மா போய்விட்டார். குதித்துவிட்டார். அவர் கீழே குதித்துவிட்டார்” என்கிறார்.

நான் பையை எடுக்க வகுப்பிற்குத் திரும்பி நடக்கத் தொடங்குகிறேன். கையில் அந்தத் துண்டுச் சீட்டுடன். இல்லை, அது இப்போது என் கையில் இல்லை. எங்கே போட்டுவிட்டேன்? அது போய்விட்டது. அம்மா, ஆ–மா போய்விட்டார் என்று கூறியதுபோலவே போய்விட்டது. அதை தரையில் போட்டுவிட்டேனா? ஆ–மா தரையில் குதித்துவிட்டாரா?

வகுப்பறைக்குச் சென்று ஆசிரியரிடம் வீட்டிற்குச் செல்ல வேண்டும் என ஏதோ முணுமுணுக்கிறேன். அவர் தலையை ஆட்டிக் கவனமாகப் போ என்கிறார். நான் என் பையை எடுத்துக்கொள்கிறேன். ஏன் அனைவரும் அமைதியாக இருக்கிறார்கள்? நான் என் பையை எடுத்துக்கொள்வதை அனைவரும் ஏன் பார்க்கிறார்கள்? நான் வெளியே வந்து நடைபாதையில் நடக்கத் தொடங்குகிறேன். மற்றொரு வகுப்பிலிருக்கும் ஒரு தோழன், என்னை அழைத்து ஏதோ கூறுகிறான். ஆனால் அவன் கூறுவது காதில் விழவில்லை. அவனிடம், “என் பாட்டி இறந்துவிட்டார்” என்கிறேன். அவன் பேசுவதைச் சட்டென்று நிறுத்தி, “ஓ” என்கிறான். அவன் என்

நல்ல நண்பன். அதனால் அவனிடம், "என் வீட்டிலிருந்து குதித்துவிட்டார்" என்கிறேன். அவன் என்னை நோக்குகிறேன். என்ன கூறுவது என்று அவனுக்குத் தெரியவில்லை.

சாலையில் ஒரு டாக்சியை அழைக்கிறேன். தனியாக ஒரு டாக்சியில் செல்வது இதுதான் முதல்முறை. மேலும், நான் இப்போது தனியாக இருப்பதால் கண்ணீர் பெருகுகிறது. ஆனால், நான் அமைதியாக அழ வேண்டும். இல்லையென்றால், ஓட்டுநர் என்னைப் பார்த்துவிடுவார், மேலும் இப்போது எந்த ஓசையும் கேட்காதபடியால் எனக்கு ஆ–மா வலியால் முனங்கும் ஓசை கேட்கிறது. அவர் என்னிடம் ஒரு கோப்பைப் பால் கேட்டது காதில் விழுகிறது. அவர் பாலைக் குடிப்பது கேட்கிறது. எனக்கு நன்றி சொல்வது கேட்கிறது. என் குரலைக் கடைசி முறையாக அவர் கேட்க விழைவது கேட்கிறது. ஆனால், என் குரல் எங்கே போனது. அது என் தலையில் மாட்டிக்கொண்டிருந்தது. "சீக்கிரம் ஆ–மா. என் பேருந்தை நான் விட்டுவிடப் போகிறேன்" என்று கூறியபடி. இப்போது என் தலையில் மாட்டிய என் குரல், திரும்பி என்னிடம், "ஆக, நீ உன் பேருந்தைப் பிடித்துவிட்டாய். ஆனால் உன் ஆ–மாவிடம் கடைசியாக ஏதாவது பேசியிருக்கும் சந்தர்ப்பத்தைத் தவறவிட்டுவிட்டாய். இல்லையா முட்டாளே?" என்று வெகு காலத்திற்குக் கூறிக்கொண்டிருக்கப் போகிறது.

வீட்டையடைந்து காரிலிருந்து இறங்குகிறேன். இரண்டு காவலர்கள் குப்பைத்தொட்டியிருக்கும் இடத்திற்கு அருகே அளக்கும் டேப்பை வைத்துக்கொண்டு, ஓரிடத்தைக் குறித்துக்கொண்டிருக்கிறார்கள். அப்படியென்றால் அவர் சமையலறை ஜன்னலில் இருந்துதான் குதித்திருக்க வேண்டும். ஏனெனில் அந்த இடத்தைத்தான் அவர்கள் குறித்துக்கொண்டிருந்தனர். தரையில் ஒரு நீலநிற விரிப்பு இருந்தது. அதன் அடியிலிருந்து, ரத்தம் பெருகிக்கொண்டிருந்தது. அதனால் ஆ–மா அதனடியில் இருக்கிறார் என்று புரிந்துகொண்டேன்.

24 மாடிக் கட்டடத்திலிருந்து பாட்டி கீழே விழும் ஓசை எப்படியிருந்திருக்கும்?

அது 'தட்' என்று கேட்குமா? அது அம்மா விசும்பும் ஓசையா? அவரைப் பலர் சமாதானப்படுத்த முயன்றுகொண்டிருக்கின்றனர். கடைத்தெருவிலிருந்து திரும்பிவரும்போது, தன் அம்மா ரத்த வெள்ளத்தில் கிடப்பதைப் பார்த்துத் தரையில் நழுவி விழும்போது கேட்கும் 'தட்' என்ற ஓசையா? அல்லது ஆ–மாவின் ஸ்கீசோஃபெர்னியாவால் பாதிக்கப்பட்ட மகன் இப்போது தன் அம்மா விழுந்து இறந்துவிட்டார் என்பதை அறியாமல் தா பயோவில் எங்கேயோ அலைந்து நடக்கும் ஓசையா? ஆ–மாவின் முனங்கலையும், பல வருடங்களாய் தண்ணீரைச் சுமந்து சலவை செய்ததையும், ஆ–கூவை மருந்து உண்ணச் சொல்ல ஞாபகப்படுத்துவதையும், ஒரு முடிவுக்குக் கொண்டுவந்த 'தட்' என்ற ஓசையா? அல்லது கடைசி முறையாக என்னைப் பார்த்து, என் குரலைக் கேட்கலாம் என்பதற்காக என்னிடம் ஒரு கோப்பை பால் கேட்ட ஆ–மாவின் குரலா?

நான் வீட்டினுள் இருக்கிறேன். காவலர்கள் அம்மாவிடம் சில கேள்விகள் கேட்டபடியிருக்கின்றனர். அப்பா தொலைபேசியில் இருக்கிறார். பிணப்பெட்டி, இறுதி யாத்திரை, உடலைப் பதனப்படுத்துதல், எரித்தல் போன்ற வார்த்தைகள் என் காதில் விழுகின்றன. அம்மாவின் கைகளைப் பிடித்தபடி சே நிற்கிறாள். எனக்கும் அவர் கையைப் பிடித்துக் கொள்ள வேண்டும் போல் உள்ளது. இல்லையென்றால் அவர் என் கையைப் பிடித்து, "பரவாயில்லை இத்தனை உயரத்தில் இருந்து குதிக்கும் போது, பாதி தொலைவிலேயே பிரக்ஞை இழந்துவிடுவார்கள். அதனால் தரையில் விழும்போது அவர்களுக்கு வலி தெரியாது" என்றும், "பரவாயில்லை நீ உன் ஆ–மாவிற்கு அத்தனை வெறுப்புடன் பாலைக் கொடுத்திருந்தாலும் அவர் உன்னைக் குறை சொல்லமாட்டார். ஆம், சிறிதளவுகூடக் குறை கூறமாட்டார்" என்று என்னிடம் கூற வேண்டும் போலிருந்தது. ஆனால், வீடு முழுவதும் காவலர்களும் அக்கம்பக்கத்தில் உள்ளவர்களுமாய் நிரம்பியிருந்தனர். வீட்டில் அத்தனை ஓசையும் சுழன்றுகொண்டிருந்தன அல்லது என் தலையிலுள்ள ஓசைகள் சுழன்றனவா? அம்மாவின் குரல், 'ஆ–மா குதித்துவிட்டார்' என்கிறது. ஆ–மாவின் குரல் அவர் கையில் பால் கோப்பையைத் திணித்தபோது, 'நன்றி' என்கிறது. என் குரல், "சீக்கிரம் ஆ–மா, சீக்கிரம் ஆ–மா" என்கிறது.

என் அறைக்குள் சென்று படுக்கையில் அமர்ந்துகொள்கிறேன். அனைத்தும் குழம்பிக் கிடக்கிறது; வீட்டிலுள்ள அனைத்து ஓசைகளும், என் தலையிலுள்ள அனைத்து ஓசைகளும்.

18

அம்மாவால் சாப்பிட முடியவில்லை. இறுதி மரியாதை செலுத்துவதற்காக, உடலை எங்கள் தொகுப்பு வீட்டின் காலியான ஓரிடத்தில் வைத்திருந்தோம். குப்பைத் தொட்டி இருக்கும் இடத்தைப் பார்க்கும்போதெல்லாம், அம்மா வியர்வையில் குளித்தார். வீட்டிற்குள் அவர் சமையலறைக்குள் சென்று, சமையலறை ஜன்னலையும், அதன் கீழிருந்த நாற்காலியையும் பார்ப்பார். அவர் கண்களிலிருந்து கண்ணீர் பெருகும். ஒரு நிமிடம் ஆறுதல் கூற வந்தவர்களுக்கு குடிக்க ஏதாவது தருவார். அடுத்த நிமிடம் கட்டுப்படுத்த முடியாதபடி சிறுகுழந்தை போல் அவர்களிடம் பேசிக்கொண்டே அழுவார். விடியற்காலையில் தன் படுக்கையில் படுத்தபடி அழும் ஓசையைக் கேட்கிறேன். எது மோசம் என்று தெரியவில்லை? ஆ—மா வலியில் முனங்குவதா? அல்லது அம்மா துக்கத்தில் அழுவதா?

ஆ—கூவிடம் ஆ—மாவின் மரணத்தைப்பற்றி எப்பொழுது எப்படிக் கூறினார் என்று எனக்குத் தெரியவில்லை. அவரிடம் என்ன கூறினார் என்றும் தெரியவில்லை. நான் அதைக் கேட்கவும் இல்லை. காலையில் ஆ கூ வந்து பிணப்பெட்டியின் அருகே சென்று தன் அம்மாவை நோக்குகிறார். தன் போலோ டி—சர்ட்டின் கைகளைத் தன் கண்களைத் துடைத்துக் கொள்கிறார். பின் அமைதியாக வந்தது போலவே, அவரின் செருப்புகள் தரையில் ஏற்படுத்தும் ஓசையைத் தவிர வேறோர் ஓசையும் இல்லாமல் திரும்பிச் செல்கிறார்.

எங்கள் பங்குத் தந்தை வருகிறார். அம்மா அவரிடம் நன்றி கூறுகிறார். அவர் தன் கைகளை ஆட்டியபடி, "இதற்காகத் தானே நாங்கள் இருக்கிறோம்? நல்லவேளை நீ ஆலயத்திற்கு வந்து என்ன நடந்தது என்று கூறினாய்" என்றார்.

அம்மா அழத் தொடங்குகிறார். அவர், "சரி கவலைப் படாதே! அவரின் வேதனையிலிருந்து அவர் விடுதலை அடைந்துவிட்டார்" என்றார். "மக்களும் தேவாலயமும், தன் உயிரைத் தானே எடுத்துக்கொள்வது பாவம் என்று கூறுகிறார்களே என்று யோசித்தேன்" என்று அம்மா கூறினார்.

"சரிதான். ஆனால், நம் உள்ளத்தில் என்ன இருக்கிறது என்பது கடவுளுக்குத்தான் தெரியும். கடவுள் கருணையுள்ளவர். உனக்கு பாரமாக இருக்கக்கூடாது என்று உன் அம்மா

இவ்வாறு செய்திருந்தால் அதில் அதிக அன்பு இருந்திருக்கும். இல்லையா? அதனால் இதை நாம் கடவுளிடம் ஒப்படைத்து விடுவோம்" என்றார்.

அவர் பிணப்பெட்டியின் அருகே சென்று ஆ–மாவை நோக்குகிறார்; பிரார்த்தனை செய்கிறார்.

அம்மா ஏதோ சொல்வதற்கு முனைகிறார். "ஃபாதர், ம்ம் ஃபாதர்" என்கிறார்.

"கூறுங்கள்" என்கிறார் அவர்.

"கத்தோலிக்க முறையில் இறுதிச் சடங்குகளைச் செய்யலாமா?" என்று கேட்கிறார்.

அவர் தலையை ஆட்டி, "தாராளமாகச் செய்யலாம்" என்கிறார்.

"நன்றி ஃபாதர், நன்றி" என்கிறார் அம்மா.

"அவருக்கு ஒரு பெயர் வைக்க விரும்புகிறீர்களா?"

"ம்ம். பெயரா?" என்கிறார் அம்மா.

"நேரம் எடுத்துக்கொள்."

"மேரி என வைக்கலாமா கூடாதா?"

"தாராளமாக. ஏன் கூடாது?"

அப்பா பார்த்துக்கொண்டிருக்கிறார். அம்மா அழுகிறார். பிணப்பெட்டியில் இருக்கும் மேரிக்கு, என் ஆ–மாவிற்கு, பாதிரியார் பிரார்த்தனை செய்யும்போது சே–யும் நானும் அழுகிறோம்.

ஆ–மாவின் இறுதிச் சடங்குகள் நடந்து முடிந்து பல வாரங்களுக்குப் பிறகும் அம்மா மோசமாகத்தான் இருந்தார். சில சமயங்களில் அவர் நீண்ட நேரம் ஜன்னலை வெறித்துப் பார்த்துக்கொண்டே இருப்பார். அப்போது ஆ–மாவைப் போலவே அவரும் யோசிக்கிறாரோ என்று தோன்றும். சில சமயங்களில் அவர் தன் வாயில் கையளவு மாத்திரைகளைப் போட்டுக்கொள்வார். அவரது சிறுநீரகமே ரசாயனங்களில் மூழ்கிவிடுமோ என்று தோன்றும். எங்கள் வீட்டிற்கு அருகிலுள்ளவர்கள், "அம்மாவின் கூடவே இருங்கள்; அம்மாவைப் பார்த்துக்கொள்ளுங்கள்" என்று கூறியபடியே இருந்தனர். ஆனால் நான் பள்ளிக்குச் செல்ல வேண்டியிருந்தது. அப்பாவும் சே–யும் வேலைக்குச் சென்றனர். எங்களால் என்ன செய்ய இயலும்?

குழம்பிய மனசாட்சி என்று ஒன்றிருக்கிறதா? மிகவும் குழப்பத்தில் இருக்கும், தவறு செய்தோமா இல்லையா என்பதைத் தீர்மானிக்க முடியாமல், இதற்கு ஒரே முடிவு முணுமுணுப்பதோ அல்லது புலம்புவதோ இல்லையென்றால் முணுமுணுக்கும் குரலில் புலம்புவதே ஆகும்.

அப்படித்தான் இருக்கும் போலிருக்கிறது. ஏனெனில் யாராவது நண்பர்களோ அல்லது அப்பாவின் உறவினர்களோ தொலைபேசியில்

அழைத்து அம்மாவிடம் பேசினால் அவர், "எல்லாம் என்னுடைய தவறு. அவரை நான் தனியே விட்டுச் சென்றிருக்கக் கூடாது. அவரை நான் ஏன் தனிமையில் விட்டேன்" என்பார். சில சமயங்களில் அவர், "நான் எதுவும் செய்திருக்க முடியாது. அது வருவதைப் பார்த்திருந்தாலும் என்னால் என்ன செய்திருக்க முடியும்? அவர் தீர்மானமாக இருந்தார்" என்று கூறுவார்.

அப்படித்தான் இருக்கும் போலிருக்கிறது. ஏனெனில் ஒரு கோப்பை பாலைப் பார்க்கும்போது, என் மனதில் ஒரு குரல், "அது உன்னுடைய தவறுதான். நீ மட்டும் ஏதாவது கூறியிருந்தால், பள்ளியிலிருந்து அன்று விரைவில் வந்துவிடுவேன் என்று கூறியிருந்தால், அல்லது அவர் எப்படி இருக்கிறார் என்று கேட்டிருந்தால் அல்லது ஏதாவது, ஏதாவது பேசியிருந்தால் அவர் தன் மனதை மாற்றிக்கொண்டிருக்கலாம். உன்னிடம் அந்த வாய்ப்பு இருந்தது. அதை நீ தவற விட்டுவிட்டாய்" என்று கூறும். ஆனால் காலை ஆறு மணிக்கு, பேருந்து நிலையத்திற்கு ஓடும் போது, அதே குரல், "அது உன்னுடைய தவறில்லை. உனக்குப் பள்ளிக்கு நேரமாகிவிட்டது. நீ ஏதாவது கூறினால் அது மாற்றத்தைக் கொண்டுவருமென்று உனக்கு எப்படித் தெரியும்? என்ன நடக்கப் போகிறது என்று உனக்கு எப்படித் தெரியும்?" என்று கூறும்.

நான் யாரிடமும் அந்த கோப்பை பாலைப் பற்றி, விதிவசமான அந்த கோப்பை பாலைப் பற்றி யாரிடமும் கூறவில்லை. முக்கியமாக அம்மாவிடம். ஏனெனில் அப்பாவின் சகோதரர்களும் சகோதரிகளும் உறவினர்களும், அம்மா மனச்சோர்வு அடைந்திருக்கிறார் என்றும், அவர் அதிர்ச்சிக்குப் பின்னான மனச்சோர்வினால் பாதிக்கப்பட்டிருக்கிறார் என்றும், அவருக்கு ஆலோசனைகள் தேவைப்படுகிறது என்றும், அவர் ஒரு மனநல மருத்துவரைக் காண வேண்டும் என்றும் கூறுகின்றனர்.

அம்மா மனநல மருத்துவரைக் காண்பதைப்பற்றிக் கவலைப்படவில்லை. ஆலோசனை கேட்பது பற்றியும் கவலைப்படவில்லை. தனக்கு மனச்சோர்வு என்பதைப் பற்றியும் கவலைப்படவில்லை. அவர் தளர்ந்து போயிருக்கிறார் என்றும் மக்கள் கூறுவது பற்றியும் கவலைப்படவில்லை. அல்லது அளவுக்கதிகமாக வலி மாத்திரைகளும் தூக்க மாத்திரைகளும் உண்கிறார் என்பதைப் பற்றியும் கவலைப்படவில்லை. மனச்சோர்வு ஒருவரை அப்படித்தான் ஆக்கும் போலிருக்கிறது. தங்களைப் பற்றிச் சிறிதளவும் கவலைப்படாமல், ஒரு புன்னகைக்கூடப் புரியாமல்.

வாழ்க்கை ஓடிக்கொண்டிருக்கிறது. கவலைப்படுவதற்கு எனக்குத் தேர்வுகள் உள்ளன. நான் சரியான பாடத்திட்டத்தில் படிக்கிறேனா அல்லது கலை மற்றும் மானுடவியலுக்கு மாறலாமா என்று யோசிக்கிறேன். அம்மா தன்னைப்பற்றிக் கவலைப்படவில்லை. ஆனால் என்னிடம் மானுடவியலைப் பற்றிப் படிக்குமாறு கூறுகிறார். சே–யைப் போலவே ஆக்ஸ்ஃபார்ட் பல்கலைக்கழகத்திற்கு முயற்சி செய்ய வேண்டும் என்றும், சே–யைப் போலவே உதவித் தொகை வாங்க வேண்டும் என்றும், சே–யைப் போலவே அங்கு சேர்ந்துவிட வேண்டும் என்று கூறுகிறார். "நீயும், சே–யும் என்னைப் போலில்லாமல் மாறுபட்ட வாழ்க்கை வாழ வேண்டும்" என்கிறார்.

விரைவில் சே, ஒரு சிறந்த பல்கலைக்கழகத்திற்குச் செல்லப் போகிறாள் என்ற நம்பிக்கைதான் அவரை ஒரு நரம்பியல் மருத்துவரைக் காணத் தூண்டியிருக்கும். எனக்கு அது தெரியாது. ஆனால் தொலைபேசியில் யாரிடமோ அந்த நரம்பியல் மருத்துவர் அவருக்கு மனச்சோர்வு என்று கண்டுபிடித்திருப்பதாகவும், அவருக்கு 'அமிட்ரைப்டிலின்' என்ற மனச்சோர்வுக்கான மாத்திரையை அளித்திருப்பதாகவும் கூறுகிறார். ஆக மேலும் சில மாத்திரைகள். ஆனால், இம்முறை அவை அவரைப் புன்னகை புரிய வைக்கின்றன.

துக்கம் என்பது ஒரு விசித்திரமான நிகழ்வு, மிகவும் விசித்திரமான நிகழ்வுதான் என்பதை நான் மெதுவாகக் கற்றுக்கொள்கிறேன். ஆ–மாவின் தற்கொலையைப் பற்றி ஒரு மனச் சமாதானத்தை அடைவதற்கு முயற்சி செய்துகொண்டிருக்கிறேன். அம்மாவும், ஆ–மாவின் தற்கொலை பற்றி ஒரு மனச்சமாதனத்தை அடைய முயற்சி செய்துகொண்டிருக்கிறார். நாங்கள் இருவரும் ஒரே நிகழ்வைப் பற்றி மனச்சமாதானம் அடைய முயற்சி செய்தாலும், என் மனதிலுள்ள சில முடிச்சுகளை நான் அவிழ்க்க வேண்டும். அதைப் போல், அம்மாவின் மனதிலுள்ள சில முடிச்சுகளை அவர் அவிழ்க்க வேண்டும். என் முடிச்சுகளை நான் அவிழ்த்துவிட்டாலும், அம்மாவின் முடிச்சுகளை அவிழ்க்க என்னால் ஏதும் உதவி செய்ய முடியாது. என்னால் செய்யக்கூடியது என்னவென்றால் கையாலாகாமல் அவர் தன் முடிச்சுகளை அவிழ்ப்பதற்கு முயற்சி செய்வதைப் பார்த்துக்கொண்டிருப்பது மட்டுமே! சில சமயங்களில் அவர் மிகவும் சோகத்தில் இருக்கிறார். தனிமையில் இருக்கிறார். ஆனால், என்னால் ஏதும் செய்ய முடியாது.

ஆ–கூவும் தன் முடிச்சுகளை அவிழ்ப்பதற்கு முயற்சி செய்கிறார் என நினைக்கிறேன். உறுதியாக எனக்குத் தெரியாது. ஏனெனில் அவர் அதைப் பற்றிப் பேசுவதே கிடையாது. அவர் அப்படித்தான். அதிகம் பேசமாட்டார். அப்படித்தான் எப்போதும் இருந்துவந்திருக்கிறார். ஆனால் ஆ–மா இறந்த அடுத்த சில வாரங்களில் அவரின் தலை அதிகம் நரைத்துவிட்டது. எடை குறைந்துவிட்டார். அவரின் நோய் அடிக்கடி திரும்பிவந்தது. அவரை ஒரு பொட்டலம் ஹார்ஃபன் உடன் சென்று காணும்போது எப்போதும் என்னைப் பார்த்துப் புன்னகைப்பது போல் இப்போது எல்லாம் புன்னகைப்பது இல்லை.

ஒரு மாலை அவரைச் சென்று பார்த்தபொழுது, அந்தப் பொட்டலத்தை மேசை மேல் வைத்து எனக்கு நன்றி சொல்லிவிட்டுச், சமையலறைக்குச் சென்று புகைக்கத் தொடங்குகிறார். கூடத்தில் தொலைக்காட்சிப் பெட்டியும், கறுத்த மனிதனும் நானும் இருக்கிறோம்.

தொலைக்காட்சியில் 'சோ யுவன் ஃபாட்' நிகழ்ச்சியை நானும் கறுத்த மனிதனும் கண்டு கொண்டிருந்தோம். 'சோ யுவன் ஃபாட்' புன்னகை புரிகிறார். கறுத்த மனிதனின் பற்களும் 'சோ யுவன் ஃபாட்'டைப் பார்த்துப்

புன்னகை புரிகின்றன. நான் என் தலையைத் திருப்பிப் பார்க்கிறேன். என்னைச் சுற்றிலும் துணிகள் தொங்கிக்கொண்டிருக்கின்றன. போலோ டி–சர்ட்கள் நாற்காலிகளின் மேல் சுற்றப்பட்டுக்கிடக்கின்றன. ஆண்களின் கால்சட்டையும், அரைச் சட்டையும் அலமாரிகளிலிருந்து தொங்குகின்றன. மின் விசிறியின் காற்று படபடக்கிறது. ஆ–மா எங்கு துணிகளைக் காயப்போடுவார் என்பது எனக்கு நினைவில்லை. சமையலறையிலுள்ள மூங்கில் கழிகளில் இருக்கலாம். ஆனால் இரண்டு ஆண்கள் வீடு முழுவதும் அவற்றைப் பரப்பி வைத்திருக்கின்றனர்.

கறுத்த மனிதன் ஆ–கூவை அழைத்து, “செங்க், மருந்து சாப்பிட்டாயா?” என்று கேட்கிறார்.

பதில் ஏதுமில்லை. கறுத்த மனிதன் என்னை நோக்கி வாயைத் திறக்காது புன்னகை புரிகிறார் – அவர் பற்களை நான் வெறித்துப் பார்த்ததைக் கண்டுபிடித்துவிட்டாரா என்ன? இன்னும் சிறிது உயர்ந்த குரலில், “செங்க், மருந்து சாப்பிட்டாயா?” என்கிறார்.

“ஆம் லா! ஏற்கனவே சாப்பிட்டுவிட்டேன்” என்கிறார்.

“சரி. நல்லது. மருந்து சாப்பிடுவதை நினைவில் வைத்துக்கொள்ள வேண்டும்.”

கறுத்த மனிதர் மீண்டும் தொலைக்காட்சியைக் காணச் சென்று விட்டார். சீனத் தொலைக்காட்சி நாடகத்தின் ஓசையுடன் நான் அங்கு அமர்ந்திருக்கும்போது, ஆ–மாவின் குரல் அவரின் வார்த்தைகளால் என் தலையை நிரப்புகிறதோ? ‘நான் இல்லாத போது அவனை மருந்து சாப்பிடுவதற்கு யார் நினைவுறுத்துவார்?’

17 வயதுச் சிறுமி 60 வயது ஆணை வியப்புடன் நோக்குவது விந்தையாக இல்லாமலிருந்தால், நான் அவரை உற்றுநோக்கி, “அங்கிள், ஆ–மாவின் கேள்விக்கு சொர்க்கம் அளித்த பதிலா நீங்கள்?” என்று கேட்டிருப்பேன்.

நான் அவரைத் திரும்பி நோக்கி, “அங்கிள், ஹார்ஃபனை உண்ணுங்கள் லா” என்கிறேன்.

அவர் புன்னகைக்கிறார். கையை ஆட்டிக்கொண்டே, “நன்றி! நன்றி! பரவாயில்லை” என்கிறார்.

ஆ–கூ சமையலறையிலிருந்து வெளியே வருகிறார்.

“வெளியே போகிறாயா?” என்று கறுத்த மனிதன் அவரைக் கேட்கிறார்.

“ஆம். சிறிது நடந்துவிட்டு வருகிறேன்” என்கிறார் ஆ–கூ.

“சரி. கவனமாக இரு. மிகவும் நேரம் கழித்து வராதே!” என்கிறார் கறுத்த மனிதர்.

“ஓகே!” என்கிறார். பின் என்னை நோக்கி “லின், நான் வெளியே போகிறேன். உன் ஹார்ஃபனுக்கு நன்றி. நான் சிறிது நேரம் கழித்து உண்கிறேன்” என்கிறார்.

நான் அவருக்கு விடை கொடுக்கிறேன். என் பையை எடுத்துக்கொண்டு கறுத்த மனிதனிடம், “நானும் வீட்டுக்குப் போக வேண்டும்” என்று கூறுகிறேன். நான் என் காலணியை அணிந்துகொள்ள வேண்டியிருந்ததால், ஆ–கூ முதலில் சென்றுவிட்டார். என் காலணியின் கயிறுகளைக் கட்டிக் கொள்ளும்போது அவரின் செருப்பு, ‘ஷ் … ஷ் …’ என்று நடைபாதையில் ஓசை எழுப்பியதைக் கேட்கிறேன். லிஃப்ட்டை விட்டு தரைதளத்திற்கு வந்தபோது அவர் ‘தோ பயோ லோராங் 1’–ஐ நோக்கி நடப்பதைக் காண முடிந்தது.

அவருடைய பச்சைநிற போலோ டி–சர்ட் தூரத்தில் மறைவதைச் சில நிமிடம் பார்த்தபடி நிற்கிறேன். ஜோடியாகவும், கூட்டமாகவும் இருக்கும் தெரியாதவர்களின் மக்கள் கூட்டத்தில் அவர் நுழைந்தபோது, தெரியாதவர்களின் மத்தியில் தனியாக நடக்கும்போது, அவர் செருப்பின் ஓசை இன்னும் என் தலையில் எதிரொலித்துக் கொண்டிருக்கிறது. தம்மைத் தாண்டிச் செல்லும்போது, சிலர் அவரைத் திரும்பிப் பார்க்கின்றனர். ஓரிருவர் அவரின் கலைந்த நரைத்த தலையைச் சிறிது நேரம் உற்று நோக்குகின்றனர். யாராவது அவரை இன்று, ‘ஜியோ லாங்’ என்று கூப்பிடுவார்களோ என்று நினைக்கிறேன். என் கண்ணிலிருந்து அவர் மறையும்வரை பார்த்துக்கொண்டே இருக்கிறேன். பார்த்துக்கொண்டே இருக்கிறேன்.

பாகம் மூன்று

19

இரவு உணவு அருந்திக்கொண்டிருக்கும்போது அம்மா ஐஆர் இன்ஸ்டிடூட் ஆஃப் மெண்டல் ஹெல்த் என்ற புதிய வுட்ப்ரிட்ஜ் மருத்துவமனை பற்றிக் கூறுகிறார். நானும் அம்மாவும் மட்டும்தான் அப்பா வெளியே சென்றிருக்கிறார். சே ஆக்ஸ்ஃபோர்ட் பல்கலைக் கழகத்திற்கு உதவித் தொகை பெற்றுப் படிக்கச் சென்றிருக்கிறாள்.

சில நாட்களுக்கு முன், ஒருவார சிகிச்சைக்கு பிறகு ஆ–கூ அங்கிருந்து வெளியேறியிருந்தார். “பழைய வுட்பிரிட்ஜ் மருத்துவமனையைவிடப் பெரியதாகவும் காற்றோட்டமாகவும், போதிய வசதிகளுடன் இனிமையான சுற்றுப்புறத்துடன் இருப்பதாகவும் கூண்டு போன்ற பழைய சூழ்நிலையைவிட மிகவும் சிறப்பாகவும் உள்ளது” என்றார்.

தற்காலிகமாக புதிய ஒரு விற்பனைக் குழுமத்தில் சேர்ந்திருக்கும் வேலை பற்றி அம்மாவிடம் கூறுகிறேன். என் ‘ஏ’ லெவல் தேர்வு முடிவுகளுக்காகக் காத்துக்கொண்டிருக்கிறேன். தேர்வு முடிவிற்குக் காத்துக்கொண்டிருக்கும் அனைவருக்கும் தற்காலிக வேலை ஒன்று கிடைத்துவிடும். மிகவும் ‘செனாங்க்’ லா என்று அம்மாவிடம் கூறுகிறேன். வெறும் தரவுகளை ஏற்ற வேண்டும், மூளைக்கு வேலை தராத வேலை, ஐந்து மணிக்கு வீட்டுக்கு வந்துவிடலாம்.

தொலைபேசி ஒலிக்கிறது. அதை எடுப்பதற்கு அம்மா செல்கிறார்.

“ஹலோ! ஆம் ஆம் நான் அவரின் சகோதரிதான்” என்கிறார்.

அவர் முகம் வெளிறுகிறது. “என்ன? அவர் நன்றாக இருக்கிறாரா? ஆஹ் . . . ஆஹ் . . . சரி எப்படி நடந்தது? பலமான அடியா? காயங்கள் எப்படியுள்ளன? அஹ் அஹ் சரி, சரி, உடனே வருகிறேன்” என்கிறார்.

என்னிடம் கூறும்போது அவருக்கு மூச்சு வாங்குகிறது. “ஆ–கூவிற்கு விபத்து ஏற்பட்டுவிட்டது. உடனே ‘தோ பயோ’ மருத்துவமனைக்குச் செல்ல வேண்டும். புறப்படு” என்கிறார்.

உணவை மேசையிலேயே விட்டுவிட்டு, ஒரு பதற்ற நிலையிலேயே உடைமாற்றி, தோ பயோ மருத்துவமனைக்கு வாடகை வண்டி பிடிக்கச் சாலைக்கு விரைகிறோம்.

ஒரு கார் ஆ–கூவின் மேல் இடித்துவிட்டதாக மருத்துவர் கூறுகிறார். கவலைப்பட வேண்டாம். அவருக்கு காயங்கள் அதிகமில்லை. வெட்டுக் காயங்களும், சிராய்ப்புகளும்தான். எல்லாம் மேலோட்டமான காயங்கள். அதிகம் பயப்பட வேண்டாம்.

ஒரு காவலர் ஒருவர் நெகிழிப் பையில் ஆ–கூவின் பழுப்புநிறச் செருப்புகளையும், கருப்புப் பணப்பையையும், எடுத்துக்கொண்டு வருகிறார். சாட்சிப் பொருட்களை இட்டு வைக்கும் ஜிப் பையைப் போல அது இருக்கிறது. விபத்தைப் பார்த்த யாரோ காவலர்களுக்குச் செய்தி கூறியதாக அவர் கூறினார். ஏதோ ஒரு கார் சிவப்பு விளக்கை மீற முயற்சி செய்ததாகவும், அப்போது தோ பயா லொராங் 1 போக்குவரத்து விளக்கு சந்திப்பில் நடந்துவந்துகொண்டிருந்த ஆ–கூவை இடித்து விட்டதாகவும் கூறினார். செருப்பும் பையும் இருந்த பையை அம்மாவிடம் தருகிறார். ஒரு செருப்பின்மீது கார் ஏறி அது ஏறக்குறைய சப்பையாக இருந்தது. இதோ! இது உங்கள் சகோதரருடையது என்கிறார்.

ஒரு செருப்பு அவரிடமிருந்து சில மீட்டர் தொலைவில் கிடந்தது. மற்றொன்று தடுப்பைத் தாண்டி சாலையில் கிடந்தது. இருந்தாலும் அவருக்குக் கவலைப்படும்படி அடி இல்லை என்று மருத்துவர் கூறுவதைக் கேட்கச் சமாதானமாக இருக்கிறது.

அம்மா காவலர்களுக்கு நன்றி கூறிவிட்டுக் கையில் செருப்புகளைத் தாங்கியபடி ஆ–கூவைக் காண அறைக்குச் செல்கிறார். அவர் கண்கள் மூடியபடி இருக்கின்றன. வேகமாக மூச்சுவிட்டுக் கொண்டிருக்கிறார். அவரின் மேல் சில குழாய்கள் பொருத்தப்பட்டுள்ளன. மருத்துவர் அவரின் வலது பக்கத்தில் நின்றுகொண்டிருக்கிறார். சிராய்ப்புகளும் வெட்டுகளும் பல வடிவங்களிலும் அளவிலுமாக, சிலது பச்சை ரணமாகவும், சிலது கன்றிப்போய் கருநீலமாகவும் அவர் உடல் முழுவதும் உள்ளன.

அவரின் அருகிலிருந்த நாற்காலியில் அம்மா அமர்கிறார். மெதுவாக செருப்புகளை இறுக்கப் பிடித்தபடியே “செங்க்” என்றழைக்கிறார்.

தூக்கக் கலக்கத்திலேயே தலையை மெதுவாகக் குரல் வந்த திசையை நோக்கித் திருப்பிக் கண்களைத் திறக்கிறார். அவர் அம்மாவைப் பார்க்கிறார். வெகு நேரம் பார்த்தபடியே இருக்கிறார். அவர் நெஞ்சு மேலும் கீழுமாய் அசைக்கிறது. பின் ஒரு கண்ணீர்த்துளி தலையணைக்கு உருண்டு ஓடுகிறது. ஏதோ சொல்லப்போவதைப் போல் வாயைத் திறக்கிறார். அவர் என் சொல்ல விரும்புவார் என்று யோசிக்கிறேன், அம்மாவிடம் என்ன நடந்தது என்று கூற விரும்பலாம், அல்லது என்ன நடந்தது எனக் கேட்க விரும்பலாம், அல்லது காயங்கள் வலிக்கிறதென்றோ, இல்லை ஒரு குவளை நீர்; அல்லது பால் தா என்றோ கூறுவார் என நினைத்தேன்.

“சூ அவர்கள் ஏன் என்னை இறக்கவிடவில்லை?” என்றார்.

அதை மட்டும்தான் அவர் கூற எண்ணிருக்கிறார். பின் கண்களை மூடிக்கொண்டார். அம்மாவும் கண்களை மூடிக்கொள்கிறார். அவர் கண்களிலிருந்து கண்ணீர் அவர் கையிலிருக்கும் நெகிழிப் பையில்

விழுகிறது. அவர் நெஞ்சு ஏறி இறங்கும்போது, அம்மாவின் உடலும், அவர் கண்ணீரை அடக்க முயற்சி செய்வதில் குலுங்கியது. இவை அனைத்தின் பொருள் என்ன? ஆ–கூ போன்ற ஒருவரின் வாழ்க்கையின் அர்த்தம் என்ன, என வியந்தவாறு நானும் அழத்தொடங்குகிறேன். எனக்குத் தெரியவில்லை, நிஜமாகவே எனக்குத் தெரியவில்லை. ஸ்கீசோஃ பெர்னியா என்ற ஒன்று ஏன் உள்ளது? அதற்கு ஒரு காரணம் உண்டாடென்றால் அம்மா ஏன் 30 வருடங்கள் அவருடனே இருந்திருக்க வேண்டும்? இதற்கெல்லாம் ஒரு காரணம் உண்டா என்ன? ஏன் அவரின் வார்த்தைகள், வெற்றுச் சொற்களின் கோர்வை, என் இதயத்திலும் அம்மாவின் இதயத்திலும் கத்தியைப் போல் சொருகுகின்றன.

தன் கையால் கண்ணீரைத் துடைத்து, கையைக் கால் சட்டையில் துடைத்துக்கொள்கிறார். பின் தன் கைகளை ஆ–கூவின் நெற்றியில் வைக்கிறார். அவர் தன் கண்களைத் திறந்து கொள்ளவில்லை. நான் குழந்தையாய் இருந்தபோது என் தலையைக் கோதுவதைப்போல அவரின் நரைத்த தலையைக் கோதுகிறார். அவர்கள் இருவரையும் காணும்போது, அவர்களுடைய வாழ்க்கை எவ்வாறு பின்னிப்பிணைந்துள்ளது என வியக்கிறேன். எனினும் எத்தனை தனிமையில் இருவரும் இருந்திருக்க வேண்டும். இது எவ்வாறென்றால், எங்கோ ஆழ்மனத்தில் அவர்கள் தொடர்புகொண்டிருக்க வேண்டும். அது மிகவும் ஆழமாக இருப்பதால் அந்தத் தொடர்பு புலன்கடந்த ஒன்றாகத்தான் இருக்க வேண்டும். ஆனால் இந்தத் தொடர்புதான் என்ன? அது சகோதர – சகோதரிக்கான தொடர்பா? அது வேதனைக்கான பிணைப்பா? வாழ்க்கை நம்மேல் எறியும் கையாலாகாத்தனத்தின் பிணைப்பா? இருந்தாலும் இது புலன் கடந்ததாய் இருந்தாலும், வாழ்க்கையின் அனைத்து மாற்றங்களையும் உருவாக்கியது, இது இல்லாமல் அவர் வாழ்க்கை எப்படி இருந்திருக்கும்? இருந்திருக்கும் போது எத்தனை குரூரமாக இருந்தாலும்?

அம்மா திடீரென்று என்னிடம், ‘எனக்குத்தான் அப்படித் தோன்றுகிறதா இல்லை நிஜமாகவே அவன் வயிறு பெரிதாகத் தோன்றுகிறதா?’ என்கிறார். நாங்கள் முதலில் பார்த்தபோது கொஞ்சம் உப்பியது போல் தோன்றியது இப்போதோ அது வீங்கியிருக்கிறது.

“எனக்குத் தெரியவில்லை. எனக்கு சொல்ல தெரியவில்லை” என்றேன். அவரின் வயிற்றை அம்மா தொடுகிறார். அவர் கண்ணைத் திறக்கவில்லை, உண்மையில் அவர் தூங்கிக்கொண்டிருப்பதுபோலத் தோன்றுகிறது. அம்மா மணியை அடித்து உதவியை அழைக்கிறார். ஒரு தாதி வந்தவுடன் வயிறு வீங்கியிருப்பதைக் கூறுகிறார். தாதி ஆ–கூவின் வயிற்றைப் பார்த்துவிட்டு மருத்துவரை அழைக்கிறேன்” என்கிறார்.

மருத்துவர் வந்தவுடன் ஆ–கூவைப் பரிசோதிக்கிறார். பின் எங்களிடம் பயப்பட ஏதுமில்லை என்று கூறுகிறார்.

இரவு 11 மணி ஆகிவிட்டது, அதனால் நாங்கள் வீட்டை நோக்கிச் செல்கிறோம்.

இரவில் தொலைபேசி ஒலிக்கிறது. அம்மா அதை எடுக்கச் செல்வதைக் காண்கிறேன். என் இதயம் படபடக்கிறது. அதனால் நானும் தூக்கக் கலக்கத்தில் அறையை நோக்கி நடக்கிறேன். அப்பாவும் விழித்துவிட்டார்.

அம்மா தொலைபேசியில் பேசிக்கொண்டிருக்கிறார். "இதை ஏன் முன்பே கண்டுபிடிக்கவில்லை? அவர் காயங்கள் மேலோட்டமானவை என்றுதானே கூறினீர்கள்?" என்கிறார்.

யார் எதையோ கூறுவதைத் தொலைபேசியில் கேட்கிறார். பின் "சரி நான் வருகிறேன்" எனக்கூறியபடி தொலைபேசியைப் பொருத்துகிறார்.

"அவனுடைய சிறுநீர்ப்பை பொத்துக்கொண்டு விட்டதாம்" என்றார்.

அப்பா "அலாமக்! ஏன் அப்படி?"

"இதன் பின் என்ன ஆகும்? அவர் உயிருக்கு ஆபத்தா?" என கேட்கிறேன்.

அவசரமாக அறுவைச் சிகிச்சை செய்யப்போகிறார்கள். நான் அவருடைய வயிறு பெரிதாகிக் கொண்டு போகிறது என்ற போது எந்தப் பிரச்சனையும் இல்லை என்றார் அந்த மருத்துவர்"என்றார் அம்மா.

"உள்ளுக்குள் இரத்தப்பெருக்கு என்றால் என்ன?"

"ம்ம் . . . அவருடைய சிறுநீர்ப்பையில் ஓட்டை விழுந்து விட்டதால், உள்ளேயே இரத்தம் பெருகிறது. நான் கிளம்ப வேண்டும்."

அப்பாவும் நானும் மீண்டும் உறங்கச் செல்கிறோம். அம்மா உடைமாற்றி மருத்துவமனைக்கு விரைகிறார்.

அறுவைச் சிகிச்சை வெற்றிகரமாக முடிகிறது. அவரைக் காப்பாற்றி விட்டார்கள். இரத்தப் பெருக்கை கட்டுப்படுத்தியிருக்கிறார்கள். ஆ–கூ நலம் பெற தொடங்குகிறார்.

ஆனால் MRSA தாக்குகிறது.

MRSA என்பது நுண்ணுயிர் தாக்குதல்; எந்த மருந்திற்கும் அடங்காதது. ஆ–கூவிற்கு மிகவும் வீரியமான மருந்துகளைத் தர வேண்டும் எனக் கூறுகின்றனர். அவற்றை அதிகப்படுத்திக்கொண்டே வந்து ஒரு கட்டத்தில் நரம்பின் வழியே மருந்தை செலுத்தத் துவங்குகின்றனர்.

அம்மா அவரை ஒவ்வொரு நாளும் அல்லது ஒருநாள் விட்டோ சென்று பார்க்கிறார். அவருக்கு விருப்பமான 'கோபி–ஓ' வை எடுத்துக் கொண்டு செல்கிறார். அவர் ஒவ்வொரு முறையும் காபியைக் குடிக்கிறார். ஆனால் குடித்தவுடன் அதை வாந்தி எடுத்துவிடுகிறார். அப்போது அந்த வாந்தியில் காய்ந்த இரத்தத் துளிகளும் சேர்ந்து வருகின்றன என்கிறார் அம்மா. ஆனால் மருத்துவர்கள் அதைப்பற்றிக் கவலைப்பட வேண்டாம் என்கின்றனர். எனினும் அவருடைய சிறுநீர்ப்பை இன்னும் சரியாக வேலை செய்யாததால் அவரை மருத்துவமனையிலிருந்து இன்னும் வெளியேற்றவில்லை.

ஒரு நாள் ஆறு வாரங்கள் சென்று, அம்மாவுடன் அவரைக் காணச் செல்கிறேன். மருத்துவ அறைக்கு நுழையும்போது ஒரு தாதி, ஆ–கூவின் படுக்கை எப்போதும் ஈரமாக இருக்கிறது என்று புகார் செய்கிறார்.

“உங்கள் சகோதரன் சொட்டும் மருந்திலிருந்து ஊசியைப் பிய்த்து விடுகிறார். ஒவ்வொரு முறையும் படுக்கை நனைந்துவிடுகிறது. ஊசி படுக்கைமேல் கிடக்கிறது. குறும்பு லா” என்கிறார்.

“ஓ! அவன் அப்படி செய்கிறானா? இப்பொழுதுதான் தெரிகிறது அவன் ஏன் குணமாகவில்லை என்று மன்னியுங்கள். நான் அவரை கண்டிக்கிறேன்” என்றார் அம்மா.

அவர் கோபமாய் இருக்கிறார் எனத் தோன்றுகிறது. அவர் முகம் இறுகிக் கிடக்கிறது. அவர் மூச்சு வேகவேகமாய் வருகிறது. ஆ–கூவின் படுக்கைக்குச் செல்கிறார் கையில் இருந்த ‘கோபி–ஓ’வை பட்டென்று மேசையில் வைத்துவிட்டு அவரை நோக்கிக் கத்தத் தொடங்குகிறார்.

“என்ன பிரச்சனை உனக்கு? ஏன் ஊசிகளை பிடுங்குகிறாய்? உடல்நிலை சரியாகாமல் இருப்பதில் விந்தையே இல்லை! ஆறு வாரங்கள்! இதுவரை ஆறு வாரங்கள் ஆகிவிட்டன தெரியுமா? இங்கு நாங்கள் உன்னை குணப்படுத்த முயற்சிகள் எடுத்துக் கொண்டிருக்கிறோம். நீயோ ஊசிகளை பிடுங்கிக்கொண்டிருக்கிறாய்.”

உரத்த குரலில் அவர் பதிலுரைக்கிறார். “அவை என்னை வாந்தி யெடுக்கச் செய்கின்றன!”

நாற்பது வயதுப் பெண்மணி ஒருவர் தன் சகோதரரை, ஒரு தாய் தன் குழந்தையைத் திட்டுவதைப்போல திட்டுவதையும், தலை முழுவதும் நரைத்துப்போய்விட்ட அவர் ஒரு குழந்தையின் அப்பாவித்தனத்துடன், பதில் கூறுவதையும் கண்டு தாதிகள் ஒருவருக்கொருவர் புன்னகை புரிகின்றனர்.

அம்மா மீண்டும் தொடர்வதற்கு வாயைத் திறக்கிறார். கோபமான வார்த்தைகள் கொட்டுவதற்குத் தயாராகக் காத்துக்கொண்டிருக்கின்றன. திடீரென நிறுத்திவிடுகிறார். சில நிமிடங்கள் யோசித்துவிட்டுத் தாதியிடம், அவருக்கு அடிக்கடி வாந்தி வருகிறது. மருத்துவர்களால் அதை விளக்க முடியவில்லை. இந்த நோய் எதிர்ப்பு மருந்துகள் அவரை வாந்தியெடுக்கச் செய்கின்றனவோ என்னவோ எனக் கேட்கிறார்.

பின் அம்மா அறுவைச் சிகிச்சை நிபுணரிடம் பேசுகிறார். ஏனெனில் தினம் அவரைக் காணவரும் மருத்துவர்கள் அப்படி எதுவும் இல்லை என மறுத்துவிட்டிருந்தனர். சொன்னது போலவே கடைசியில், அந்த எதிர்ப்பு மருந்தை நிறுத்தியவுடன் அவர் வாந்தியெடுப்பதும் நின்றது.

சில நாட்கள் கழித்து அவர் ஒரு வழியாக வீடு திரும்பினார். ஆனால் இதற்குள் அவர் மிகவும் ஜீவனிழந்துப் போய்விட்டார்.

20

இன்னும் சில வாரங்களில் இங்கிலாந்திற்குச் சென்று விடுவேன். சரியாகக் கூறினால் ஆக்ஸ்ஃபோர்ட் பல்கலைக் கழகத்திற்குச் சரிதான்! என் அக்கா எங்கிருக்கிறாளோ அங்குதான். ஆக்ஸ்ஃபோர்ட் நுழைவுத் தேர்வுகளில் எப்படியோ தேர்வு பெற்றுவிட்டேன். உதவித் தொகையும் எப்படியோ பெற்றுவிட்டேன். அவளைப் போலவே! இதுவரை என் வாழ்க்கையில் ஒரு விதிமுறை என்னவென்றால், "அவள் எங்கு செல்கிறாயோ அங்கே நான் பின்தொடர வேண்டும், தொடர வேண்டும், தொடர வேண்டும்" சமீபத்தில் 'சிஸ்டர் ஆக்ட்' என்ற படத்தில் வந்த பாடலைப் போலவே, ஆனால் அதில் சிறிய ஒரு மாறுதல் உண்டு, சே கார்பஸ் கிரிஸ்டி கல்லூரியில் படிக்கிறாள். நான் ஓரியல் கல்லூரிக்குச் செல்கிறேன். அது எங்களைப் பயிற்றுவிப்பவரின் முடிவு, எங்கள் இருவரையும் வேறுவேறு கல்லூரிக்குச் செல்ல வைத்தது. ஓரியல் கார்பஸ் கிரிஸ்டிக்கு அடுத்ததாக இருந்தாலும் பரவாயில்லை. கல்லூரி அக்கா படிக்கும் கல்லூரிக்கு அருகிலிருந்தாலும் வேறு கல்லூரி தான்.

காபி விற்கும் கடைக்குச் சென்று ஒரு பொட்டலம் ஹார்ஃபன் என்றேன். நான் கிளம்புவதற்கு முன் ஆ–கூவைச் சந்திக்க வருவது, இது கடைசி முறையாக இருக்கலாம். உணவுக்காக, நாற்காலியில் காத்துக்கொண்டிருக்கும் போது, அருகிலுள்ள மக்கள் என்னை வெறித்துப் பார்த்துக் கொண்டிருந்தனர். என் கழுத்தும் முகமும் சிவப்பாகிக் கொண்டிருந்தது. சிறிய காயங்களை உருவாக்கிக்கொண்டிருந்த உயர்ந்த குதிகால்களுடைய செருப்பையும், வியாபார நிமித்தம் அணியும் உடையையும் அணிந்திருந்த நான், அந்தப் பழைய கடைக்குப் பொருத்தம் இல்லாதவள் போல் தோற்றமளித்தேன் போலும். உதவித் தொகை பெறுபவர்களை இணைக்கும் விழாவிலிருந்து நேராக இங்கு வந்திருக்கக் கூடாதோ?

நான் பங்குபெற்ற விழாவையும் அங்கு சந்தித்த மக்களைப்பற்றியும் நினைத்துக்கொள்கிறேன். உதவித் தொகை பெறும் மற்றவர்கள் மிகவும் புத்திசாலிகளாகத் தோன்றினர். படிப்பில் முதலாவதாகவும் தலைமைப் பொறுப்பில் முதலாவதாகவும் நாம் எதை நினைக்கிறோமோ அதை உடையவர்களாய் இருந்தனர். சிலர் நாட்டின் வருங்காலத்

தலைவர்களாகக்கூட ஆகலாம். ஆம் அவர்கள் மிகவும் புத்திசாலிகள்தான். ஆனால் அதே சமயம் 'ஆணவம்' என்ற வார்த்தையாலும் அவர்களில் சிலரை வர்ணிக்கலாம். அவர்களுடைய நடவடிக்கையாலும் பழக்கவழக்கங்களாலும் மெருகேற்றப்பட்டிருந்தனர். ஆனால் அவர்களுடைய புன்னகை ஏன் உண்மையில்லாமல் இருந்தது? சுயமதிப்பீடும் தனிப்பட்ட புகழின் மேலுள்ள கவனமும் அதற்குக் காரணங்களாக இருக்குமோ?

அவர்களில் ஒருவருடனான உரையாடலை நினைத்துக்கொள்கிறேன். ஒருவரையொருவர் அறிமுகப்படுத்திக் கொண்டபின், உரையாடல் எதிர்காலத்தில் எங்கள் திட்டம் மற்றும் பணியைப் சென்றடைந்தது.

ஆ! பொருளாதாரத் துறை! அதுதான் இருக்க வேண்டிய இடம் என்றான் அந்த இளைஞன். முக்கியமாக முதலீட்டு வங்கித்துறை. அங்கு மதிப்புமிக்கவர்கள் உள்ளனர். அதிக செல்வம் உள்ளது. அதனால் அங்குதான் நான் இருக்க விரும்புகிறேன். அங்கு வெற்றிபெற்று எனக்கென்று தனியாக ஒரு பெயரை உருவாக்கிக்கொள்ள விரும்புகிறேன்.

இன்னொரு இளைஞன் இருந்தான். அவன் பெயர் எனக்கு நினைவில்லை. அவன் நடையே அத்தனை ஆணவமாக இருந்தது. அவனின் வீம்பு நடை ஒன்றுதான் அவனைப்பற்றி எனக்கு நினைவில் இருந்தது.

ஆம் ஆழமான குணாதிசயங்களுள்ள சிலரும் இருந்தனர். அவர்களுடைய கனவுகளும் குறிக்கோள்களும், அவர்களையும், அவர்களின் பணியையும் மட்டும் சூழ்ந்திராது மற்றவைகளைப் பற்றியும் இருந்தன. இவர்களைப் போன்றோர் உயர்ந்த நிலைக்கு வர வேண்டும்.

"ஹார்ஃபன்!" என்று கடை உதவியாளர் கூவுகிறார். அதற்கான தொகையைச் செலுத்திவிட்டு ஆ–கூவின் வீட்டை நோக்கி நடக்கிறேன்.

கதவைத் தட்டுகிறேன் ஆ–கூ உங்களுக்கு "ஹார்ஃபன் வாங்கி வந்துள்ளேன்"

"லின்! சரி" இரு!.

அவர் கதவைத் திறக்கிறார். இருண்ட, எங்கும் துணிகள் தொங்கிக் கொண்டிருக்கும், சிகரெட் புகையின் மணம் சூழ்ந்திருக்கும் வீட்டிற்குள் நுழைகிறேன். கறுத்த மனிதர் வேலைக்குச் சென்றிருக்க வேண்டும். அரிசி – நூடுல்ஸ் பொட்டலத்தைக் கொடுத்தேன்.

அவர் புன்னகை புரிகிறார். ஒழுங்கற்ற பற்களுடன் தெரிந்த புன்னகை, கடந்த சில வருடங்களில் பற்களற்ற புன்னகையாக மாறிவிட்டிருந்தது. எனினும் புன்னகை என்பது புன்னகைதானே? சிறு வயதில் என்னை மகிழ்வித்த, வளரும் வயதில் என்னைக் குழப்பத்தில் ஆழ்த்திய புன்னகை. நோயும் கஷ்டங்களும் நிறைந்த வருடங்களைக் கடந்து வந்தும்கூட ஒருவரால் எப்படி இத்தனை உண்மையாகப் புன்னகைக்க முடிகிறது?

"லின்! விரைவில் இங்கிலாந்து செல்லப்போகிறாயல்லவா?" என்று கேட்கிறார்.

நான் தலையை ஆட்டுகிறேன் "ஆம் இன்னும் சில வாரங்களில்."

"நீ நன்றாகப் படிக்க வேண்டும் சரியா?" நான் தலையை ஆட்டிக் கொண்டே . "சரி ஆ–கூ" என்கிறேன். உங்களை நீங்கள் கவனித்துக் கொள்ள வேண்டும். உங்களுக்கு இனிமேல் என்னால் "ஹார்ஃபன் வாங்கித் தரமுடியாது."

"சரி ! சரி நீ நன்றாகப் படி."

"நீங்கள் சாப்பிடுங்கள் லா! ஆறிப்போனால் நன்றாக இருக்காது."

அவர் உண்ணத் தொடங்குகின்றார். நான் சோஃபாவிலமர்ந்து கொள்கிறேன். சுற்றிலும் பார்க்கிறேன். அவருடைய தேர்வுச் சான்றிதழ்கள் இன்னும் சுவரில் தொங்கிக்கொண்டிருக்கின்றன. அதிலுள்ள சீன வார்த்தைகளும் அவரின் புகைப்படமும் மங்கிப் போயிருக்கின்றன. அவருடைய சான்றிதழ்கள் எனக்கு நினைவு தெரிந்த நாளிலிருந்து அந்த சுவரில்தான் இருக்கின்றது. ஆனால் நான் இதுபோல் கவனித்ததில்லையாய் இருக்கும். நான் அமர்ந்திருக்கும் இடத்திலிருந்து அதைப் பார்க்கும் போது, அவர் புத்திசாலி மட்டுமல்லர், அழகானவர்கூட என்று எனக்குப் புலப்படுகிறது. சரி 19 வயதில், இந்த இளைஞன் கம்பீரமாக இருக்கிறான். அந்த இளைஞன் அழகாய் இருக்கிறான் என்று எண்ணுவது இயல்புதானே?

ஆகவே இப்போது நான் சுற்றும்முற்றும் பார்க்கும்போது, அவருக்குப் பிரியமான கண்ணாடிச் சாம்பல் கிண்ணம் கண்ணில் படுகிறது. சமையலறை ஜன்னலில் எப்போதும் போல் அதனிடத்தில் அமர்ந்திருக்கிறது. அதனுள் மலைபோல் சிகரெட் சாம்பல் குவிந்துள்ளது. முன்பெல்லாம் அதைச் சுத்தம் செய்வதற்கு ஆ–மா உதவுவார். அதை ஒவ்வொரு நாளும் சுத்தம் செய்யவேண்டிய தேவை அவருக்கில்லை என நினைத்திருக்கலாம். ஏனெனில் அவரைத் தொல்லைப் படுத்த இப்பொழுது யாரும் இல்லை. தன் தனிமையை வெளியேற்ற இந்நாட்களில் அவர் புகைக்கும் சிகரெட்டுகளின் சாம்பல் விரைவாகக் குவிகிறது போலும்.

நான் அச்சாம்பலை நோக்குகிறேன். பின் அவர் நூடுல்ஸ் சாப்பிடுவதை நோக்குகிறேன். பின் சுவரிலிருக்கும் சான்றிதழை நோக்குகிறேன். ஒன்றை மாற்றி ஒன்றை வலதிலிருந்து இடத்திற்கு, இடத்திலிருந்து வலத்திற்கு மாறிமாறிப் பார்த்துக்கொண்டே இருக்கிறேன். சான்றிதழ்களை பார்க்கும் போது, புத்திசாலித்தனமாய் உரையாடும் மாணவர்களை நினைத்துக் கொள்கிறேன் சாம்பலை நோக்கும்போது, ஆ–கூவையும் அவரைப் போல வுட்பிரிட்ஜ் மருத்துவமனையில் தற்போது IMH இருப்பவர்களையும் நினைக்கிறேன். எத்தனை பேசினாலும் அவர்களுடைய உடைந்த வாழ்வை அணைத்துக்கொள்ள முடியாது. தாழ்மையான தனிமையானதொரு வாழ்க்கையை வாழ்வதைத் தவிர வேறுவழி இல்லாமல், அவர்களுடைய சரித்திரத்தை நாம் தேட முயன்றால், அவர்களின் கடந்தகாலத்தையும் நிகழ்காலத்தையும் பிரிப்பது – ஒரு சிறிய ஓசை 'ஷ்' என்று ஒலிக்கும் ஒரு சுருதி. மிகவும் பலவீனமான, நம்மால் கேட்க முடியாத, நாம் கவனிக்காத ஒரு ஒலிதான் என்பதைக் கற்றுத் தரும். கடந்த காலத்திற்கும் நிகழ்காலத்திற்கும், அவர்களுக்கும் நமக்கும் உள்ள பிரிவினையில்

எதிரொலிக்கும் ஓர் ஒலி, இணைக்கவே முடியாத ஒரு பிரிவினை – ஆம் அச்சிறு ஒலிகளிலுள்ள அழகை நம்மால் கேட்க முடியுமென்றால், அந்த எதிரொலியை நம்மால் கேட்க முடியுமென்றால், அந்தப் பிரிவினை இணைக்கப்படலாம்.

மேசையில் அமர்ந்திருக்கும் அவரைக் காண்கிறேன். இடதுபுறத்தில் சான்றிதழ்களுக்கு வலதுபுறத்தில் சாம்பலுக்கும் நடுவே! கடந்தகாலம் இடதுபுறத்திலும் நிகழ்காலம் வலது புறத்திலும், வெற்றி இடதுபுறத்திலும், உடைந்த நிலை வலதுபுறத்திலும், சிறந்த எதிர்காலத்திற்கான நம்பிக்கை இடதுபுறத்திலும், தொடர்ந்து செல்வதற்கான தைரியம் வலதுபுறத்திலும் உள்ளவாறு என் மாமா. சாதாரண மனிதர் சிலர் அவரைத் தோல்வியுற்றவர் எனக் கூறலாம்; பலர் அவரைப் பைத்தியம் எனக் கூறலாம்; ஆனால் நான் அவரை அந்தப் புன்னகையுடனும் அவரால் எதிரொலிக்கப்பட்ட சிறிய அழகிய ஒலிகளாகவும் நினைவுவைத்துக்கொள்வேன்.

அடுத்த சில நாட்கள் மிகவும் தொந்திரவாக உணர்ந்தேன். ஆ-கூவின் வாழ்க்கைப் பயன் என்ன என்று யோசித்துக்கொண்டிருந்தேன். என்னால் ஒரு விடையைக் காண முடியவில்லை. இந்த வகையிலோ அந்த வகையிலோ காண முயன்றேன். இந்த ஒளிவில்லை மூலமும் அந்த ஒளிவில்லை மூலமும் காண யத்தனித்தேன். ஆனால் எந்த வகையில் பார்த்தாலும், அதன் பொருளைக் கண்டுபிடிக்கவே முடியவில்லை.

இதுமாதிரியான சமயங்களில் டோடியைத்தான் தேட வேண்டும். டோடி என்பது எங்களைப் போன்ற கீழ்ப்படிய மறுக்கும் பதின்வயதினர் களால் அளிக்கப்பட்ட பட்டப்பெயர். என்னுடைய ஆலய மத ஆசிரியராக இருந்தவர் காலப்போக்கில் எனக்கு ஆசானாகவும், ஒரு மூத்த சகோதரனைப் போலவும் ஆனவர். எப்போதாவது ஏதாவது சிக்கலில் மாட்டிக்கொண்டால் ஆலோசனை கூறுபவர். சில சமயங்களில் எனக்கு புரியாத சிம் (chim) விஷயங்கள் பற்றிப் பேசுபவர். அ, ஆ என்ற இரண்டு தேர்வுகளுக்கு நடுவே சிக்கிக்கொண்டால், கண்ணுக்குத் தெரியாத 'இ'யை தேர்ந்தெடுக்கக் கூறுபவர். உதாரணத்திற்கு 'அ'வும் 'ஆ'வும் இரண்டு இளைஞர்களாகக்கூட இருக்கலாம்.

அதனால் நான் அவரைத் தொலைபேசியில் அழைக்கிறேன். இருவரும் மெக்டொனால்ட்ஸில் உணவருந்துகிறோம். நான் அவரிடம் ஆ-கூவைப் பற்றியும் அவருடைய நோயைப் பற்றியும் அவருக்கு சிகிச்சை அளிக்காத ஆ-மாவின் தவறைப்பற்றியும், 30 வருடங்களாக அவரைக் கவனித்துவரும் அம்மாவின் போராட்டங்களைப் பற்றியும், ஆ-மாவின் தற்கொலைப் பற்றியும் கூறுகிறேன்.

"இதற்கெல்லாம் என்ன பொருள்"? என்று கேட்கிறேன்.

அவர் தன் தலையைச் சொறிந்துகொண்டே "நீ என்னை கடவுள் என்று நினைத்துவிட்டாயா?" என்கிறார்.

"சரிதான் இது எத்தனை உதவிகரமான ஆலோசனை!"

அவர் பெருமூச்சு விட்டுக்கொண்டே தன் பர்கரை தட்டில் வைக்கிறார். "சரி! சரி! ஒன்று உன் பார்வை மிகக் கடுமையானதொன்றாய் இருக்கலாம் அல்லது நீ தவறான இடத்தில் விடைகளைத் தேடுகிறாய் அல்லது இதற்கெல்லாம் விடையே இல்லாமல் இருக்கலாம்" என்றார்.

"நல்லது இது அதைவிட மிகவும் உதவியாக இருக்கிறது. ஹே! எனக்குப் புரிவதுபோல ஆலோசனைத் தரமுடியுமா? எப்போதுமே நீங்கள் கூறுவதில் 50 சதவீகிதம்தான் எனக்குப் புரியும் இருந்தாலும்..."

"சரி இப்படிக் கூறுகிறேன். விடையில்தான் அர்த்தமும் அழகும் உள்ளது."

"எதற்கான விடை?"

"அவரின் நோய்க்கான விடை, வாழ்க்கைக்கான விடை, அவர் என்றுமே புகார் கூறியதில்லை என்று நீ கூறுகிறாய். PAவில் இலைகளைக் கூட்டும் அர்த்தமுள்ள ஒரு வாழ்க்கையைத்தான் அவர் வாழ்ந்திருக்கிறார். அவரின் தைரியத்திற்காகவும் கண்ணியத்திற்காகவும் அவர்மேல் மிகுந்த மரியாதை வைத்திருக்கிறாய் இல்லையா?"

"ஆம் அதனால் என்ன? அவர் நன்றாக எதிர்வினை புரிகிறார் என்பதினால் என்ன பலன்? உலகத்தில் பிறந்து, கஷ்டப்பட்டு, கஷ்டங்களைத் தாங்கியதில் என்ன பலன் இறுதியில் யாருக்கும் தெரியாது யாரும் கவலைப்பட போவதும் இல்லை."

"ஆனால் உனக்குத் தெரியும் தானே?"

"எனக்குத் தெரிந்தால் என்ன? அது எந்த மாற்றத்தையும் கொண்டு வரப்போவதில்லை."

"உன்னிடம் மாற்றத்தை ஏற்படுத்தி இருக்கிறது அல்லவா?

"ஆனால் என்னிடம் மாற்றத்தை ஏற்படுத்தி என்ன பலன்? இவ்வளவு தானா வாழ்க்கை? பல வருடங்கள் கஷ்டப்பட்டு, துயரமான தனிமையான ஒரு வாழ்க்கையை வாழ்வது, உன்னைச் சுற்றியிருக்கும் ஒன்றிரண்டு நபர்களால் கவனிக்கப்படுவதற்குத் தானா?"

"பணக்காரனாகவும் பிரபலமாகவும் இல்லாத பட்சத்தில் நம் அனைவருக்கும் அதுதானே உண்மை? நம் வாழ்க்கையும் ஒன்றிரண்டு நபர்களால் மட்டும்தானே கவனிக்கப்படுகிறது? அதுதான் வாழ்க்கை, வாழ்க்கை எப்போதும் ஓடிக்கொண்டேயிருக்கிறது. முன்னேறிச் சென்றுகொண்டே இருக்கிறது. வரலாறு என்பது முன்னேறுவதைப் பற்றித்தான்; வெறும் கடந்த காலத்தைப்பற்றி மட்டும் அல்ல."

"சரி வரலாறு பற்றி மீண்டும் ஆரம்பித்துவிடாதீர்கள். என்னை விட்டுவிடுங்கள் வரலாற்றாளரே!"

"ஆனால், அதுதான் உண்மை. அதன் ஒழுக்கிலும், அதன் முன்னேறுதலிலுல் தான், என் பதிலிலும்; அந்தப் பதில் என் எதிர்வினையை எவ்வாறு பாதிக்கிறது என்பதிலும்; எப்படி உன் பதில் மற்றவருக்குள்

பதிலாக ஆகிவிடுகிறது என்பதிலும் தான் அதன் பொருளே உள்ளது. அதன் போக்கில் ஒரே ஒரு கருத்தை எடுத்துக்கொண்டு அனைத்துப் பொருளும் ஒரு மூட்டையாகக் கிடைக்கும் என்று எதிர்பார்க்கக் கூடாது."

பேசுவதை நிறுத்திவிட்டு அமைதியாக உண்ணத் தொடங்கினோம். இப்போது எனக்கு முன்பைவிடத் தெளிவாகப் புரிந்துவிட்டதென்றோ, அல்லது நான் தேடிக்கொண்டிருக்கும் விடையைக் கண்டுபிடித்துவிட்டேன் என்றோ அல்லது அவர் கூற முயற்சி செய்வதை புரிந்துகொண்டு விட்டேன் என்றோ அர்த்தமில்லை. ஆனால் விடைகளைத் தேடி நான் களைத்துப்போய்விட்டேன். விடையே இல்லாமல் இருந்தாலோ, அல்லது எனக்குப் புரியாத விடையாக இருந்தாலோ கேட்பதில் அர்த்தமேயில்லை.

ஆ–கூவைப் பற்றி நினைப்பதை நிறுத்திவிட்டு என் புதிய, விரைவில் கடல் கடந்து இருக்கக்கூடிய என் வாழ்க்கையைப்பற்றிக் கவலைப்படலாம் என்று எண்ணுகிறேன்.

21

இங்கிலாந்தில் காலடி வைக்கிறேன். நேர்மையாகக் கூறினால் ஆ-கூவைப் பற்றி அதிகம் நினைக்கவில்லை. உண்மையில் பேருரைகள், பாடங்கள், ஒவ்வொரு வாரமும் எழுத வேண்டிய இரண்டு கட்டுரைகள், வீட்டு நினைப்பு, தனியே வாழக் கற்றுக்கொள்ளுதல், எப்போதும் மோடமாகவும் ஈரமாகவும், தூல் போடுவது நிற்கவே நிற்காத இங்கிலாந்தின் சீதோஷ்ணம், ஆகியவற்றில் நான் அவரை மறந்தே போனேன். நான்கு மணியளவில் வகுப்பைவிட்டு வெளியே வரும்போதே இருட்டாய் இருக்கும் குளிர்ந்த, இருண்ட குளிர்காலம். ஆனால் அதே சமயம் பசுக்கள்; அழகிய புல்வெளிகள், இலையுதிர் காலத்து இலைகள் பனிக் கம்பளத்திற்கு வழிவிடும். வயதான நல்ல பெண்மணிகள் தெரியாதவர்களாய் இருந்தால்கூட அவர்களைக் கடந்துசெல்லும்போது 'ஹலோ' என்பார்கள். பின் அருமையான வைன் விருந்துகள்; பெற்றோருக்குத் தெரியாது என்பதால் எவ்வளவு வேண்டுமானாலும் அருந்தலாம். பல்கலைக்கழக வளாகத்தில் ஓடும் நதி, அதில் வசந்த காலத்தில் திடீரெனத் தோன்றும் வாத்துக் குஞ்சுகள்.

என் முதல்வருட இறுதியில், சேயின் பட்டமளிப்பு விழா நெருங்குகையில், அம்மா தன் மனக்குழப்பதை எழுதும் வரை ஆ-கூவை மறந்தே போனேன்.

அன்புள்ள லின்,

அன்று உன் குரலை தொலைபேசியில் கேட்டதில் மகிழ்ச்சி. உன் கடிதம் இப்போதுதான் வந்து சேர்ந்தது. மலர்கள் அனைத்தும் மலர்ந்து, கோடைக்காலம் நீ வர்ணித்ததுபோல அழகாக இருக்க வேண்டும். எனக்கு மலர்கள் பிடிக்கும் என்று உனக்குத் தெரியும். நான் ஐரோப்பாவிற்குச் சென்றதே இல்லை; தூரமான பயணங்கள் மேற்கொண்டது இல்லை/ ஏனெனில் நான் ஆ-கூவைக் கவனித்துக்கொள்ள வேண்டும்.

இப்போது நான் குழப்பத்தில் இருக்கிறேன். சேயின் பட்டமளிப்பிற்குச் செல்வதற்கு மிகவும் ஆவலாக இருக்கிறேன். அவளைப்பற்றி எனக்கு மிகவும் பெருமை, உன்னைப்பற்றியும்தான். அவளின் பட்டமளிப்பு விழாதான் என் வாழ்க்கையின் சந்தோஷமான பெருமையான தருணம். ஆனால் இத்தனை நாள் வெளியே சென்றுவிட்டால் யார் 'ஆ-கூவைப் பார்த்துக்கொள்வது. அவருக்கு நோய் திரும்பி

விட்டால் என்ன செய்வது எப்படி IMHஇற்கு அழைத்துச்செல்வது என்று கறுத்த மனிதருக்குத் தெரியாது. மேலும் கறுத்த மனிதர் சிறிது வருமானத்தில் உடலுழைப்பில் வாழ்கிறார். அவர் ஆ–கூவைக் கவனித்துக்கொள்வதில் அவரின் வேலையை இழந்துவிட்டால்." ஆ–கூ காணாமல்போய் அவர் தேடவேண்டுமென்றால்?

உண்மையாகவே என்ன செய்வது என்று தெரியவில்லை. 'சே'யின் பட்டமளிப்பைத் தவறவிடுவது என்பதை நினைத்துக்கூட பார்க்க முடியாது. 21 வருடங்கள் வளர்த்துவிட்டு, மகளின் பட்டமளிப்பைக் காண விரும்புவது பேராசை இல்லையே? ஆனால் மீண்டும் நோய் தாக்கினால், கவனிக்க யாருமற்று, இரண்டு வாரங்கள் ஆ–கூவை எப்படி விட்டுவிட்டு வருவது? அவரை 30 ஆண்டுகள் கவனித்து வந்திருக்கிறேன். இப்போது சில சமயம் மிகவும் களைப்பாக இருக்கிறது.

என் உளப்புழுக்கத்தை உன்மேல் கொட்டுவதற்கு மன்னித்துவிடு. உன் வாழ்க்கையை வேறு அங்கு நீ சமாளிக்க வேண்டுமென எனக்குத் தெரியும். என்ன செய்ய முடியும் என்று கடவுளிடம் வேண்டிக் கொண்டிருக்கிறேன்.

உன்னை நன்றாகப் பார்த்துக்கொள், மீண்டும் உனக்குக் கடிதம் எழுதுகிறேன்.

அன்புடன்
அம்மா

அம்மாவின் கடிதத்தை வாசிக்கும்போதே, அவரின் அருகாமைக்கு ஏங்கினேன். சமையலறையில் பூண்டை வெட்டிக்கொண்டும், அதை சட்டியில் இட்டுக்கொண்டும், பின் காய்கறிகளையோ அல்லது முளை கட்டிய பயறையையோ, இல்லை சக்கரை வள்ளிக் கிழங்கின் இலைகளையோ எதையோ அதில் சேர்த்து கிளறிக்கொண்டு அவர் நின்று கொண்டிருப்பதாகக் கற்பனை செய்கிறேன். வியர்வை அவர் முகத்தில் வழிகிறது. அவருடைய மனதில் ஒரு குரல் ஒலிக்கிறது. 21 வருடங்கள் வளர்த்துவிட்டு மகளின் பட்டமளிப்பைக் காண விரும்புவது பேராசையா என்ன? சர்க்கரை வள்ளிக்கிழங்கு இலை வறுபடும் ஓசை 'ஷ . . . ஷ . . .' என்று கேட்கிறது. மனதின் குரல் மீண்டும் "இதை 30 ஆண்டுகளாகச் செய்துகொண்டிருக்கிறேன். எனக்கு மிகவும் களைப்பாக இருக்கிறது." வாழ்க்கை ஏன் இத்தனை சிரமமாக இருக்க வேண்டும்? போதும் போதும் என்கிறது. சர்க்கரை வள்ளிக்கிழங்கின் இலைகள் அம்மா களைப்புடன் உட்காரும் வரை 'ஷ . . . ஷ . . .' என மேலும் வறுபடுகின்றன. பின் களைப்புடன் அவை சட்டியில் அமர்ந்துவிடுகின்றன.

இங்கு இப்போது கோடைக்காலம். நாட்கள் நீளமாகவும் வெப்பமாகவும் இருக்கின்றன. அம்மாவின் குழப்பமும் நாளுக்கு நாள் அதிகமாகிறது. அவரும் அப்பாவும் பயணச் சீட்டுக்குப் பதிவுசெய்துள்ளனர். ஆனால்

இதுவரை பணமேதும் செலுத்தவில்லை. அவர் இங்கு தங்கப் போகும் வாரங்களில், அடுக்குமாடி வீடுகளினொன்றை எங்கள் அனைவருக்காகவும் கண்டுபிடிக்க வேண்டும் என்கிறாள், சே அம்மா "சரி நீ ஆரம்பி, ஆனால் நாங்கள் வரும்வரை பணம் கட்ட வேண்டாம் தானே ?" என்கிறார்.

சேயும் நானும் க்ளௌசெஸ்டர் க்ரீனிற்கு ஒரு புதன் காலையில் செல்கிறோம். புதன்கிழமை க்ளௌசெஸ்டர் க்ரீனில் திறந்த வெளிச் சந்தை. அங்கு பழம், பூக்கள், உடைகள், பைகள், பல பொருட்கள் விற்கும் கடைகள் இருக்கும். புதன்கிழமைகளில் அந்த இடத்திற்கு உயிர் வந்தாற் போல் இருக்கும். மற்ற சமயங்களில் அங்கு சில கடைகள் உணவகம் மற்றும் எதிரிலுள்ள பேருந்து நிலையத்தைத் தவிர வெற்றிடமாக இருக்கும்.

இந்த சந்தைக்கு நாங்கள் அடிக்கடி பழங்களும் சில பொருட்களும் வாங்க வருவோம். இன்றைக்கு சே அறைகளை வாடகைக்கு விடும் ஒரு நண்பனைக் காணச் செல்கிறாள். அவனிடம் ஒரு வாரத்திற்கு சிறிய வீட்டை வாடகைக்கு வாங்கலாமா என்று நினைக்கிறோம்.

விற்பனைக்குள்ள பொருட்களைப் பார்த்தபடி நடக்கிறோம். சால்வைகள் விற்கும் கடைக்கு வருகிறோம்.

"இவை மிகவும் நன்றாக உள்ளன" என்கிறாள் சே. நானும் தலையை ஆட்டுகிறேன்.

"அம்மா இதை விரும்புவார்" என்கிறேன்.

"ஆம் இந்தக் கடைத்தெரு முழுவதும் அவருக்குப் பிடிக்கும்."

சால்வைகளைப் பார்க்கிறோம். இதில் எது மிகவும் நன்றாக உள்ளது என்று நினைக்கிறாய் என்று கேட்கிறேன்.

பார்த்துக்கொண்டே "ம்ம்" என்கிறாள் பின் அதோ அந்த அடர்ந்த நிறமுடைய நூல், இலேசான வர்ணமுடைய நூலுடன் நெய்யப்பட் டிருக்கிறதே! அதுதான்."

"ஏன்?" எனக் கேட்கிறேன்.

"தெரியவில்லை ஆனால் நிறங்கள் மாறுபட்டிருப்பது வேலைப்பாட்டின் அழகை வெளிக் கொணர்கிறது" என்றாள்.

சால்வையின் அழகை ரசித்தவாறு சில நிமிடங்கள் நிற்கிறோம். "நீ முதலில் சென்றுவிடுகிறாயா? நான் போய் நண்பனைக் காண்கிறேன்" என்கிறாள் சே,

"சரி நான் சென்று உணவு தயாரிக்கிறேன்?"

"என் இடத்திற்குச் சென்று சமையல் செய். நேரம் ஆகாது" என்கிறாள்

அவள் சாவிகளைத் தருகிறாள். நான் ஹை ஸ்ட்ரீட் நோக்கிச் செல்கிறேன். அறையை அடைந்தவுடன், பழங்களை அவளின் பழக்கூடை யில் போட்டுவிட்டு அரிசியை குக்கரில் இடுகிறேன். மூன்று முட்டைகளை வேக வைப்பதற்காக அடுக்கிவைக்கிறேன். குளிர்பதனப் பெட்டியைத்

திறந்து காய்கறிகளைப் பார்க்கிறேன். 'ஜியோ பை காய்' என்ற காய்கறி மட்டுமே உள்ளது. அவற்றை வெளியே எடுத்துக் கழுவி கொஞ்சம் பூண்டு இருக்குமா என்று பார்க்கிறேன். ஓ ஓஹ் பூண்டு இல்லை. பரவாயில்லை. சிறிய கடாய் ஒன்றை வெளியிலெடுத்து அதில் எண்ணெயை ஊற்றுகிறேன். சிறிது நேரம் கழித்து அதில் காயை இட்டு, பின் சோயா சாறை ஊற்றுகிறேன். அம்மாவின் காய்கறிகளைப் போல இவை படபடவென வறுபடவில்லை – பூண்டு இல்லை, சரியான பாத்திரம் இல்லை; அதைச் சீக்கிரம் அடுப்பில் இட்டுவிட்டேனோ? போகட்டும் உணவு என்றால் உணவுதான், காய்கறிகள் அவை வறுபட்டாலும், படாவிட்டாலும் காய்கறிகள்தான். வாணலியில் அவை மெதுவாக ஓசை எழுப்பும்போது அவற்றைக் கிளறுகிறேன். சே எப்போது வேண்டுமானாலும் வந்து விடலாம், ஏனெனில் இப்போதே அதிக நேரமாகிவிட்டது. அதனால் காய்கறியைக் கிளறிக்கொண்டே இருக்கிறேன். ஏன் இத்தனை தாமதம்? காய் சுருங்கிக்கொண்டே வருகிறது. அடுப்பை அணைத்துவிட்டால் அவள் வருவதற்குள் அது ஆறிவிடும். சுருங்கிய, மெத்துமெத்தென்ற காய், ஆறிப்போன, கரகரப்பான காயைவிடப் பரவாயில்லை. ஆகையால் அவை 'ஷ்ஷ்' என ஒலிப்பதைக் கேட்டுக்கொண்டே அவற்றைக் கிளரிக் கொண்டிருந்தேன்.

ஒரு வழியாக அவள் கதவைத் திறப்பது எனக்குக் கேட்டது. "ஹை" என்கிறாள்.

"மன்னித்துக்கொள் சிறிது நேரமாகிவிட்டது. வா சாப்பிடலாம்."

உணவை அவள் அறைக்குள் எடுத்துச்செல்கிறோம். காயை அவள் சந்தேகத்துடன் பார்க்கிறாள். ஆனால் எதுவும் சொல்லவில்லை. அதை வாயிலிட்டு உண்ணும்போது அவள் முகம் விசித்திரமாகத் தோன்றுகிறது.

"பரவாயில்லையா? மன்னித்துக்கொள் சூடாக இருக்கும்படி வைத்திருந்தேன். அதிகமாக வெந்துவிட்டதுபோலும்."

"ம்... ம்... பரவாயில்லை. சமைத்ததற்கு நன்றி" என்றாள் காய்கறியை இன்னும் மென்று கொண்டே "நீ சாப்பிட வில்லையா?"

"ம். ம்.. ம்... நான் ஜியோ பாய்காய் சாப்பிடமாட்டேன். உனக்காகத்தான் சமைத்தேன், வெந்த முட்டையே எனக்குப் போதும்."

தட்டிலுள்ள காய்கறியை அவள் பார்க்கிறாள். அழுவதா, சிரிப்பதா என நினைக்கிறாள் போலும். அல்லது இப்படி அதிகமாய் வெந்த காய்கறிகளை உண்ணத்தரும் சகோதரி இல்லாமல் இருக்கலாம் என்று நினைக்கிறாளோ என்னவோ?

வெளியே தொலைபேசி ஒலிக்கிறது. மணி மதியம் ஒன்று அப்படி யென்றால் சிங்கப்பூரில் நடுநிசி. வாயில் உள்ள சோற்றையும் முட்டையை யும் அப்படியே விழுங்கிவிட்டு மாடிப்படிகளில் ஓடி ஏறுகிறேன். சே மிகவும் இறுக்கமான முகத்துடன் இருக்கிறாள். அது என்னைக் கவலைக்குள் ளாக்குகிறது. அவள் என்னிடம் தொலைபேசியின் கைவாங்கியைத் தந்துகொண்டே அம்மா உன்னிடம் பேச வேண்டுமாம் என்கிறாள்.

அந்தத் தொனியே' எனக்குப் பிடிக்கவில்லை. ஏதோ தவறாக இருக்கிறது. "ஹை அம்மா!"

"ஹை லின் எப்படி இருக்கிறாய்? எல்லாம் சரியாக உள்ளதா?"

"ம்ம் ஆம் நாங்கள் நன்றாக இருக்கிறோம். வீட்டில் எல்லாம் சரியாக உள்ளதா?"

ஒலி கடத்தலின் நேரம் தாழ்வதால் எப்போதும் பதிலுக்கு முன் ஒரு நிறுத்தம் இருக்கும். ஆகையால் அந்தத் தாமதம் அதனாலா இல்லை, அம்மா என்ன சொல்வது என்று யோசிப்பதாலா தெரியவில்லை.

"அம்மா! இருக்கிறீர்கள்தானே?"

"ஆம்! இங்குதான் இருக்கிறேன். இப்போதுதான் சேயிடம் கூறினேன். ஆ–கூ போய்விட்டார். அமைதியாகத் தூக்கத்திலேயே போய்விட்டார். இன்று காலை அவர் எழுந்திருக்கவே இல்லை.

என்ன சொல்வது என்று எனக்குத் தெரியவில்லை. "லின்! இருக்கிறாயா? சரியாய் இருக்கிறாயா?"

"ஆம்! மா! இதை எதிர்பார்க்கவே இல்லை ம்ம்ம்..."

அம்மா தேம்புவது எனக்குக் கேட்டது; என் கண்களும் வெப்பமடைந்தன.

"எனக்குத் தெரியும். அவன் திடீரென, ஆனால் அத்தனை அமைதியாகச் சென்றுவிட்டான். காலையில் கறுத்த மனிதரால் அவனை எழுப்ப முடியவில்லை. அதனால் என்னை அழைத்தார். நான் விரைந்து சென்று பார்த்தபோது, ஒருக்களித்துப் படுத்துக்கொண்டிருந்தார். அமைதியாகப் எந்த அழுத்தமுமின்றிக் காணப்பட்டார். அவர் கண்கள் தூங்குவது போலவே மூடிக்கொண்டிருந்தன! "செங் எழுந்திரு . . . செங் எழுந்திரு... என்றேன். அவர் கைகளைத் தொட்டேன். அவை கொஞ்சம் குளிர்ந்து போயிருந்தன. அதனால் அவசர ஊர்தியை அழைத்தேன். அது வந்தது. அதனுடன் வந்த மருத்துவர்கள் அவரின் நாடியைப் பரிசோதித்து விட்டு அவர் தூக்கத்திலேயே இறந்துவிட்டதாகக் கூறினார். அத்தனை எளிதாய்!"

அம்மா அமைதியாக இருக்கிறார். நானும் அமைதியாக இருக்கிறேன். இருக்கிறோமா என்று ஒருவரையொருவர் கேட்டுக்கொள்ளவில்லை.

"லின்! அவருக்கு பிடித்தமான சாம்பல் பாத்திரத்தை உனக்கு நினைவிருக்கிறதா? பெரிய கண்ணாடி பாத்திரம் சமையலறை ஜன்னலில் வைத்திருப்பாரேள! ஞாபகம் இருக்கிறதா?"

"ம்... ம்..." ஞாபகம் இருக்கிறது.

இன்று காலை அது அங்கு இல்லை. அவர் அனைத்தையும் காலி செய்துவிட்டார். சாம்பல் கிண்ணம், அவருடைய சிகரெட்டுகள், தீப்பெட்டிகள், சாதாரணமாக சமையலறையில் விழுந்துகிடக்கும். இவை அனைத்தையும் சுத்தம் செய்துவிட்டார். தான் மறுநாள் எழுந்து

கொள்ளப் போவதில்லை என்பது போலும், சுத்தம் செய்வதற்கு யாரையும் தொல்லைப் படுத்த வேண்டாம் என்பது போலவும்.

நான் மிகவும் கஷ்டமாக உணர்ந்தேன் தெரியுமா? ஏனென்றால் நான் மிகவும் வெறுப்பிலும், குழப்பத்திலும் இருந்தேன். அவர் அதைப் புரிந்துகொண்டுவிட்டாரா? எனக்குத் தெரியவில்லை. ஆனால் அவர் அமைதியாகச் சத்தமில்லாமல், தூங்கப்போவது போலவே போய்விட்டார். அவரை நான் குனிந்து பார்த்தேன். 30 வருடங்கள், 30 வருடங்கள் அவரை கவனித்துக்கொண்டு வந்திருக்கிறேன். அவர் முகத்தைப் பார்த்தேன், கையை பற்றிக் கொண்டேன். நீ இல்லாமல் இருப்பதில் மிகவும் வெறுமையாய்ப் உணர்வேன் செங்க் என்றேன்."

தொலைபேசியின் கைவாங்கியைக் காதில் அழுத்திக்கொள்கிறேன். அம்மாவும் அப்படியேதான் அழுத்திக்கொண்டிருக்க வேண்டும். ஆனால் இருவரும் ஏதும் கூறவில்லை. என்னால் எதுவும் பேச முடியவில்லை ஏனெனில் எனக்குத் தொண்டையை அடைக்கிறது. சேயை நிமிர்ந்து பார்க்கிறேன். அவள் கண்ணீரைத் துடைத்துக்கொள்கிறாள்.

இறுதியாக அம்மா "அவரின் இறுதிச் சடங்கிற்கு ஒரு ஜோடி காலணிகள் வாங்கியிருக்கிறேன். எத்தனை முரண் பார். வாழ்க்கை முழுவதும் அவர் பழைய செருப்புகளையே அணிந்திருந்தார். அவரின் மரணத்தில்தான் ஒரு ஜோடி நல்ல காலணிகளை அணியப்போகிறார்."

பின் நாங்கள் அங்கேயே நின்றுகொண்டிருந்தோம். அம்மா சிங்கப்பூரிலும்! சேயும் நானும் இங்கிலாந்திலுமாகத் தொலைபேசியைக் காதில் வைத்துக்கொண்டு ஆ–கூ தன் பழைய ரப்பர் செருப்புகளை அணிந்துகொண்டு நடந்ததையும், இப்போது புதிய காலணிகளை அணிந்தபடி மீளாத்துயிலில் இருப்பதையும் எண்ணி அழுதுகொண்டே நின்றோம்.

22

பாதையின் இருபுறங்களிலும் வரிசையாக நின்றிருக்கும் மரங்களில் இலைகள், 'கோட்'-டை அணிந்துகொண்டு தலையை மூடிக்கொண்டு புல்வெளியின் ஊடே, தூறலில் நான் நடக்கும்போது சலசலக்கின்றன. ஓர் இலையுதிர் காலத்தில், நான் முதன்முதலில் இங்கு வாழத் தொடங்கிய நாளிலிருந்து, இந்தப் புல்வெளியில் ஒவ்வொரு நாளும் நடந்திருக்கிறேன். என் கால்களுக்குக் கீழே, மரத்திலிருந்து விழுந்த இலைகள் பூமியின்மேல் விழுந்துகிடந்தன. பனிக்காலம் விரைவில் தொடங்கியது. அதன் குளிர், இலைகளில்லாக் கிளைகளில் ஊடுருவியது. வசந்த காலத்தில் மரங்களும் மக்களும் ஒரே போல் நெகிழ்ந்து புன்னகைக்கத் தொடங்கினர். கோடைக் காலத்தில், மரங்கள் தம்மேல் போர்த்திக்கொண்டிருக்கும் அளவுக்கதிகமான இலைகளைக் காணும்போது சிறிது காலத்திற்கு முன்பு அவை ஏதுமற்று நிர்வாணமாய் நின்றன என்பதையும், கூடிய சீக்கிரம், அவை மீண்டும் அவ்வாறே ஆகிவிடும் என்பதையும் மறந்துவிடுவோம்.

என்னுள்ளே ஏதோ ஒரு கனம் ஆழமாக அழுத்துகிறது. என் நடையைத் தடுத்து நிறுத்துகிறது. இருந்தாலும் அப்பாதையில், முடிவிலிருக்கும் நதியை நோக்கி இழுத்துச் செல்கிறது. விடியற்காலைப் பொழுது. ஆகையினால் நிசப்தமாக இருக்கிறது. இருப்பினும், வெள்ளை முடிகளைக் கொண்டையாகக் கட்டிக் கொண்டு, தோள்களைக் கூனியவாறு தன் பழுப்பு நிறக் கோட்டிற்குள்ளும், காலுறை காலணிக்குள்ளும் தன்னைப் பொருத்திக்கொண்டு, ஒரு வயதான பெண்மணி எனக்கு முன் நடந்து சென்றுகொண்டிருக்கிறாள். நான் அவரைச் சில சமயம் கண்டிருக்கிறேன். நான் அவர் அருகில் செல்லும்போது, அவர் திரும்பி என்னைப் பார்த்துப் புன்னகை புரிகிறார். "அழகான நாள் அல்லவா?" என்று என்னைக் கேட்கிறார். நான் புன்னகைத்துக்கொண்டே, "ஆம்" என்கிறேன். நாங்கள் நடக்கும்போது, அவருடைய காலடி ஓசை எனக்குக் கேட்கிறது. அவரின் காலணிகள் பாதையில் உரசும் ஓசையும், என் காலணிகள் அதே லயத்தில் ஒலித்தன. அச்சில கணங்களில் என் காலடி ஓசை தனியாக இணையில்லாமல் ஒலிக்கவில்லை.

ஆனால், நான் நடக்க நடக்க அவருடைய காலடியோசை மெதுவாக, என்னால் கேட்கவே முடியாதளவுக்கு மறையத் தொடங்கியது.

நதியை நான் அடைந்தபோது, தூறல் போட ஆரம்பித்துவிட்டது. நான் சில நிமிடம் அங்கேயே நதியை நோக்கிக் கொண்டும், அது பாயும் ஓசையை போக்கைக் கேட்டுக் கொண்டும், என் பார்வை அப்போக்கின் ஒலியை அதன் தூரம் வரை தொடர்ந்துகொண்டும் நின்றுகொண்டிருந்தேன்.

தூறல் பலத்தது. நான் திரும்பி நடந்தேன். இன்னும் சில நாட்களில் அம்மாவும் அப்பாவும் இங்கு வருவார்கள். அதற்கான ஏற்பாடுகளைச் செய்ய வேண்டும்.

அம்மாவும் அப்பாவும் இன்று காலை வருகிறார்கள். க்ளெசெஸ்டர் க்ரீனில் உள்ள எங்கள் தொகுப்பு வீட்டின் கடிகாரத்தை சே–யும் நானும் நோக்குகிறோம். இப்போது அவர்கள் ஹீத்ரோ–விலிருந்து பேருந்தில் ஏறியிருக்க வேண்டும். காலையிலேயே செயின்ஸ்பரிலிருந்து மளிகைப் பொருட்களை வாங்கிவிட்டோம். எங்கள் சிறிய வீட்டைச் சுத்தம் செய்து நான்கு நபர்கள் சௌகரியமாகச் சில நாட்கள் தங்குவதற்குத் தயார் செய்தோம். எடின்பர்க், இன்வெர்னஸ், ஐல் ஆஃப் ஸ்கைக்குப் போகும் பயணத்தில் தங்குவதற்கான ஏற்பாடுகளையும் செய்துவிட்டோம். இதோ அவர்கள் வந்துவிடுவார்கள். சில வாரங்கள்தான் நாங்கள் காத்துக்கொண்டிருந்தோம். ஆனால் அது நீண்டதாக இருந்தது. படிகளில் இறங்கியபோது, நாங்கள் புன்னகைத்தபடி இருந்தோம்.

ஒவ்வொரு புதன்கிழமையும் சந்தை கூடும். எங்கள் வீட்டிற்குக் கீழேயுள்ள அந்த இடம், சில மனிதர்களைத் தவிர காலியாக இருந்தது. காலியான அவ்விடத்தைச் சுற்றியுள்ள மரங்களினூடே நடக்கிறோம். இது ஒரு அழகான கோடை நாள். சூரியக் கதிர்கள், குளிர்ந்த காற்றில் நடனமாடும் முணுமுணுக்கும் இலைகளின் வழியே வடிந்து கொண்டிருக்கிறது. நான் தலையை உயர்த்திப் பார்த்தபோது சூரியனின் வெளிச்சம் தொகுப்பு வீடுகளின் ஜன்னல்களிலுள்ள கண்ணாடியில் பட்டுத் தெறித்து, என் கண்ணைக் கூச வைக்கிறது.

பேருந்து நிறுத்தத்தில் சுவரில் சாய்ந்தபடி சேயின் அருகில் வருவோர் போவோரையும் பேருந்துகளையும் வேடிக்கை பார்த்தபடி நிற்கிறேன். அம்மாவையும் அப்பாவையும் உணவிற்கு எங்கு அழைத்துச்செல்வது என்பதையும், அதற்குப் பின் எங்கு செல்லலாம் என்பதையும் பற்றி நாங்கள் பேசிக்கொண்டிருக்கிறோம். அவளிடம், அவளின் பட்டமளிப்பு விழாவையும், அதன்பின், வீட்டிற்குச் செல்வதையும், வேலைக்குச் செல்வதையும் ஆவலுடன் அவள் எதிர்பார்க்கிறாளா எனக் கேட்கிறேன். அவள் ஆம் என்றும், இல்லை என்றும் பதில் கூறினாள். அவள் என்ன நினைக்கிறாள் என்று எனக்குப் புரிகிறதாகத் தோன்றுகிறது. அதனால் அவளிடம் மேலும் எதுவும் கேட்கவில்லை.

நாங்கள் காத்துக்கொண்டிருக்கிறோம்.

அம்மா நீண்ட நாட்கள், இந்தத் தருணத்திற்காக, எந்தவொரு பாரமும் அவரை மீண்டும் கீழே இழுக்காமல், ஒரு விமானத்தில் ஏறுவதற்கும், அவரின் வாழ்க்கையில் ஒரு புதிய அத்தியாயத்தை ஆரம்பிக்கவும் காத்துக் கொண்டிருந்தார் என்று நினைக்கிறேன். ஒரு உறுதிமொழியை எடுக்க, அதாவது, ஆ–மாவிடம் அவரையும் ஆ–கூவையும் கவனித்துக் கொள்வேன் என்ற உறுதிமொழியை எடுக்க ஒரே நாள்தான் ஆனது. ஆனால், அதை நடைமுறைப்படுத்தி முடிக்க 30 ஆண்டுகள் ஆயின.

தன் சாம்பல் பாத்திரத்தைச் சுத்தம் செய்துவிட்டு, தன்னுடைய நேரம் வந்துவிட்டது என்று தெரிந்தோ, தான் இனி எழுந்திருக்க வேண்டாம் என்று தெரிந்துகொள்வதற்கு ஆ–கூ நீண்ட காலம் நடக்க வேண்டியிருந்தது. நீண்ட காலம் காக்க வேண்டியிருந்தது. நானும் தேவையான அளவு காத்திருந்தால், நன்றாகத் தேடினால் ஒருநாள் புதையுண்ட கேள்விகளுக்கு விடைகளைக் கண்டுபிடிக்கலாம்.

"பேருந்து வந்துவிட்டது. இதோ... இதோ..." என்று சே கூறுகிறாள். ஹீத்ரோவிலிருந்து வந்த பேருந்து, நிறுத்தத்திற்கு வருவதை நாங்கள் சிறுமிகள் போல் சிரித்துக்கொண்டே பார்க்கிறோம். கதவு திறக்கிறது. சிலர் இறங்குகின்றனர். ஆம், இப்போது நாங்கள் அவர்களைப் பார்க்கிறோம். இதோ அம்மாவும் அப்பாவும் பேருந்தின் கதவிற்கு நடந்து வந்துகொண்டிருக்கும்போது, எங்களை நோக்கிக் கையசைக்கின்றனர். முகத்திலுள்ள தசைகள் வலிக்குமோ என்றளவிற்குப் புன்னகை புரிகின்றனர். அவர்களை நோக்கிச் சொல்லொண்ணா மகிழ்ச்சியுடன் புன்னகை புரிந்துகொண்டே கையசைக்கும்போது என் முகத் தசைகள் வலிக்கின்றன.

ஒருவரையொருவர் நோக்கிப் புன்னகை புரிந்துகொண்டும், கைகளை ஆட்டிக் கொண்டிருக்கும்போது, தொலைவில் மெலிதான, ஆனால் துல்லியமான ஓர் ஓசை கேட்கிறது. அது பளபளக்கும் சூரிய ஒளியில், கீழே விழுந்த இலைகளை, பழுப்புநிறத் துடைப்பம் ஒன்று பெருக்கும் ஓசை.

பிற்சேர்க்கை

இச்சம்பவங்கள் 1961க்கும் 1994க்கும் இடையே நடைபெற்றவை. இதற்குப் பிறகு, சிங்கப்பூரில் பல முன்னேற்றங்கள் நிகழ்ந்துள்ளன. 2007இல் 'நேஷனல் மெண்டல் ஹெல்த் ப்ளூ பிரின்ட்' நடைமுறைக்கு வந்தது. பல ஆரம்பக்கட்ட முன்னெடுப்புகள் தொடங்கின. அதாவது பொது மருத்துவர்களுக்கும், IMH–இற்கும் *(Institute of Mental Health)*, நோயாளிகளைக் கவனிக்கவும், சமூகத்தில் மனநோயைச் சமாளிக்கவும், தீர்மானங்கள் உருவாக்கப்பட்டன. IMH ஆல் பல மனநலக் கல்வி சார்ந்த, நோயாளிகளைச் சென்றடையும், நோயாளிகளைக் கவனித்துக் கொள்ளும் நிலையங்கள் போன்ற திட்டங்கள் ஆரம்பித்து வைக்கப்பட்டன. சில்வர் ரிப்பன், சிங்கப்பூர் அசோசியேஷன் ஃபார் மெண்டல் ஹெல்த் மற்றும் கிளப் HEAL போன்றவைகளின் முயற்சிகள் மிகவும் பாராட்டத்தக்கவை.

எனினும், மனநோயைப் பற்றிய பயமும் இழுக்கும் மக்களின் குழு உளப்பாங்கில் ஆழமாகவும் அழுத்தமாகவும் உள்ளது. அதற்குக் காரணம் அறியாமைதான். மற்றொரு காரணம் மனநோய் என்று கூறிய உடனேயே, மனதில் தோன்றும் ஒரு மூர்க்கமான, மனநிலை குன்றிய ஒருவரின் உருவம்தான்.

ஆரம்பச் சிகிச்சை மிகவும் அவசியமானது. மருத்துவர்களும் ஆராய்ச்சியாளர்களும் அழுத்தமாகக் கூறியதைப்போல ஆரம்பச் சிகிச்சை, நோய் மீண்டும் வராதபடி தடுத்து விரைவில் குணமாவதை ஊக்குவிக்கிறது. முரணாக, பயமும் வெறுப்பும் ஆரம்பத்திலேயே சிகிச்சை பெறுவதற்குத் தடையாக இருக்கிறன. அதன் காரணமாக நோய் வளர்ந்து விடுகிறது. நாள்பட்ட நோயாக ஆகிவிட்டால், மொத்தக் குடும்பமும் கஷ்டப்படுகிறது. குடும்பத் தலைவர் தலைவியின் தோள்களிலுள்ள சுமை மிகுகிறது. மனநலம் குன்றிய குடும்ப உறுப்பினர் ஒருவரைக் கவனித்துக் கொள்வதோ அல்லது சிறப்புக் கவனம் தேவைப்படும் குழந்தையையோ உடன்பிறந்தோரையோ வயதான பெற்றோரையோ கவனித்துக் கொள்வது மிகவும் கடினமான வேலை. இவ்வாறு கவனித்துக் கொள்வோருக்கு, அதிக ஆதரவும் அரவணைப்பும் தேவை.

இந்தக் கதை என்னுடன் நீண்ட நாட்கள் இருந்தது. நான் வளரும் நாட்களில் அதன் பொருளோடு சண்டையிட்டிருக்கிறேன். வாழ்க்கைப் பயணத்தில் செல்லும்போது, பல நாற்சந்திகளைக் கடந்தேன். அப்போது இந்தக் கதையை கூறியே தீர வேண்டும் என்ற நிலையை அடைந்தேன். என் மாமாவும் அம்மாவும் நடந்த அதே பாதையை விட்டுவிலக, இந்தக் கதை உதவி புரியுமானால், அல்லது மனநோயால் துன்புறுவோர்களை மரியாதையுடன் நடத்த உதவி புரியுமானால், அல்லது துன்பப்படுவோரையும் அவர்களைக் கவனித்துக்கொள்பவர்களுக்கும், அவர்களின் பயணத்தில் ஆதரவாக இருப்பதற்கும் உதவி செய்யுமானால், என் மாமாவும் அம்மாவும் கடந்துவந்த போராட்டங்கள் வீணாகப் போகாது.

நன்றி

இந்நூலின் மேல் நம்பிக்கை வைத்ததற்கும், பொறுமைக்கும், ஹோ ஃபாங்கிற்கு நன்றி கூற விரும்புகிறேன்; இந்நூலை அச்சிற்குக் கொண்டு வருவதற்கான கடின உழைப்பை நல்கியதற்கு நன்றி. ஈத்தோஸ் புக்ஸைச் சார்ந்த வை ஹான், சுனிங் அட்லீனா மற்றும் அனைவருக்கும், மிவிபியைச் சேர்ந்த துணைப் பேராசிரியர் சாங் சியோ ஆங், மருத்துவர் சோம்நாத் செங் குப்தா, ஜூலியஸ் சான், பென்னி சுவா ஆகியோருக்கு மிக்க நன்றி. வுட்பிரிட்ஜ் மருத்துவமனையில் பல வருடங்கள் என் மாமாவிற்கு மனநல மருத்துவராகப் பணிபுரிந்த மருத்துவர் Y C லிம் அவர்களுக்கும், இந்நூலை எழுதுவதற்கு ஊக்கமும் ஆதரவும் கருத்தும் ஆலோசனையும் வழங்கிய அனைத்து நண்பர்களுக்கும் நன்றி. ஜெஸ்சிலின், ஹான் யாங், க்ளெமெண்ட், உங்களுக்கும் நன்றி. நான் எழுதியவற்றை வரிக்குவரி வாசித்துத் திருத்திய, என் முதல் பிழைதிருத்துநராக இருந்த, எனக்கு ஊக்கமளித்துக்கொண்டிருக்கும் என் சகோதரி டாஃபினுக்கு மிக்க நன்றி. இந்நூல் சமர்ப்பிக்கப்பட்ட என் அன்னைக்கும் என் தந்தையின் அன்பிற்கும் வாழ்க்கையைப் பற்றி எனக்குப் பாடம் கற்றுத் தந்து என்னாட்களை வளமாக்கும் என் குழந்தைகள் அல்போன்சஸ், டொமினிக் ஆனிற்கும் இந்நூலை எழுதும்போது அந்த நீண்ட கடினமான பயணத்தில் என்னுடனே நடந்த ஒரே மனிதரான என் அருமைக் கணவருக்கும் மிக்க நன்றி.

வட்டார மொழி அகராதி

ஆ-கூ	:	மாமா (அம்மாவின் முத்த சகோதரர்).
ஆ-போ	:	பாட்டி
அலாமக்	:	வியப்பு மற்றும் அதிர்ச்சியைக் குறிக்கும் மலாய் சொல்
அங்க் பௌ	:	விழா நாட்களில் தரப்படும் பணம் வைக்கப்படும் சிவப்புநிற உறை
பீ ஹூன்	:	மெலிதான அரிசி நூல்ஸ்
போ-கே	:	ஹொக்கின் மொழியில் பற்களற்ற
போபியான் புஏ சாய் தாங்க் லியோ	:	“வேறு வழியில்லை இனி காத்திருக்க இயலாது”
சீ ஜோர் சீன்	:	காண்டோனீஸ் மொழியில் “பைத்தியமாய் ஆகிவிடுதல்”
சிம் *(Chim)*	:	புரிந்துக்கொள்ள முடியாத
ச்யே போஹ்	:	பதப்படுத்தப்பட்ட முள்ளங்கி
ச்யே சிம்	:	ஒரு வித கீரை
கஸாக்	:	பேராசையுடன் பொருட்களை வாரிக்கொள்ளுதல்
ஹையா	:	களைப்பில் கூறும் வார்த்தை
ஹார்ஃபன்	:	தட்டையான அரிசி நூடுல்ஸ்
ஐஸ் கச்சங்	:	பாகும் சிவந்த பருப்பும் ஐஸ்ஸும் கலந்த தின்பண்டம்
ஜகா	:	கண்காணித்தல் (மலாய் மொழி)
ஜின் ஷோர் ஜியா	:	ஹொக்கியன் மொழியில் ‘மிகவும் ருசியான’
காம்போங்க்	:	மலாய் மொழியில் கிராமம்
கோப்பி-சி	:	உலர்ந்த பாலால் உருவாக்கிய காப்பி.

கோப்பி-ஓ	: கறுப்பு காப்பி
கும் சியா கும் சியலு	: ஹொக்கியன் மொழியில் "நன்றி"
லான்தோங்	: அழுத்தப்பட்ட அரிசி மாவினால் செய்யப்படும் ஒரு மலேயதீ தின்பண்டம்.
லொராங்க்	: மலாய மொழியில் தெரு
மீ - ரீபஸ்	: வேர்கடலையால் செய்யப்பட்ட குழம்பில் மஞ்சள்நிற நூடுல்ஸை இட்டுச் செய்யும் ஒரு பதார்த்தம்
ஞ்யோ ஹியாங்	: ஐந்து மசாலாக்களுடன் சமைக்கப்பட்ட இறைச்சியும் காய்கறியின் சோயாத் தயிரில் உருட்டப்படுவது.
ஓர்ஹ்	: சரி – ஆமாம்
பை-சே	: சங்கடமாய் உணர்தல்
செனாங்க்	: மலாய் மொழியில் சந்தோஷமாக இருப்பது.
ஷிங்க்	: திருப்தியையும் மகிழ்ச்சியையும் வெளிகாட்டும் ஒரு சொல்.
தக் போலே தஹான்	: மலாய் மொழியில் "சகித்துக்கொள்ள முடியாது"
தெரிமா காசிஹ்	: மலாய் மொழியில் "நன்றி"
திங்கட்	: உண்ணும் பொருட்களை வைக்கும் அடுக்குப் பாத்திரம்
தூதொர் திங்	: பன்றி வயிறு சூப்
வா லோ	: நம்பிக்கையின்மையை, அதிர்ச்சியை வெறுப்பைக் கூறும் ஒரு சொல்.
வான் தான்	: இறைச்சியும் காய்கறிகளும் நிரப்பிய கொழுக்கட்டை.
ஜிலே பாய் காய்	: வெள்ளை தண்டுள்ள காய்கறி
ஜியோ லாங்க்	: பைத்தியம்